FIREDOM

Mga Kuwento ng Pinansyal na Kalayaan ng mga Imigrante sa Africa

OLUMIDE OGUNSANWO

&

ACHANI SAMON BIAOU

FIREDOM: MGA KUWENTO NG PINANSYAL NA KALAYAAN NG MGA IMIGRANTE SA AFRICA
Unang edisyon.

2023-12-09
Mag-subscribe sa aming newsletter: firedom.substack.com
Mag-email sa amin: hello@myfiredom.com
Bisitahin ang aming website: myfiredom.com

Talaan ng Nilalaman

1. Panimula 1

2: Mga kwentong pambata at Prinsipyo ng Pananalig sa Sarili at Pag-asa sa Sarili 17

2A: Olumide's Childhood story 18

2B: Kwento ng Kabataan ni Samon 26

2C: Mga Prinsipyo ng Self-Belief at Self-Reliance 38

3: Mga kwento at Prinsipyo ng Malayang Pag-iisip at Pagkausyoso sa Unibersidad 51

3A: Kwento ng Unibersidad ni Olumide 52

3B: Kwento ni Samon sa Unibersidad 64

3C: Mga Prinsipyo ng Malayang Pag-iisip at Pagkausyoso 73

4: Mga kwento sa Unang Karera at Prinsipyo ng Ambisyon at Katapangan 85

4A: Kwento ng Maagang Karera ni Olumide 86

4B: Kuwento ng Maagang Karera ni Samon 100

4C: Mga Prinsipyo ng Ambisyon at Katapangan 112

5: Mga kwento sa Business School at Mga Prinsipyo ng Pagtatakda ng Layunin at Personal na Pag-unlad 125

5A: Kwento ng Olumide's Business School 126

5B: Kwento ng Samon's Business School 139

5C: Mga Prinsipyo ng Pagtatakda ng Layunin at Personal na Pag-unlad 153

6: Mga kwento at Prinsipyo ng Late Career ng Pag-maximize ng Kita at Paggastos na Batay sa Mga Halaga 178

6A: Ang kuwento ng Late Career ni Olumide 179

6B: Ang kwento ng Late Career ni Samon 205

6C: Mga Prinsipyo ng Pag-maximize ng Kita at Paggastos na Batay sa Mga Halaga 235

7: Kwento ng FIREDOM, Kasarinlan sa Pinansyal, Kalayaan at ang Natitira sa Iyong Buhay 268

1. Panimula

Olumide Ogunsanwo: Gusto kong magsimula sa pamamagitan ng pagtanggap sa lahat ng bumili ng aklat na ito. Kami ay nagpapasalamat at umaasa kaming matutulungan ka ng aklat sa iyong paglalakbay ng pagtuklas sa sarili, personal na pag-unlad, kalayaan, at kalayaan.

Sa panimulang kabanata na ito, tatalakayin natin ang limang paksa: kung sino tayo, paano tayo nagkakilala, bakit nagpasya kaming likhain ang aklat na ito nang magkasama, kung bakit maaaring <u>hindi</u> magandang ideya na likhain ang aklat na ito at kung ano ang gusto nating makuha ng mga mambabasa dito. aklat.

Samon, gusto kong magsimula sa pamamagitan ng pag-aaral pa tungkol sa iyo at sa iyong background.

Achani Samon Biaou: Ang pangalan ko ay Samon Biaou. Ipinanganak ako sa Benin, Kanlurang Aprika at ako ay nanirahan sa mahigit 20 bansa sa buong mundo at bumisita ng halos isang daan. Nagsasalita ako ng 8 wika. Marami na akong buhay: Nagsimula ako bilang isang inhinyero, lumipat sa management consulting, at ngayon ay tumutok sa entrepreneurship at pamumuhunan. Ang aking mga pangunahing interes ay ang pag-unawa sa mga kultura, pagtingin sa iba't ibang lugar, at paglutas ng mga problema.

Olumide Ogunsanwo: Aling tatlong wika ang pinakamadalas mong ginagamit?

Acani Samon Biaou: Madalas akong nagsasalita ng Ingles, na sinusundan ng French at Yoruba.

Olumide Ogunsanwo: Tahan na. Ako ay Yoruba, at halos hindi ako nagsasalita ng Yoruba. Bakit ka nagsasanay ng Yoruba? Dahil ba ito sa iyong mga magulang o pamilya?

Acani Samon Biaou: Sa katunayan, nagsasalita ako ng Yoruba kasama ang aking ina at mga miyembro ng aking pamilya. Narito ang isang maikling background para sa aming mga mambabasa: Ang Yoruba ay hindi lamang isang etnikong grupo kundi isang wikang sinasalita sa West Africa. Ang mga Yoruba ay matatagpuan din sa ibang mga bansa, kabilang ang Brazil at Cuba.

1

Gusto kong magbahagi ng dalawang disclaimer para sa aming mga mambabasa. Una, mahilig ako sa good cheer dahil lumaki ako sa paligid nito. Ang lahat ay umiikot sa kaligayahan at mabuting pakikipagkapwa sa aking pagkabata sa Benin. Gustung-gusto kong napapaligiran ng magandang tagay!

Olumide Ogunsanwo: [Tawanan]

Acani Samon Biaou: Pangalawa, madalas akong gumagamit ng interlanguage, ibig sabihin, kapag nagsasalita ako, hinahalo ko ang syntax mula sa ilan sa pitong wikang alam ko. Minsan nagsisimula akong mag-isip sa isang wika at magtatapos sa isa pa. Samakatuwid, kung makarinig ka ng kakaibang paraan ng pagbigkas ng mga pangungusap, malamang na ito ay dahil sa pinaghalong Arabic, French, English, at Yoruba.

Olumide Ogunsanwo: Galing! Mapapabuti ko ang aking Pranses kung magtapon ka ng ilang salitang Pranses. Kahit na ang paraan ng pagbigkas mo sa naunang pangungusap na iyon tungkol sa paggusto sa "good cheer" ay iba sa kung paano ko (isang katutubong nagsasalita ng Ingles) ang magpahayag nito. Marami akong matututunan sa prosesong ito. Inaasahan kong pagbutihin ang aking Pranses.

Acani Samon Biaou: Kailangan mong ipaalam sa akin kung anong uri ng French ang gusto mong matutunan: French French, Ivorian French, o Beninese French? Halos magkaibang wika ang mga ito [Laughter].

Olumide Ogunsanwo: [Ngumiti] Ano ang iyong mga interes?

Acani Samon Biaou: Ang aking pangkalahatang interes ay isang mas malalim na pag-unawa sa karanasan ng tao, na kinabibilangan ng pag-unawa kung bakit kumikilos ang mga tao sa ilang partikular na paraan at kung ano ang nag-uudyok sa kanila. Ang interes na ito sa pag-unawa sa kalagayan ng tao ang siyang nagtutulak sa aking hilig sa paggalugad ng iba't ibang kultura sa pamamagitan ng paglalakbay.

Kung paano umunlad ang interes na ito, iniuugnay ko ito sa aking pagpapalaki sa kultura ng Yoruba, kung saan nakipag-usap ang mga matatanda gamit ang mga salawikain. Ang aking mga magulang o mga tiyuhin ay maaaring magkaroon ng buong pag-uusap sa pamamagitan lamang ng pagpapalitan ng mga salawikain. Itinuro nito sa akin na bigyang-pansin hindi lamang ang mga salitang ginagamit ng mga tao, kundi pati na rin ang kanilang mga nonverbal na pahiwatig at pag-uugali.

Olumide, pagkatapos magbahagi ng kaunti tungkol sa aking sarili, interesado akong matuto pa tungkol sa iyo. Sino ka?

Olumide Ogunsanwo: Sino ako? Parang isang malalim na pilosopong tanong iyon. Ang pangalan ko ay Olumide Ogunsanwo.

Ang aking mga pangkalahatang halaga ay mga relasyon, kalusugan, awtonomiya/kalayaan, pag-aaral, pagpapatupad (pagkuha ng tae), pakikipagsapalaran, at kahusayan sa pananalapi.

Ang mga halagang ito ay nagbibigay inspirasyon sa aking mga partikular na interes, na kinabibilangan ng teknolohiya, personal na pananalapi, personal na pag-unlad, mga aklat, agham, matematika, mga podcast, kasaysayan, mga pagsasanib at pagkuha (M&A), mga kasaysayan ng kumpanya, nutrisyon, paglalakbay, pagsasayaw, at mga programang gantimpala sa paglalakbay.

Kapansin-pansin, nagbabahagi kami ng hindi bababa sa dalawang karaniwang interes: paglalakbay at personal na pananalapi.

Acani Samon Biaou: Oo. Hindi ko maiwasang makaramdam ng kaba habang nagsasalita ka. Sa napakaraming interes, paano ka makakahanap ng sapat na oras sa araw upang ituloy ang lahat ng ito? Nakatuon ka ba sa mga pagpapahalagang ito sa iba't ibang panahon sa iyong buhay, o hinahabol mo ba silang lahat nang sabay-sabay?

Olumide Ogunsanwo: Namumuhay ako nang naaayon sa aking mga pinahahalagahan, na nakatanim sa akin. Hindi ko sila aktibong hinahabol, ginagabayan nila ako sa paggawa ng mga desisyon at tinutulungan akong bigyang-priyoridad ang aking oras kapag mayroon akong maraming pagkakataon at mga mapagkumpitensyang opsyon na magagamit.

Ang aking mga interes ay madalas na nagsasapawan, at dahil sa tingin ko ang mga ito ay kawili-wili at masaya, inuuna ko ang mga ito sa paraang nagbibigay-daan sa akin na maglaan ng oras para sa kanilang lahat.

Acani Samon Biaou: Paano ka nagkakaroon ng mga bagong interes?

Olumide Ogunsanwo: Malaki ako sa eksperimento, at marami sa aking mga interes ang lumitaw mula sa mga nakaraang eksperimento. Bawat buwan ay sumusubok ako ng bagong eksperimento, ang iba ay nananatili habang ang iba ay hindi. Bukod pa rito, ang pamumuhay sa mga multicultural na lungsod tulad ng Lagos, Chicago, London, Boston, at Miami ay naglantad sa akin sa iba't ibang uri ng mga tao na may iba't ibang uri ng pamumuhay at pananaw.

Pinagsasama-sama ang lahat, gumagawa ako ng tatlong magkakaibang bagay. Ako ay isang mamumuhunan, podcaster, at tagapayo (at isang may-akda pagkatapos naming i-publish ang aklat na ito):

1. Investor: Namumuhunan ako sa mga African startup sa pamamagitan ng Adamantium Fund [1].

2. Podcaster: Ako ang co-host at co-founder ng Afrobility podcast [2]. Kung gusto mo ang aklat na ito, maaaring magustuhan mo ang podcast. Nagtatampok ito ng mga kwento at pagsusuri ng mga kumpanya ng African tech.

3. Tagapayo: Pinapayuhan ko ang mga startup. Mayroon din akong negosyo sa pagkonsulta para sa kalayaan sa pananalapi; Pinapayuhan ko ang mga tao kung paano maging malaya sa pananalapi (katulad ng tema ng aklat na ito).

Ang aklat na ito ay kadalasang nagsasaliksik ng aking mga interes sa personal na pananalapi at pagsasarili sa pananalapi, ngunit mayroon akong mas malawak na iba't ibang mga interes na malamang na lalabas habang pinag-aaralan natin ang ating mga kuwento.

Acani Samon Biaou: Saan ka nakatira?

Olumide Ogunsanwo: Hinahati ko ang aking oras sa iba't ibang lungsod batay sa aking geostratehiya:

Miami 50%, Lagos 20%, New York 5%, London 5%, Iba pang mga lungsod 20%

Acani Samon Biaou: Hindi ko banggitin na ang consultant sa iyo ay patuloy na dumarating sa lahat ng bagay na maayos na nakaayos. Mahusay na makipag-chat sa isa pang kapwa consultant at makilala ang istraktura.

Olumide Ogunsanwo: [Ngumiti]. Iyon ay kaunti tungkol sa akin. Paano tayo nagkakilala?

Acani Samon Biaou: Sinabi sa akin ng aking partner ang tungkol sa Olumide noong Agosto 2022, na sinasabing masisiyahan kaming makipag-usap sa isa't isa. Sa oras na iyon, hindi ko masyadong iniisip ito. Fast forward sa Oktubre 2022, bumisita ako sa Miami at lumabas muli ang pangalan ni Olumide, dahil nakatira siya sa lungsod. Pagkatapos ay binanggit ng aking kasosyo na si Olumide ay nasa kalayaan sa pananalapi, at agad niyang nakuha ang aking atensyon. Pumunta kami sa bahay ni Olumide, pumunta ako para sa isang pag-uusap tungkol sa pagsasarili sa pananalapi at nanatili para sa pagiging tunay at pagiging totoo ng tao.

---

1.   http://adamantiumfund.com

2.   http://afrobility.com

Olumide Ogunsanwo: [Ngumiti] Naku, napakatamis.

Acani Samon Biaou: Marami tayong bagay na magkakatulad. Ikaw ay tunay at tunay. Yan ang klase kong tao na makakasama ko. Gumugol kami ng napakaraming oras, pinag-uusapan ang aming mga karanasan, tulad ng dalawang bata sa high school. Nasiyahan kami!

Olumide Ogunsanwo: Oo! Ganyan ang pakiramdam. Ito ay isa sa mga pagkakataon sa buhay na agad kang kumonekta sa isang tao. Nagkaroon kami ng karaniwang interes sa pagsasarili sa pananalapi, at patuloy kaming lumalalim nang palalim. Tumalon pa kami sa mga spreadsheet at badyet. Nakakatuwa! Ang paglalakbay na iyon ay ang simula ng pagtutulungan sa proyektong ito dahil naisip ko na ikaw ay isang potensyal na kawili-wiling tao upang mas makilala.

Bakit mo gustong isulat ang aklat na ito?

Acani Samon Biaou: Una, upang mapanatili ang mga alaala ng ating mga pag-uusap at ang kasiyahan ng pakikipag-usap sa isang kaibigan.

Olumide Ogunsanwo: Sa 2030 at higit pa, maaari kong pagnilayan ang aklat na ito at maaalala ang napakagandang koneksyon na ginawa ko kay Samon. Gumawa kami ng isang espesyal na bagay upang ibahagi ang aming mga kuwento sa buhay, at isang kagalakan na malaman na ang karanasang ito ay mapapanatili magpakailanman sa loob ng mga pahina nito. May kahanga-hangang bagay tungkol sa pag-codify ng karanasang iyon magpakailanman gamit ang aklat na ito.

Acani Samon Biaou: Pangalawa, nakikita ko ito bilang isang pagkakataon para tayo ay matuto at lumago sa pamamagitan ng ating mga pag-uusap.

Olumide Ogunsanwo: Naniniwala ako na marami akong matututunan mula sa iyong diskarte sa pagsasarili sa pananalapi dahil iba ang landas mo. Ang aklat na ito ay isang magandang pagkakataon para pareho kaming matuto sa mga karanasan ng isa't isa.

Acani Samon Biaou: Nagustuhan ko ang aming koneksyon at kung gaano kami ka-open sa isa't isa sa simula. Ang pagiging nasa isang kapaligiran kung saan maaari kong pabayaan ang aking pagbabantay, at ang instincts ng kaligtasan ng buhay sa pamamagitan ng kompetisyon ay hindi kailangan, ay talagang makapangyarihan para sa akin. Ang isang mahusay na pagkakaibigan ay isang kapaligiran kung saan hindi ako nag-aalala, nababalisa, nahihiya kung sino ako at kung ano ang nagawa ko. Iyan ay mas malakas kaysa sa anumang halaga ng pera.

Ang pangatlong dahilan ko sa pagsulat ng librong ito ay upang ibahagi ang ating mga kwento sa iba. Gayunpaman, may halo-halong damdamin ako tungkol dito dahil ayokong gumawa ng maling konklusyon ang mga tao mula sa aming mga karanasan. Ang paggawa ng mabubuting desisyon ay masalimuot, at mapanganib na kopyahin lang ang ginawa ng iba nang hindi nauunawaan ang mga pinagbabatayan na mga prinsipyong ginamit nila. Sa halip, mas mabuting matuto mula sa mga prinsipyong iyon at ilapat ang mga ito sa paraang angkop sa sarili mong sitwasyon at gumawa ng ibang bagay kaysa sa ginawa namin.

Olumide Ogunsanwo: Sumasang-ayon ako. Ito ang proseso ng pag-iisip sa likod ng mga desisyon, hindi ang mga desisyon mismo.

Isinaalang-alang ko ang mga opsyon na magagamit sa bawat yugto ng aking buhay, kung ano ang naaayon sa aking personalidad at mga interes, at ginawa ang pinakamahusay na limonada mula sa mga lemon na mayroon ako. Talagang hindi ko sinunod ang plano ng iba.

Habang binabasa mo ang aming mga kwento, hinihikayat ka naming isipin kung paano ka makakagawa ng mga pagpipilian para sa iyong buhay sa halip na kopyahin lamang ang ginawa namin. Ang pangunahing takeaway mula sa aklat na ito ay ang mamuhay ng sadyang may layunin.

Acani Samon Biaou: Iyan ang mga dahilan ko. Ano ang iyong mga dahilan sa pagsulat ng aklat na ito?

Olumide Ogunsanwo: Ang unang dahilan ay gusto kong magsaya at makaranas ng bago. Bagama't nakapag-record ako ng mahigit 100 oras ng Afrobility podcast, hindi pa ako nakakasulat ng libro dati, kaya ito ay magiging isang kawili-wiling pagkakataon upang matuto ng ibang bagay.

Nagkaroon kami ni Samon ng talakayan tungkol sa kung paano iposisyon ang libro at ipakita ang aming mga sarili. Ibinahagi ko na ang pagiging tunay ang pinakamahalagang bagay, dahil mas gusto kong gumugol ng oras sa mga taong totoo at pinapayagan akong maging sarili ko. Sa kabaligtaran, kung ang isa ay kailangang itago ang mga bahagi ng kanyang sarili, ang buhay ay nagiging hindi gaanong kasiya-siya. Ang aking pag-asa ay na sa pamamagitan ng paglikha ng aklat na ito, tayo ay malayang makapagsalita, makapagpahinga, at masiyahan sa paglalakbay.

Ang isa pang dahilan ng pagsulat ng aklat na ito ay ang aspeto ng tao sa pagkukuwento. Ang mga kwento ay kung paano ipinapasa ng mga tao ang kaalaman mula sa isang henerasyon patungo sa isa pa.

Sa aklat na ito, tatanungin ako ni Samon ng ilang mga katanungan tungkol sa aking paglalakbay tungo sa kalayaan sa pananalapi, at gagawin ko rin ito at magtatanong sa kanya tungkol sa kanyang paglalakbay. Ang format ng pakikipag-usap na ito ay dapat na masaya, at umaasa ako na ang mga mambabasa ay makakakuha ng ilang mahahalagang nuggets mula sa aming mga kuwento.

Acani Samon Biaou: Bakit <u>hindi</u> natin dapat likhain ang aklat na ito?

Olumide Ogunsanwo: Tatlong dahilan:

1. Takot sa hindi alam: Kapag sumusubok ako ng mga bagong bagay, madalas akong nag-aalala tungkol sa kung paano matatanggap ang mga ito at kung paano ko ipapakita ang aking sarili. Ang aklat na ito ay lalabas doon para ibenta at bukas sa pagpuna. Bagama't hindi na ako nababahala ngayon dahil nagsimula na ako ng isang podcast at isang pondo ng VC, ang takot sa pagpuna ay nakatago pa rin sa isang lugar sa aking subconscious.

2. Malawak na kakayahang magamit ng personal na impormasyon sa pananalapi: Mayroon nang napakaraming personal na impormasyon sa pananalapi na magagamit sa iba't ibang mga format tulad ng mga blog, podcast, at mga aklat, ngunit hindi ako labis na nag-aalala tungkol doon dahil ang aklat na ito ay gumagamit ng ibang paraan. Nakatuon ang aming libro sa aming mga personal na kwento at karanasan at tumutuon sa mga underdog at tagalabas. Habang ibinabahagi namin ang aming mga paglalakbay sa pananalapi bilang mga imigrante sa Africa, ang mga prinsipyo ng pagsasarili sa pananalapi ay nalalapat sa pangkalahatan, anuman ang lahi o background ng isang tao.

3. Antas ng pagsisiwalat at privacy: Ang katangian ng aklat ay nagsasangkot ng pagbabahagi ng aming mga personal na paglalakbay sa pananalapi, na maaaring magdulot ng mga alalahanin tungkol sa privacy at mga detalyeng ibinahagi. Gayunpaman, magsusumikap kaming gawing naaaksyunan at maiugnay ang aklat sa mga mambabasa sa pamamagitan ng pag-aalok ng mga pangkalahatang prinsipyo at diskarte na halos palaging kapaki-pakinabang. Isasama rin namin ang partikular na impormasyon sa tuwing kinakailangan upang matulungan ang mga mambabasa na maunawaan ang pagpapatupad ng mga diskarte at pagsasaalang-alang sa trade-off.

Iyan ang ilan sa mga reserbasyon na pinapasok ko, ngunit itutuloy ko pa rin. Ito ay tiyak na sa sandaling ito ay nakakaramdam ako ng kaunting takot na alam kong dapat kong patuloy na sumulong.

Acani Samon Biaou: Napunit din ako. Sa isang banda, gusto kong gawin natin ang libro bilang nasasalat hangga't maaari para sa mga tao. Sa kabilang banda, maaari itong humantong sa sobrang pagtuon sa net worth at iba pang mga isyu sa privacy.

Olumide Ogunsanwo: Ano ang gusto nating makuha ng mga mambabasa sa aklat na ito?

Acani Samon Biaou: Gusto kong maramdaman ng mga mambabasa na kaya nilang sabihin ang kanilang kuwento. Mahalagang ibahagi ang kanilang kuwento at maaaring magbigay ng inspirasyon sa iba.

Olumide Ogunsanwo: Ang aking pilosopiya tungkol diyan ay simple: "Gawin mo lang!" tulad ng motto ng Nike. Maaari mong maramdaman kung minsan na pinipigilan ka ng mga gatekeeper na gawin ang gusto mo, o hindi ka kwalipikado o handang gumawa ng isang bagay. Ngunit karamihan sa mga hadlang na ito ay nasa ating mga ulo. Ang katotohanan ay ang mga tao ay lubos na makapangyarihan at maaari naming magawa ang anumang gusto mo. Kailangan mo lang magkaroon ng lakas ng loob na gawin ito. Karamihan sa mga bagay ay mas madali kaysa sa tila, lalo na pagkatapos mong tanggapin ang kabiguan bilang natural na resulta ng pagsubok ng mga bagong bagay. Ang pagbuo ng kaginhawaan sa paulit-ulit na pag-eksperimento at potensyal na pagkabigo ay isang kalamnan na maaari mong buuin.

Maaaring binabasa mo ang aklat na ito at iniisip, "Ginugol nina Samon at Olumide ang pitong buwang pagpaplano, nagkaroon ng publisher, at isang editor. Kailangan nilang kumuha ng rights deal." Sa katotohanan, nakilala ko si Samon, nagpasya na mahal ko ang taong ito at dapat kaming magsulat ng isang libro tungkol sa kalayaan sa pananalapi. Nakabuo kami ng isang plano at napakabilis na nagsimulang magsagawa at ang tapos na produkto ay kung ano ang mayroon ka sa iyong mga kamay.

Ang pinakamalaking hadlang sa pagkamit ng ating mga layunin ay kadalasan ang ating sariling mga takot at pagdududa. Lumilikha kami ng mga pangitain ng lahat ng mga bagay na maaaring magkamali at hindi kailanman gagawin ang unang hakbang. Kailangan nilang "Gawin mo lang" ang estilo ng Nike.

Ang mga tao ay hindi ang pinakamahusay na panimulang makina, ngunit kami ay mahusay na mga makina sa pagtatapos. Kapag sinimulan mo ang isang gawain, mas malamang na tapusin mo ito. Payagan ang iyong sarili na lumago at mag-explore. Linangin ang isang explorer at experimenter mindset upang magawa ang mga bagay-bagay.

Nagpapasalamat ako na nagkasama kami ni Samon para isulat ang aklat na ito, at umaasa akong inspirasyon ito sa mga mambabasa na gumawa ng mga positibong pagbabago sa kanilang buhay at lumikha ng mga bagay. Produkto man ito, libro, podcast, newsletter, o iba pa, gawin ang isang bagay na gusto MO, hindi kung ano ang sinasabi ng lipunan na dapat mong gawin. May isang tao diyan na gustong marinig ang iyong kwento. Ang mga tao ay espesyal din at iba. Bawat isa ay may kakaibang kwento. Kadalasan mayroong isang tao na pinahahalagahan ang lahat ng iyong pinagdaanan. Iyan ang aking munting talumpati at tandaan: "Gawin mo lang"!

Acani Samon Biaou: Isa ito sa mga dahilan kung bakit gusto kong makipag-usap kay Olumide. Nakaka-positive vibes na ako. Napakarami ng sinabi mo ang sumasalamin sa akin. Ang buhay ko ay puno ng mga bagay na gusto kong gawin. Mayroon akong ~10 mga artikulo na nais kong i-publish ngunit patuloy akong nag-iisip kung may sinumang interesado sa kanila.

Minsan nakakakita ako ng mga artikulo na mukhang hindi kawili-wili, at iniisip ko kung bakit ang taong ito ay nag-abala pa na isulat ito. Pagkatapos ay nakikita ko ang mga komento kung saan nasusumpungan ng ilang mga tao na nagbibigay-inspirasyon ang mga artikulo. Napagtanto mo na ang mundo ay hindi baliw, at marahil ikaw ay baliw sa pag-iisip na mayroong pandaigdigang pagkakapareho. Ang mundo ay kamangha-manghang magkakaibang. Ang isang produkto na kawili-wili sa isang tao ay maaaring hindi kawili-wili sa isa pa.

Olumide Ogunsanwo: Tama. Kung isa kang tagalabas, minorya, o imigrante, maaaring lumaki kang pakiramdam na kailangan mo ng pahintulot mula sa mga magulang, guro, o tagapamahala upang gumawa ng mga bagay. Sa paglipas ng panahon, ang pakiramdam na ito ay nagiging nakatanim sa iyong subconscious, at patuloy kang naghahanap ng mga gatekeeper kahit na sa mga lugar kung saan wala. Ngunit hindi mo kailangan ng mga gatekeeper.

Kaya mo yan. Ang internet ay puno ng makapangyarihang mga mapagkuku-
nan, at ang kailangan mo lang ay kaunting gana sa panganib at isang pag-un-
awa na ang potensyal na downside na panganib ay karaniwang minimal.

Kunin ang aklat na ito bilang isang halimbawa. Ano ang pinaka-
masamang sitwasyon? Wala naman sigurong nagbabasa pero ayos lang kasi
hindi naman namin isinulat para kumita. Gusto ko pa rin magkaroon ng
isang kamangha-manghang oras sa pag-record at pagpapalit ng mga kuwento
kay Samon.

Maraming tao ang nag-overestimate sa mga downside na panganib, ngu-
nit ito ay mas mahusay na maayos na maunawaan at mabilang ang mga ito up-
ang maaari mong pamahalaan ang mga ito sa halip na isipin lamang ang mga
ito. Magsimulang mag-eksperimento at gawin ang alam mong gusto mong
gawin ngunit natatakot kang magsimula. Hindi mo kailangan ng pahintulot
mula sa sinuman. Espesyal ka sa sarili mong paraan at dapat gawin ang gusto
mo sa buhay. Sige at gawin mo!

Acani Samon Biaou: Olumide, sa tuwing magsasalita ka, pakiramdam
ko ay direktang nagsasalita ka sa aking kaluluwa. Gusto kong magdagdag ng
dalawang pananaw sa sinabi mo.

Una, lubos akong sumasang-ayon na marami sa mga hadlang na kinaka-
harap natin ay mental. Lumilikha tayo ng mga hadlang para sa ating sarili na
hindi naman talaga umiiral.

Pangalawa, habang totoo na maraming balakid ang nasa isip natin, min-
san may mga tunay na gatekeeper na nagsisikap na pigilan tayo sa pagkamit
ng ating mga layunin. Sa tuwing nakakalusot ako sa isang gate, hindi dahil
nakatutok ako sa mga gatekeepers. Sa halip, ito ay dahil hindi ko alam na
nandoon sila, o nakita ko sila at naisip, "Fuck it. Ginagawa ko pa rin ito."

Kung may gusto kang gawin, sige lang gawin mo. Matututuhan mo ang
mga potensyal na kumplikadong bahagi habang nagpapatuloy ka. Isa sa mga
bagay na gusto ko tungkol sa US ay mas maraming tao dito ang handang
makipagsapalaran at sumubok ng mga bagong bagay. Sa kabaligtaran, sa ilang
ibang bansang tinitirhan ko, maaaring may pakiramdam na palaging may
nakatingin sa iyo at hinuhusgahan ka.

Noong ako ay isang undergraduate, madalas akong nag-aalala tungkol sa
kung pinapayagan akong gumawa ng ilang mga bagay o kung sila ay labag sa
batas o itinuturing na kakaiba. Pero ngayon napagtanto ko na ang mga alala-

haning iyon ay pumipigil sa akin. Ang payo ko sa sinumang gustong sumubok ng bago ay huwag pansinin ang mga gatekeepers at ang mga naysayer, at gawin mo na lang!

Olumide Ogunsanwo: Ang proseso ng personal na pag-unlad at hindi pagkatuto ng ilang mga unang karanasan ay lalong mahalaga. Isa sa mga pinakamahusay na paraan upang palawakin ang iyong mga abot-tanaw ay sa pamamagitan ng paglalantad sa iyong sarili sa mga bagong ideya, kultura at karanasan. Kung hindi mo hahamon ang iyong sarili at maghanap ng bagong kaalaman, maaaring mahirap itong lumago at umunlad.

Acani Samon Biaou: Naniniwala ako na dalawang bahagi ang magkakasamang nabubuhay sa bawat isa sa atin. Humihingi ng pahintulot kumpara sa direktang paggawa ng mga bagay.

Gusto kong magbahagi ng karanasan ko sa Miami kasama si Olumide upang magbigay ng halimbawa. Isang araw, iminungkahi niya na magpahinga kami at umupo sa tabi ng tubig, habang siya ay nakatira sa tabi ng tubig. Nilakad namin ang isang maikling distansya sa isang paikot-ikot na walkway sa harap ng kanyang gusali hanggang sa makahanap kami ng isang upuan at i-enjoy ang view. Habang nag-uusap kami, dumaan ang mga tao sa amin, at nagsimula akong hindi mapalagay, iniisip kung nasa daan kami o kung pinahihintulutan pa bang umupo doon.

Tumingin ako kay Olumide para sa ilang katiyakan, ngunit tila hindi niya napapansin ang lahat ng ito, nagpapahinga lang at nag-e-enjoy sa sandaling walang pakialam sa mundo. Sa una, nagsimula akong magduda sa kanya at sa kanyang nakakarelaks na saloobin, na iniisip "sino ang nakaupo sa bangketa na ganito?" Hindi ako komportable sa mga unang minuto.

Gayunpaman, sa lalong madaling panahon natanto ko na ako ang nagdudulot ng kakulangan sa ginhawa sa aking panloob na monologo. May tamang ideya si Olumide na i-enjoy lang ang sandali nang hindi nababahala kung ano ang iniisip ng iba o ang mga patakaran sa paligid natin. Nagawa nitong tanungin ang sarili kong mindset at kung gaano ko kadalas hinahayaan ang sarili kong mga iniisip at perception na limitahan ang kasiyahan ko sa buhay.

Olumide Ogunsanwo: Haha! Nakakatawa iyan. Nakahinga ako ng maluwag.

Acani Samon Biaou: Napagtanto ko na kung minsan ay pinipigilan ko ang aking sarili dahil mayroon akong ilang mga inhibitions at ideya tungkol sa kung ano ang nararapat at pinapayagan. Bagama't magandang maging maalalahanin, ang pagtulak ng mga hangganan ang nagtutulak sa ebolusyon ng sangkatauhan.

Isa iyon sa mga bagay na gusto ko sa America. Hinihikayat nito ang mga tao na maging mapanlikha, sumubok ng mga bagong bagay, at itulak ang mga hangganan. Sino ang nakakaalam, ang isang tao ay maaaring gumawa ng isang bagay na hindi karaniwan, at isang bagong negosyo o ideya ay ipinanganak.

Ang pagiging malaya sa mga pagsugpo ay isang makapangyarihang bagay, at ang pagkamit ng kalayaan sa pananalapi ay maaaring maging isang kapaki-pakinabang na tool upang makarating doon. Hindi lang ito ang tool, at sasabihin ng ilan na hindi ito ang pangunahing tool. Ngunit ang pagkakaroon ng kalayaan sa pananalapi ay maaaring magbigay sa iyo ng kalayaan na gawin ang iyong sariling bagay sa buhay at galugarin ang mga bagong posibilidad.

Olumide Ogunsanwo: Ito ay disenyo ng pamumuhay. Magdisenyo ng isang buhay na gumagana para sa iyo. Hindi mo kailangang sundin ang tradisyonal na landas. Maaari kang pumili ng anumang landas, ngunit nangangailangan ito ng intensyon, layunin at pagpaplano. Hindi ka basta basta magigising sa buhay na gusto mo. Kung susundin mo ang status quo, magkakaroon ka ng status quo na buhay, na maaaring hindi ito ang gusto mo.

Acani Samon Biaou: Sinabi mo ito nang mas mahusay kaysa sa maaari kong sabihin ito. Ang aklat na ito ay para sa sinumang mausisa tungkol sa paghahangad ng isang bagay na naiiba sa buhay kaysa sa kung ano ang "dapat" nilang gawin. Ang aming pag-asa ay alisin ng mga mambabasa ang meta insight mula sa aklat na ito: na may iba pang mga landas na dapat sundin sa kabila ng status quo.

Sinusubukan ng aklat na bigyan ka ng pakiramdam ng mga bagong posibilidad. Hindi mo kailangang sundin ang karaniwang landas. Sana maintindihan ng mga mambabasa na ang kwentong ito ay talagang walang kinalaman sa pera.

Olumide Ogunsanwo: Talagang <u>hindi tungkol sa pera</u> ang libro . Ang pagsasarili sa pananalapi ay nangangahulugan ng pagkakaroon ng sapat na mapagkukunang pinansyal upang tumagal sa natitirang bahagi ng iyong buhay, ngunit ang aklat na ito ay higit pa riyan.

Acani Samon Biaou: Naging malaking enabler para sa amin ang pagsasarili sa pananalapi. Tatalakayin ng aklat na ito kung paano tayo nagsimula sa landas na ito at kung paano ito nagbigay ng kapangyarihan sa atin upang ituloy ang ating mga pangarap.

Olumide Ogunsanwo: Ang tagline ng aming aklat ay "Mga Kuwento ng Kalayaan sa Pananalapi ng mga African Immigrant." Ang aklat ay naka-balangkas ayon sa pagkakasunod-sunod, habang nagbabalik-tanaw tayo at nagmumuni-muni sa mga desisyong ginawa natin na humantong sa ating kalayaan sa pananalapi noong kalagitnaan ng thirties.

Bilang karagdagan sa pagbabahagi ng aming mga personal na kwento, tinatalakay din namin ang mga pangunahing prinsipyo na mahalaga sa aming mga paglalakbay. Kasama sa mga prinsipyong ito ang parehong malawak na estratehiya at mga partikular na aksyon na maaaring gawin ng mga mam-babasa upang makamit ang kalayaan sa pananalapi. Naniniwala kami na ang paglinang ng mga prinsipyong ito bilang bahagi ng iyong pamumuhay ay ma-halaga sa pagkamit ng pangmatagalang tagumpay sa pananalapi.

Upang matulungan ang mga mambabasa na isagawa at isama ang mga prinsipyong ito sa kanilang buhay, isinama rin namin ang mga rekomendasy-on sa aklat na naaayon sa bawat prinsipyo. Ang aming pag-asa ay na sa pa-mamagitan ng pagbabahagi ng aming mga kuwento at mga prinsipyo, maaari naming magbigay ng inspirasyon at bigyang kapangyarihan ang iba na kon-trolin ang kanilang mga pinansiyal na hinaharap.

Acani Samon Biaou: Olumide, ano ang gusto mong kunin ng mga mambabasa sa aklat na ito?

Olumide Ogunsanwo: Ang layunin ko para sa aklat na ito ay magbigay ng inspirasyon sa mga mambabasa na mamuhay ng kanilang pinakamahusay na buhay, maging komportable sa pagiging tunay nila, at hindi pakiramdam na kailangan nilang sumunod sa mga inaasahan ng lipunan. Sana ay kunin ng mga mambabasa kung ano ang kapaki-pakinabang mula sa aklat at huwag pansinin kung ano ang hindi nauugnay sa kanila.

Higit sa lahat, gusto kong hikayatin ang mga mambabasa na humanap ng mga paraan upang maging malaya. Hindi lang ito nangangahulugan ng kalayaan sa pananalapi, bagama't isa itong mahalagang paksa sa aklat na ito. Nangangahulugan din ito ng kalayaang panlipunan, kalayaan sa oras, at kalayaan sa heograpiya. Gusto kong madama ng mga mambabasa ang kapangyarihan na makipagsapalaran at gumawa ng mga pagpipilian na makakatulong sa kanila na maging mas malaya sa bawat aspeto ng kanilang buhay.

Acani Samon Biaou: Saan sa palagay mo ang kalayaan sa pananalapi ay naranggo sa lahat ng iba pang kalayaan?

Olumide Ogunsanwo: Ang dalawang pinakamahalagang aspeto ng buhay ay malamang na ang mga kalayaang nauugnay sa mga relasyon at kalusugan. Ang ilang mga tao ay maaaring magtaltalan na ang mabuting kalusugan ay ang pinakamahalaga dahil mahirap makamit ang anumang bagay kung wala ito, habang ang iba ay maaaring magsabi na ang matatag na relasyon sa pamilya at mga kaibigan ay ang susi sa isang kasiya-siyang buhay.

Pagkatapos ng dalawang ito, ang kalayaan sa pananalapi ay malamang na ang ikatlo o ikaapat na pinakamahalagang aspeto. Bagama't ito ay mahalaga, hindi ito katumbas ng bigat ng mga relasyon at kalusugan. Kung ang isang tao ay magtalo na ang kalayaan sa pananalapi ay ang pinakamahalagang bagay, ipinapayo ko sa kanila na isaalang-alang muna ang kanilang kalusugan at mga relasyon.

Acani Samon Biaou: Nakikita ko ang kalayaan sa pananalapi bilang isang enabler ng iba pang mga kalayaan. Halimbawa, ang isang nakababahalang trabaho ay makakaapekto sa iyong kalusugan. Ngunit kung ikaw ay nasa posisyon na pumili kung ano ang iyong gagawin o hindi na magtrabaho, kung gayon ang kalayaan sa pananalapi ay maaaring makatulong sa iyong kalusugan.

Olumide Ogunsanwo: Ang kalayaan sa pananalapi ay nagbibigay-daan sa iyo na tumuon sa mahahalagang bagay sa buhay, tulad ng iyong mga relasyon (maging iyon ay sa isang romantikong kapareha, pamilya, o mga kaibigan) at iyong kalusugan. Kapag ikaw ay malaya sa pananalapi, maaari mo ring ituloy ang iyong mga pangarap sa pagnenegosyo at gumugol ng mas maraming oras hangga't gusto mo sa pag-iisip ng iba't ibang ideya. At kung pinahahalagahan mo ang mga karanasan at pakikipagsapalaran, ang pagsasarili sa pananalapi ay nagbibigay sa iyo ng kakayahang umangkop na gumugol ng mas maraming oras hangga't gusto mo sa mga gawaing iyon.

Sa esensya, ang pagsasarili sa pananalapi ay isang enabler na sumusuporta sa dalawang malaking aspeto (relasyon at kalusugan) at gayundin sa anumang bagay na maaaring interesado ka dahil ang paggawa o pagtamasa sa mga bagay na iyon ay kadalasang nangangailangan ng pera.

Samon, kaibigan ko, kapatid ko. Ano ang gusto nating kunin ng mga mambabasa mula sa aklat na ito?

Acani Samon Biaou: Isaalang-alang ang aklat na ito bilang isang gabay sa pamumuhay sa iyong sariling mga tuntunin at pag-abot sa iyong buong potensyal. Sa lipunan ngayon, maraming mga halimbawa ng tagumpay at mga huwaran sa ating paligid. Bilang isang consultant sa negosyo, nakapunta ako sa maraming silid kung saan napagtanto ko na karamihan sa mga huwaran na ito ay mga regular at karaniwang tao lamang. Maaaring magaling sila sa ilang partikular na bagay, ngunit isa rin silang work-in-progress sa ibang mga lugar. Naniniwala ako na mas maraming tao ang maaaring makadama ng kapangyarihan upang mahanap ang kanilang sariling mga sagot at i-chart ang kanilang sariling mga landas tungo sa tagumpay.

Olumide Ogunsanwo: Talagang! Ang paghahanap ng mga huwaran ay maaaring hindi ang pinakamahusay na paraan upang lapitan ang mga bagay. Ang bawat tao ay may natatanging halaga, lakas, at kagustuhan. Sa halip na maghanap ng taong huwaran ng iyong sarili, mahalagang alamin ang sarili mong tunay na sarili at kung ano talaga ang gusto mo sa buhay. Bagama't maaari kang matuto mula sa iba, ang paglalakbay sa pagtuklas ng iyong tunay na sarili ay palaging nagsisimula sa loob.

Ang role modeling ay may downside ng masyadong pagtutok sa buhay ng ibang tao. Ang tanging tao na titingnan ay ang iyong sarili.

Acani Samon Biaou: Napakasakit. Ang mundo ay gumagalaw sa parallel track. Ang unang track ay ang mga indibidwal ay sinabihan na maging ang kanilang sarili. Ngunit maaaring hindi ka sapat tulad mo ngayon. Ang bawat tao'y kailangang patuloy na mag-evolve.

Olumide Ogunsanwo: Wow. Ang iyong mga komento ay mabisyo [Smile].

Acani Samon Biaou: Ang pangalawang track ay sinabihan tayo na tularan ang buhay ng isang huwaran. Sa kasamaang palad, maaaring limitahan ng diskarteng ito ang ating kakayahang mag-isip para sa ating sarili dahil masyado tayong nakatuon sa pagkopya sa iba kaysa sa pagbuo ng sarili nating natatanging pananaw.

Ang dalawang track na ito ("sapat ka na" at "kumopya ng isang huwaran") ay madalas na pinalalakas ng social media, na nagpaparamdam sa mga tao na kailangan nilang pumili sa pagitan nila. Ngunit ang madalas na hindi napapansin ay ang kahalagahan ng patuloy na pagpapabuti sa sarili at paglago, habang natututo din mula sa mga karanasan ng iba nang hindi kinakailangang kopyahin ang mga ito.

Olumide Ogunsanwo: Sa unang tingin, ang FIREDOM ay maaaring mukhang isang financial independence book. Ngunit sa katotohanan, ito ay higit pa tungkol sa pagbuo ng iyong sarili upang makamit ang kalayaan upang mabuhay ang buhay na talagang gusto mo.

Acani Samon Biaou: Mahalagang kilalanin na ang ating mga kwento ay hindi perpekto at magkakaroon ng mga aspeto kung saan tayo ay naging napakahusay at iba pa kung saan maaari tayong gumawa ng mas mahusay.

Hindi ko itinuturing ang aking sarili na kapansin-pansin, ngunit naniniwala ako na ang lahat ay may potensyal na makamit ang kanilang mga layunin. Ang pagtatakda ng mga layunin para sa iyong sarili at paggawa ng mga kinakailangang hakbang upang makamit ang mga ito ay susi. Hindi mo kailangang maging katangi-tangi para magtagumpay, ngunit kailangan mong maging handa na ilagay sa trabaho.

Olumide Ogunsanwo: FIREDOM = FI (Financial Independence) + RE (Retire Early) + Freedom. Bakit gusto mo ng kalayaan at kalayaan? Gusto mo ng kalayaan upang mabuhay ka sa iyong sariling mga termino. Ang pag-asa sa buhay, depende sa bansang iyong kinaroroonan, ay nasa pagitan ng 50 at 80. Ang oras na mayroon tayo sa mundong ito ay limitado, kaya bakit hindi sulitin ito sa pamamagitan ng pamumuhay ng isang kasiya-siya at kasiya-siyang buhay?

Ang kwentong ito ay tungkol doon mismo - pamumuhay sa buhay na gusto mo, paggawa ng epekto, pagkakaroon ng kasiyahan, at paggawa ng pagbabago. Ang pera ay hindi lamang ang mahalaga, ngunit ito ay mahalaga dahil ito ay nagbibigay-daan sa iyo upang makagawa ng mas malaki at mas mahusay na mga bagay. Kung walang katatagan sa pananalapi, ang pera ay magiging palaging pinagmumulan ng stress sa iyong buhay.

Nasasabik kaming ibahagi sa iyo ang aming mga kuwento sa aklat na ito. Ito ay isang gawain ng pag-ibig, at umaasa kami na ito ay magbibigay inspirasyon at mag-udyok sa iyo na baguhin ang iyong buhay. Maligayang pagdating sa paglalakbay kasama namin!

2: Mga kwentong pambata at Prinsipyo ng Pananalig sa Sarili at Pag-asa sa Sarili

Olumide Ogunsanwo: Ang bawat kabanata ng aklat ay tungkol sa isang yugto ng buhay at itatampok ang aming mga personal na kwento na sinusundan ng isang malalim na paggalugad ng mga nauugnay na prinsipyo ng kalayaan sa pananalapi.

Ang aming paggalugad ay nagsisimula sa mga karanasan sa pagkabata, na makabuluhang humuhubog sa aming personalidad, pag-unawa sa sarili, pagpapahalaga sa sarili, at kung ano ang aming pinaniniwalaan na posible para sa aming makamit sa buhay.

Acani Samon Biaou: Gustung-gusto ko na nagsisimula tayo sa mga kwentong pambata. Maaaring makita ng mga mambabasa na mga magulang na nakakatulong ang mga kuwentong ito para sa kanilang mga anak.

Olumide Ogunsanwo: Ang paggalugad sa mga impluwensya ng pagkabata ay kapaki-pakinabang din para sa lahat na maunawaan kung ano ang nagdala sa kanila sa kanilang kasalukuyang sitwasyon at kung paano maaaring maapektuhan pa rin sila ng mga naunang karanasang iyon ngayon. Ang pag-unawa at pagtanggap sa nakaraan ay isang mahalagang hakbang upang simulan ang anumang paglalakbay, hindi lamang ang pagsasarili sa pananalapi.

Pag-uusapan din natin ang mga alituntunin ng paniniwala sa sarili at pag-asa sa sarili. Ito ang mga pangunahing prinsipyo sa daan patungo sa kalayaan sa pananalapi. Ano ang mas mahusay na lugar upang simulan ang libro kaysa sa pamamagitan ng pagsasaliksik sa sikolohiya at pag-iisip ng tao?

2A: Olumide's Childhood story

Acani Samon Biaou: Olumide, magsimula tayo sa iyong pagkabata. Sabihin sa akin ang tungkol sa iyong mga pinakaunang alaala.

Olumide Ogunsanwo: Ipinanganak ako noong kalagitnaan ng dekada otsenta sa Lagos, Nigeria, West Africa. Ipinanganak ako sa isang katamtamang laki ng pamilya na may apat pang kapatid. Mayroon akong dalawang nakatatandang kapatid na babae at dalawang nakababatang kapatid na lalaki. Nasa gitna ako.

Ang aking ama ay isang negosyante. Nagmamay-ari siya ng maramihang paupahang ari-arian, nagpatakbo ng isang negosyong pag-imprenta ng papel, isang negosyong pautang sa pananalapi, at ilang iba pang negosyo. Siya rin ay isang pulitiko at tumakbo para sa opisina minsan. Marami siyang ginawang iba't ibang bagay at sinanay bilang isang mamamahayag noong bata pa siya.

Ang aking ina ay isang maybahay. Ngunit kawili-wili, noong ako ay mga 14 o 15, bumalik siya sa paaralan upang mag-aral ng abogasya at ngayon ay isang abogado para sa Pamahalaan ng Estado ng Lagos. Nakakabighani ang kwento kung paano siya naging abogado. Siya ay kumukuha ng mga klase sa gabi noong ako ay nasa mataas na paaralan, at hindi ko lubos na maunawaan kung bakit siya napupunta sa lahat ng problemang iyon. Tinanong ko siya tungkol dito, at sinabi niya na iniwan niya ang kanyang trabaho sa pagbabangko upang palakihin kami at iniisip kung ano ang maaaring mangyari kung hindi siya umalis sa kanyang trabaho. Sinabi niya na nakakita siya ng mga abogado sa TV at naisip na iyon ay isang bagay na magagawa niya. At ginawa niya!

Acani Samon Biaou: Ano ang iyong mga unang karanasan sa pananalapi o kalayaan?

Olumide Ogunsanwo: Ang tatay ko ang breadwinner ng pamilya. Nasa kanya ang kita na ibinigay niya para sa pamilya at ang aking ina ang maybahay. Ang aking ama ang namamahala sa pananalapi, at binibigyan niya ang aking ina ng pera upang gawin ang iba't ibang bagay sa bahay, na nangangahulugang ang aking ina ay hihingi ng pera sa aking ama para sa iba't ibang bagay.

Napansin kong may kakaibang epekto ito sa relasyon. Naaalala ko ang pagtingin sa mga pakikipag-ugnayan at iniisip na hindi ito mabuti at kailangan kong tiyakin na hindi ako kailanman nasa sitwasyon kung saan kailangan kong pumunta sa isang tao para sa pera nang regular. Lumilikha ito ng kakaibang dynamic na relasyon na sa tingin ko ay hindi ang pinakamahusay.

Nagtanim ito ng binhi ng pag-unawa kung gaano hindi komportable na regular na humingi ng pera sa isang tao. Alam kong tiyak na ito ay isang sitwasyon na hindi ko nais na mapuntahan.

Achani Samon Biaou: Sinusubukan kong isipin kung alam ko na ang dinamikong iyon bilang isang bata, dahil bilang isang bata pumunta ka at humingi ng pera sa mga tao. Hinihiling mo sa mga tao ang lahat.

Olumide Ogunsanwo: Akala ko ito ay isang sub-optimal na sitwasyon para sa mga relasyon dahil inilalagay nito ang isang kapareha sa isang mahinang posisyon. Ito ay halos kabaligtaran ng pagiging malaya sa pananalapi. Ito ay isa-sa-isang dependency. At least nakadepende ang trabaho mo kung gusto ka ng boss mo, kung gusto ka ng reports mo, etc. Iba ang sitwasyon ng parents ko dahil dependency sa isang tao para sa pera.

Nang mapansin ko ang pabago-bago ng relasyon ng aking mga magulang, alam ko kaagad na kailangan kong iwasan iyon sa sarili kong buhay. Iyon ay isang malaking panimulang punto para sa pag-iisip tungkol sa pera at kung ano ang ibinibigay nito sa iyo sa buhay.

Acani Samon Biaou: Nakikita ko. Gaano katagal pagkatapos nito ginawa mo ang mga unang hakbang patungo sa kalayaan sa pananalapi? Naiisip ko na napagmasdan mo ang pabago-bagong ito at napagtanto na hindi mo nais na mapunta sa posisyon na ito sa hinaharap. Ngunit hindi mo talaga nagawang kumilos ayon sa iyong resolusyon. Kailan mo unang naramdaman na ikaw ay nagsasarili?

Olumide Ogunsanwo: Medyo makitid ang aperture ko, ang paraan ng pag-iisip ko tungkol sa kalayaan ay partikular na para makakuha ng mas maraming pera hangga't maaari. Naisip ko na kung magaling ako sa pag-aaral, mamaya ay makakakuha ako ng trabahong mahusay ang suweldo. Ito ay hindi direkta. Ito ay tungkol sa pagtutok sa akademya.

Hindi ko sasabihin na mahirap kami o mayaman. Marahil kami ay nasa gitna hanggang sa mataas na kita ayon sa mga pamantayan ng Nigerian. Halimbawa, kung may hiniling ako sa aking ama o ina, hindi sila awtomatikong sasagutin ng oo. Sasagutin nila o tatanungin kung bakit kailangan ko ito. Ito ay humantong sa mga sitwasyon kung saan nagsimula akong mag-isip nang kaunti tungkol sa personal na pananalapi at pera.

Tulad ni Samon, ako ay Yoruba (isa sa pinakamalaking pangkat etniko sa Nigeria). Bilang isang bata, kung minsan ay dinadala ako sa mga kaganapan sa Yoruba (mga kaarawan, kasal, libing) at binibigyan ako ng pera kapag sumasayaw ako. Kung natatandaan mo ang unang kabanata ng librong ito, isa sa mga pangunahing interes ko ay ang pagsasayaw. Sumasayaw ako noon at nakakakuha ako ng (maliit na halaga) ng pera. Alam kong kakaiba iyon, ngunit ganoon ang nangyari. Nagkaroon ako ng access sa pera na iyon at nagsimula akong mag-isip tungkol sa kung ano ang maaari kong gawin dito.

Naaalala kong tinanong ko ang aking ina tungkol sa pagbubukas ng isang bank account. Dinala ako ng nanay ko sa bangko at binigyan ako ng bank account na may maliit na dilaw na passbook. Idedeposito ko ang perang kinita ko sa pagsasayaw sa mga kaganapan. Natutunan ko ang tungkol sa interes. Kahit na ito ay isang maliit na halaga ng pera, ito ay nagbigay ng mahalagang exposure.

Acani Samon Biaou: Ilang taon ka na?

Olumide Ogunsanwo: Sana maalala ko ang eksaktong edad ko. Sabihin natin sa pagitan ng 7 at 11.

Mayroon akong isang maliit na passbook na aking titingnan at babasahin ang mga halaga ng deposito at interes na mabagal na naiipon dito. Minsan ay tumatanggi ang nanay ko na dalhin ako sa bangko para magdeposito ng pera dahil nahihiya siya sa maliit na halaga ng pera na gusto kong ideposito.

Maaaring dito nagmula ang aking interes sa personal na pananalapi. O baka mayroon lang akong likas na interes sa pananalapi at ekonomiya. Ang alam ko ay unti-unti akong naging interesado sa pagtiyak na magkakaroon ako ng pera sa hinaharap.

Acani Samon Biaou: Dalawang tanong:

1. Paano mo natutunan ang tungkol sa konsepto ng isang bangko at paano mo nalaman na ito ay angkop sa mga bata?

2. Ano ang iyong karanasan sa pag-withdraw at paggastos ng pera? Kailangan mo bang pumunta sa bangko ang iyong mga magulang?

Olumide Ogunsanwo: Malamang custodial account iyon dahil makakasama ko lang ang nanay ko sa bangko. Ang mga bank teller ay nagsusulat sa passbook tuwing ako ay nagdeposito o nag-withdraw. Ako ay nabighani sa konsepto ng paglalagay ng pera sa isang account at pagkakaroon nito ng interes.

Katulad sa iyo, nag-e-excel ako sa akademya, ibig sabihin ay marami akong makukuha. Naalala ko tinanong ako ng biology teacher ko kung bakit ako mayabang at sobrang kumpiyansa. Hindi niya nagustuhan ang ugali ko. Sinimulan kong maramdaman na, dahil mahusay ako sa akademya, mas marami akong makakalusot. Ang paggawa ng gusto ko ay mukhang negatibo, ngunit ito ay talagang may pagkakatulad sa malayang pag-iisip dahil nag-sisimula kang mag-isip sa labas ng kahon at malayo sa pangunahing lipunan. Medyo magulo ako, pero in a good way. Wala naman akong ginawang so-brang kabaliwan.

Acani Samon Biaou: Kawili-wili. Maaari mo ba kaming dalhin sa iyong karanasan sa elementarya at sekondarya? Paano ka nagkasundo ng mga kaibi-gan mo? Ano ang sinabi ng iyong mga kaibigan tungkol sa iyo?

Olumide Ogunsanwo: Nag-aral muna ako sa elementarya sa Grace's Children's School mula zero hanggang lima o anim. Wala akong masyadong matandaan tungkol doon. Pagkatapos ay lumipat ako sa Corona Primary School mula edad 5 o 6 hanggang 10. Naaalala ko ang paglalaro ng maraming sports. Araw-araw akong hinahatid at pauwi ng aking mga magulang sa paar-alan. Maliban doon, walang mga pangunahing aral mula sa panahong iyon na may kaugnayan.

Mula sa edad na 10 hanggang 13, nag-aral ako sa sekondaryang paaralan (kilala rin bilang mataas na paaralan) sa King's College (KC), na isang all-boys school.

Achani Samon Biaou: Sabihin sa amin ng kaunti tungkol kay KC, ano ang dapat malaman ng mambabasa tungkol dito?

Olumide Ogunsanwo: Para sa konteksto, nagpunta ang tatay ko sa KC noong 60s at 70s noong isa ito sa pinakamagandang paaralan sa Nigeria. Ngayon ito ay pinamamahalaan ng gobyerno at medyo bastos. Ang mga silid-aralan ay orihinal na itinayo para sa 20 tao, ngunit mayroon akong 80 hang-gang 100 katao sa aking klase kaya ang eksena ay: mga lalaki sa abot ng mata, ang iba ay magaspang, ang iba ay marumi, gutom, pangalanan mo ito. Ito ay tulad ng Wild West.

Sa kabila ng mga problemang ito sa imprastraktura, may ilang matatalinong bata si KC. Sa Corona Elementary, kadalasan ay una o pangalawa ako sa aking klase bago lumipat sa KC. Gayunpaman, sa KC, karaniwan akong pumangatlo o ikaapat.

Naalala ko ang lalaking ito na kadalasang nauuna. Siya ay unremarkable, hindi kailanman nagtanong o lumahok sa klase. Natagpuan ko itong kaakit-akit. Ang pagkuha ng kontrol sa buhay ng isang tao at paghahangad ng mga indibidwal na layunin ay maaaring humantong sa tagumpay, anuman ang mga hadlang. Ang aral na ito ay naging malinaw sa aking karanasan nang malaman ko na anuman ang panlabas na mga kadahilanan, ang personal na pagpapasiya ay maaaring madaig ang anumang pangyayari. Ito ang pinakamahalagang takeaway mula sa aking oras doon.

Acani Samon Biaou: Ano ang iyong mga kaklase?

Olumide Ogunsanwo: Ang pakikipag-usap sa lahat ng iba't ibang tao na ito ay nakatulong sa akin na matanto na ang aking mga kapwa mag-aaral ay nagmula sa iba't ibang pang-ekonomiyang background. Si KC ay may mataas na porsyento ng mga estudyante mula sa mga pamilyang mababa ang kita. Pagkatapos ng KC, lumipat ako sa aking pangalawang mataas na paaralan, ang Atlantic Hall (AHall), na isang co-ed na paaralan kung saan ginugol ko ang ikalawang bahagi ng aking pag-aaral sa high school (mula edad 13 hanggang 16).

Ang AHall ay may mas malaking proporsyon ng mga mayayamang estudyante kumpara kay KC. Sa AHall, nakatuon ako sa akademya dahil naisip ko na makakatulong iyon sa akin na makakuha ng magandang trabaho sa hinaharap, na hahantong sa mas maraming pera.

Acani Samon Biaou: Paano gumagana ang lahat ng ito sa kalayaan o kalayaan sa pananalapi?

Olumide Ogunsanwo: Nagsimula akong maging mas nonconformist. I was doing things independently because I was doing so well academically. Mayroon akong kotse at malaya akong makapagmaneho at makagalaw.

Acani Samon Biaou: Sa anong edad ka nagkaroon ng kotse?

Olumide Ogunsanwo: Natuto akong magmaneho noong ako ay 15 taong gulang na sa pagtatapos ng high school. Kotse iyon ng mga magulang ko [Smile]. Walang pakialam ang mga magulang ko. Karamihan ay hinahayaan nila akong gawin ang gusto ko. Kaya kong lumabas kung kailan ko gusto. Pakiramdam ko ay mayroon akong ganap na kalayaan na gawin ang anumang gusto ko, at wala akong limitasyon mula sa aking mga magulang.

Hindi ko alam kung bakit ganoon ang pagpapalaki sa akin ng aking mga magulang, sa totoo lang, ngunit malinaw na magagawa ko ang anumang gusto ko, at nagustuhan ko ito sa ganoong paraan.

Acani Samon Biaou: Magaling. Narinig ko mula sa mga kaibigan ni Olumide noong bata pa na siya ay nagtatrabaho nang husto at isang napaka-focus at matinding tao.

Olumide Ogunsanwo: Nakakabighani! Totoo, nagsumikap ako at nagustuhan ko ito. Marami akong pinag-aralan at nag-enjoy ako. Karaniwan akong una sa math at advanced na mga klase sa matematika. Ito ay mahusay na. Ang ilang mga tao ay pinilit ng kanilang mga magulang na tumutok sa akademya. Ako ay isang akademikong tao. Nagustuhan ko ang tae. Mahal ko pa rin ang kalokohang iyon. Ang interes ko sa akademya ay dumaloy sa iba't ibang interes ko ngayon. Ang aking pagganyak ay panloob at intrinsic.

Acani Samon Biaou: Ang Olumide ay inilarawan sa akin bilang matinding. Isang taong magtutuon ng pansin sa isang bagay at magsisikap nang husto upang makamit ito. Ito ay isang kuwento ng laser focus sa mga layunin.

Olumide Ogunsanwo: Oo, ilalarawan ko ang aking sarili bilang lubos na disiplinado, lubos na organisado, labis na motibasyon, at nakatuon.

Idedescribe ko ba ang sarili ko bilang intense? hindi ko alam. Kung ikukumpara sa karamihan, oo. Ngunit hindi ko alam kung gagamitin ko ang salitang intense - naaalala ko na nakatuon ako sa akademya, nagnanais na maging pinakamahusay. Talaga, kung gusto mo talagang maging pinakamahusay, halos palaging ikaw ang magiging pinakamahusay.

Maraming tao ang walang pakialam gaya ko. Nagkaroon sila ng iba pang mga priyoridad bilang mga bata. Bilang isang bata alam ko kung ano ang gusto ko, at lumabas ako at nakuha ko ito. Parehong bagay sa isang may sapat na gulang.

Acani Samon Biaou: Ano ang nais mong malaman tungkol sa pananalapi o kalayaan sa mga taong iyon?

Olumide Ogunsanwo: Maganda sana kung kinausap ako ng aking mga magulang partikular na tungkol sa personal na pananalapi. Hindi ko alam kung nakinig ako, hindi ko alam kung magkakaroon ng pagkakaiba, ngunit ito ay mabuti. Habang maririnig mo akong magkuwento sa ibang pagkakataon, halos lahat ng alam ko tungkol sa personal na pananalapi ay itinuro sa sarili.

Kailangan kong magsimula sa mga pangunahing kaalaman: Paano ako gagawa ng badyet? Paano ko madaragdagan ang aking kita? Paano ko malalaman ang aking mga gastos? Paano gumagana ang stock market? Paano ako mamumuhunan? Mas madali sana kung itinuro sa akin ng aking mga magulang ang ilan sa mga ito, ngunit hindi ko sila masisisi dahil wala rin silang masyadong alam sa mga bagay na ito.

Nag-aalangan kong sinasabi iyon dahil hindi ako sigurado na matututo ka kung hindi ka handang makuha ang impormasyon. May mga taong nakakakuha ng impormasyon, ngunit hindi nila ito tinatanggap dahil hindi sila handa at handang gumawa ng pagbabago. Hindi ko alam kung tatanggapin ko ang alinman sa mga turo ng aking mga magulang noon.

Acani Samon Biaou: Marahil ang paghahanap ng kaalaman sa iyong sarili ang tunay na nagbibigay-daan sa pag-aaral. Ayon sa teoryang pang-edukasyon, ang experiential learning ay ang pinakamabisang paraan upang matuto. Kaya naman ang simpleng pagsasabihan ng isang bagay ay hindi palaging epektibo sa katagalan. Bilang tao, tayo ay aktibong bumubuo ng kaalaman sa halip na pasibong sumisipsip nito.

Olumide Ogunsanwo: Kawili-wili. Sa katunayan, hindi ako nagkaroon ng mga huwaran. Ako ay karaniwang modelo ng papel, na nangangahulugang kailangan kong malaman ang mga bagay para sa aking sarili.

Bigyan kita ng isang halimbawa. Noong high school, nakamit ko ang pinakamataas na grado sa karamihan ng mga kurso sa matematika at agham. Walang ibang tao na titingalain, kailangan kong umasa sa sarili ko para magtagumpay. Ang self-reliant mindset na ito ay kasama ko mula pa noong pagkabata, dahil palagi akong may kagustuhan sa pag-iisip ng mga bagay nang nakapag-iisa sa halip na humingi ng patnubay mula sa iba.

Acani Samon Biaou: Paano ka nabago ng isang huwaran?

Olumide Ogunsanwo: Ang epekto ng pakikipagkita sa isang tao ay depende sa kung paano ko sila nakilala. Kung iba ang ipinakilala sa amin o kung nagpakilala man sila sa akin, hindi naman siguro gaanong magiging epekto iyon. Gayunpaman, kung natuklasan ko ang mga ito sa pamamagitan ng pananaliksik at paggalugad, magiging interesado akong makipag-usap sa kanila.

Hindi dahil gusto kong sundan ang kanilang mga yapak bilang isang tagasunod, ngunit upang maunawaan ang kanilang proseso ng paggawa ng desisyon at ang mga nuances at trade-off na kasangkot sa kanilang mga pagpipilian sa buhay.

Ang role modeling ay kalokohan. Ang katuparan ay hindi nagmumula sa pagkopya sa mga aksyon ng buhay ng ibang tao, ngunit mula sa pagtutok sa iyong sariling buhay. Ang pagkopya sa iba ay sa panimula ay may depekto dahil hindi mo isinasaalang-alang ang iyong sariling mga halaga, layunin, kagustuhan, at interes, na maaaring mag-iwan sa iyo ng mas masahol pa kaysa sa kung sinubukan mong alamin ang mga bagay sa iyong sarili.

Acani Samon Biaou: Kawili-wili. Ito ay magiging isang umuulit na tema: huwag subukang tularan ang ibang tao, kahit na sila ay mahusay. Wala ka sa posisyon nila. Sa halip, sikaping tuklasin kung ano ang maaaring kahulugan ng kadakilaan para sa iyo. Sa proseso, matuto hangga't maaari tungkol sa mundo, na may partikular na layunin na magkaroon ng mas mahusay na pag-unawa sa iyong sarili. Maaari kong ibuod ito sa dalawang piraso ng payo:

Una, linangin ang pagkamausisa tungkol sa mga bagay na lampas sa iyong agarang saklaw.

Pangalawa, italaga ang iyong sarili sa patuloy na pagpapabuti ng iyong craft sa pamamagitan ng sinasadyang pagsasanay.

Olumide Ogunsanwo: Si Jim Rohn, ang sikat na personal development leader, ay matalinong nagsabi, "Huwag kang maging tagasunod. Maging isang estudyante." Sa madaling salita, matuto mula sa mga tao, huwag lamang sundin ang mga ito. Ang pagiging isang mag-aaral ay nagpapahiwatig ng isang aktibong pakikipag-ugnayan sa buhay, at isang pagpayag na magtanong at hamunin ang mga pagpapalagay.

Acani Samon Biaou: Gusto ko iyan.

Olumide Ogunsanwo: Ang mga salitang iyon ay makapangyarihan. Ang mindset ng estudyante ay mas makapangyarihan kaysa sa mindset ng follower. Ang mindset ng estudyante ay natututo, at ang mindset ng tagasunod ay nangongopya. Gusto ko ang quote na iyon.

2B: Kwento ng Kabataan ni Samon

Olumide Ogunsanwo: Oras na para matuto pa tungkol sa pagkabata ni Samon. Samon, maaari mo ba kaming bigyan ng ilang konteksto tungkol sa kapaligiran kung saan ka lumaki?

Acani Samon Biaou: Lumaki ako sa isang napaka eclectic na kapaligiran. Ipinanganak ako sa isang upper middle-class na pamilya sa isang rural na lugar. Ang aking bayan ay Kandi sa maliit na bansa sa Kanlurang Aprika ng Benin. Ang populasyon ng Kandi noong panahong iyon ay wala pang 100,000 katao. Ang aking ama ay nagpatakbo ng maraming negosyo at isang iginagalang na estadista sa bansa.

Noong bata pa ako, nakipag-ugnayan ako sa ilan sa pinakamahihirap na tao sa Benin. Naglalaro kami sa alikabok, minsan medyo malayo sa bahay ng mga magulang ko. Walang distansya sa pagitan ko at ang pinakamahihirap na bata sa bayang iyon. Hindi ko gusto ang anumang bagay, ngunit hindi ako lumaking spoiled.

Olumide Ogunsanwo: Bakit mo sinimulan ang bahaging iyon ng kuwento? Dahil ba sa pakiramdam mo na kapwa may impluwensya sa iyo ang iyong ama at ang partikular na kapaligirang iyon?

Acani Samon Biaou: Oo, ang kaibahan ng paglaki sa iba't ibang klase ng socio-economic ay naging komportable akong makipag-ugnayan sa mga tao mula sa lahat ng antas ng pamumuhay. Malamang na hinubog nito ang aking pang-unawa sa kalayaan sa pananalapi sa bandang huli ng buhay. Alam ko kung ano ang pakiramdam ng mahirap dahil karamihan sa mga kaibigan ko ay mahirap.

Karaniwan na sa ilang mga bata ang lumiban ng ilang araw sa playground dahil may sakit ang kanilang mga magulang at kailangan nilang alagaan. Noong una, hindi ko maintindihan kung bakit hindi na lang sila pumunta sa ospital. Gayunpaman, nalaman ko nang maglaon na ang mga magulang ng marami sa aking mga kaibigan ay hindi kayang magbayad ng medikal na paggamot at umasa sa mga gawang bahay na mga remedyo upang harapin ang mga malulubhang sakit. Bagama't ang ganitong uri ng sitwasyon ay hindi naririnig sa sarili kong pamilya, napagtanto ko na ito ay isang katotohanan para sa maraming iba pang mga pamilya. Naunawaan ko na ang ilang mga tao ay napakahirap sa pananalapi na ang kanilang kaligtasan ay nasa panganib, ngunit ginawa nila ang kanilang makakaya upang makayanan ang mga pangyayari.

Olumide Ogunsanwo: Interesting yan. Nagkaroon ka ng pagkakataong maranasan iyon nang hindi direktang apektado.

Acani Samon Biaou: Oo, kasama ang mga pamilya ng aking mga kaibigan, naunawaan ko kung paano nililimitahan ng kakulangan ng pera ang mga tao. Sa aking sariling pamilya, naunawaan ko na ang kayamanan ay hindi kailangang nangangahulugang labis.

Ang isa sa aking mga pinakaunang alaala ay ang pakiramdam ng isang malakas na pakiramdam ng kalayaan sa panahon ng aking pagkabata. Naging mahusay ako sa paaralan at nasiyahan sa maraming kalayaan, kaya alam ko kung ano ang ibig sabihin ng pagiging malaya mula sa murang edad. Noong siyam na taong gulang ako, ipinahayag ko sa aking mga magulang na gusto kong mag-aral sa Cotonou, ang de facto na kabisera ng lungsod ng Benin Republic. Ang aking mga magulang ay nag-usisa at nag-aalala at tinanong ako kung bakit ko gustong mag-aral doon. Hindi agad nila tinutulan ang ideya gaya ng inaasahan mo. Pagkatapos ng lahat, gaano kadalas humiling ang isang siyam na taong gulang na mag-aral sa ibang lungsod?

Olumide Ogunsanwo: Nabanggit mo ang pagkakaroon ng malalim na pakiramdam ng kalayaan bilang isang bata. Nais mo bang pumunta sa Cotonou dahil gusto mo ng higit na kalayaan?

Acani Samon Biaou: Hindi ako umalis ng bahay para maghanap ng higit na kalayaan; Nakaramdam na ako ng kalayaan, kaya naman naniwala akong kaya kong gumawa ng sarili kong mga pagpipilian. Naintriga ako sa Cotonou, ang kabisera ng lungsod, pagkatapos magbahagi ng mga kuwento ang aking matalik na kaibigan mula sa Kandi tungkol dito sa kanyang taunang pagbisita sa tag-araw. Gusto kong maranasan ang tumira doon.

Noong una, hindi tumutol ang aking mga magulang sa ideya, ngunit iminungkahi nilang maghintay ako hanggang sa tumanda ako nang kaunti. Nasaktan ako sa sagot nila, feeling ko hindi nila ako tinuring na responsable o mature na indibidwal. Sa pagbabalik-tanaw, naiintindihan nila na magatubiling magtiwala sa isang bata na may ganoong malaking desisyon.

Ang pag-aatubili ng aking mga magulang na aprubahan ang aking pagli-pat ay nagpagalit sa akin, at determinado akong ipakita sa kanila na ako ay seryoso. Sa kalaunan, ang aking ama, na gumawa ng mga desisyon sa ngalan ng parehong mga magulang, ay nagbigay sa akin ng pahintulot pagkatapos kong magsagawa ng isang araw na welga sa pagkagutom.

Olumide Ogunsanwo: Ang hunger strike para sa isang araw ay parang hindi epektibo [Tawanan].

Acani Samon Biaou: Pagkatapos ng pangyayaring iyon, napagtanto ng aking mga magulang na hindi na ako bata. Kaswal kong tinanong sila kung maaari ba akong lumipat sa ibang lungsod, tulad ng isang 18-taong-gulang na maaaring humingi ng pahintulot na pumunta sa silid-aklatan. Alam ko ang konsepto ng kahirapan, pagtitipid, at ang kaibahan ng hindi pagiging mahi-rap. Malakas ang pakiramdam ko sa sarili kong kalayaan, at hindi ko maalala ang isang panahon sa buhay ko nang hindi ako nakaramdam ng kalayaan.

Olumide Ogunsanwo: Ang mga miyembro ba ng iyong pamilya ay di-rektang nagsalita tungkol sa pera o kalayaan?

Acani Samon Biaou: Walang pag-uusap tungkol sa pagreretiro at kalayaan sa pananalapi. Ang aking mga magulang ay mga negosyante; walang retirement per se.

Olumide Ogunsanwo: Nakikita ko. Mayroon bang iba pang karanasan sa maagang pagkabata na nakaimpluwensya sa iyong pananaw sa kalayaan at/o kalayaan sa pananalapi?

Acani Samon Biaou: May dalawa pang kuwento na gusto kong ibahagi sa iyo tungkol sa walang hanggan na pag-usisa at isa pa tungkol sa pagiging accountant ng aking ama. Magsimula tayo sa walang hangganang kuryusidad. Ako ay isang makulit na bata.

Olumide Ogunsanwo: Dahil ba iyon ay naging mabuti ka sa paaralan?

Achani Samon Biaou: Oo, ako ay itinuring na isang "makulit" na bata dahil sa aking pagkamausisa at pagnanais na galugarin ang mga bagay na ip-inagbabawal o itinuturing na hindi naaangkop. Sa kabila nito, napakahusay ko sa paaralan, at ang aking pagganap sa akademiko ay nagbigay sa akin ng kaunting kaluwagan. Halimbawa, habang ang aking mga kapatid na babae ay ipinagbabawal na magkaroon ng mga bisitang lalaki, interesado akong maunawaan ang dahilan sa likod nito. Bilang isang batang lalaki na nakatira kasama ang aking mga kapatid na babae, hindi ko maisip kung bakit ang ibang mga lalaki ay itinuturing na hindi kanais-nais. Dahil ba hindi sila nag-perform nang maayos sa academically? Katulad nito, dati akong pumuslit at nagbabasa ng mga pahayagan ng aking ama nang wala siya upang maunawaan kung bakit mahalaga ang mga ito sa kanya.

Olumide Ogunsanwo: Saan nagmula ang natural na pag-usisa?

Acani Samon Biaou: Ito ay nagmula sa dalawang lugar. Una, ito ay nau-ugnay sa konseptong ito ng kalayaan. Hindi ako napigilan pagdating sa pag-galugad ng mga bagong bagay; kung gusto kong malaman ang tungkol sa isang bagay, hinabol ko ito nang walang pag-aalinlangan. Dahil sa murang edad, hindi ko naramdaman ang pangangailangang iayon o i-censor ang ak-ing sarili. Kung ang aking pagkamausisa ay humantong sa akin sa isang bagay, susundin ko ito. Pangalawa, may papel ang boredom sa ugali ko. Habang madaling dumating sa akin ang mga gawain sa paaralan, natagpuan ko ang aking sarili na may mas maraming libreng oras at pagnanais na itulak ang ak-ing sarili sa mga limitasyon. Sa halip na sayangin ang aking oras, naghanap ako ng mga bagong hamon na magpapasigla sa aking isipan at makatutulong sa akin na magkaroon ng mga bagong kasanayan.

Olumide Ogunsanwo: Ang mga katangian ng pagkamausisa, hindi pagkakaayon, independiyenteng pag-iisip, at pagpayag na tuklasin ang iba't ibang mga landas ay kadalasang humahantong sa mas malaking interes sa pagkamit ng kalayaan at kalayaan sa pananalapi. Kapag ang isang tao ay nag-iisip sa labas ng kahon, ay bukas sa mga bagong karanasan, at hindi sumusun-od sa mga tradisyonal na kaugalian, mas malamang na maghanap sila ng mga alternatibong ruta. Ang pagsasarili sa pananalapi ay isa sa mga alternatibo sa karaniwang 9-5 na trabaho hanggang sa pagreretiro sa 60-70. Mula sa iyong kuwento, tila ang mga katangiang ito ay maaaring gumanap ng isang papel sa iyong pagnanais na ituloy ang hindi kinaugalian na mga pagpipilian.

Acani Samon Biaou: Sumasang-ayon ako sa iyong obserbasyon. Sa edad na siyam, natupad ko ang aking hiling na lumipat sa Cotonou, ang kabisera ng lungsod, kung saan ako tumuloy sa isa sa aking mga tiyahin. Siya ay madalas na wala, iniiwan ako at ang aking dalawang kabataang tiyuhin na halos mag-isa. Ang karanasang ito ay nagbigay sa amin ng pagkakataong maging malaya at pangasiwaan ang aming sariling buhay. Ang pamumuhay sa Cotonou ay nagbigay sa akin ng pinansyal na edukasyon. Hindi tulad noong nakatira ako sa aking mga magulang at hindi na kailangang mag-manage ng pera, kailangan ko na ngayong magbadyet para sa mga gastusin tulad ng pagkain habang pinangangasiwaan ko ang sarili kong pondo (ang aking "P&L").

Olumide Ogunsanwo: Wala kang P&L. Natalo ka lang [Laughter].

Acani Samon Biaou: [Ngumiti] Nagkaroon ako ng mga gastos. Nang lumipat ako sa Cotonou sa edad na 11, pinadalhan ako ng mga magulang ko ng pera para mabayaran ang mga gastusin ko. Hiniling ko na ang pera ay direktang ipadala sa akin kaysa sa aking tiyahin na kadalasang wala. Dahil menor de edad pa lang ako at hindi ko kayang mag-isa sa bangko, mas pinili kong tanggapin ang pera sa cash. Natuto akong magbadyet sa loob ng isang buwan, maingat na pagpaplano kung kailan dapat mag-overspend at kung kailan mag-iipon. Nakabuo ako ng isang malakas na pakiramdam ng responsibilidad at naunawaan ang kahalagahan ng hindi nauubusan ng pera.

Olumide Ogunsanwo: Nangyari ito mula sa edad na 11 hanggang 14?

Acani Samon Biaou: Tama.

Olumide Ogunsanwo: Iyan ay hindi kapani-paniwala na magkaroon ng karanasang iyon sa murang edad. Kadalasan ang mga tao ay walang ganoong karanasan hanggang sa sila ay pumasok sa unibersidad. Iyon ay medyo bata, medyo nagsasalita. Anong iba pang karanasan sa pagkabata ang naghanda sa iyo para sa kalayaan sa pananalapi?

Acani Samon Biaou: Noong pitong taong gulang ako, naging accountant ako ng aking ama.

Olumide Ogunsanwo: Nakakatuwa. Alam mo na ang advanced math.

Acani Samon Biaou: Nagsimula akong pumasok sa elementarya sa edad na apat, bagaman hindi ito pinahihintulutan. Hindi ko matandaan kung paano namin nagawang iwasan ang kinakailangan sa edad.

Olumide Ogunsanwo: Masasabi ko sa iyo kung paano mo ito ginawa. May kakilala ang tatay mo na may kakilala na lalaki. Iyon ay kung paano ito nagtrabaho.

Acani Samon Biaou: [Ngumiti] Siguro. Marahil ay hindi ko alam ang mga dinamikong iyon noong panahong iyon. Nagmamay-ari kami ng isang malaking panaderya na nagsusuplay sa buong lungsod. Bilang bahagi ng aking mga responsibilidad, pinangangasiwaan ko ang bookkeeping halos gabi-gabi. Mayroon kaming ilang dosenang retailer na darating nang maaga sa umaga upang kunin ang kanilang imbentaryo ng ilang daang baguette.

Pagkatapos nilang ibenta ang kanilang mga produkto, babalik sila sa gabi upang ayusin ang kanilang mga account. Upang subaybayan ang aming mga input (harina, lebadura, gasolina, atbp.) at mga output (bilang ng mga baguette na inihatid sa bawat retailer), gumamit ang aking ama ng isang papel na notebook na nakabalangkas tulad ng isang pahayag ng Kita at Pagkawala. Kinailangan naming i-multiply ang mga dami sa presyo ng yunit para sa bawat retailer at idagdag ang lahat. Paminsan-minsan, ang mga retailer ay magkakaroon ng mga atraso, na kailangang isama upang matukoy ang huling halaga na dapat bayaran.

Para balansehin ang mga libro, gagamitin ng tatay ko ang kanyang calculator para magdagdag ng mga entry. Gayunpaman, dahil magaling ako sa matematika, iminungkahi ko na maaari kong kalkulahin ang lahat sa pag-iisip. Nagsimula ako sa pamamagitan ng pag-alok na maging calculator ng aking ama, gumawa ng mga equation tulad ng 75 beses 1243 at 75 beses 419. Sa paaralan, natututo pa rin ako ng basic multiplication tulad ng 5 beses 5 at 4 na beses 9. Sa huli, nag-alok akong kunin ang P&L pamamahala nang buo. Ang tatay ko ay nag-aalinlangan noong una, ngunit sa huli ay pumayag siyang hayaan akong subukan.

Biglang, natagpuan ko ang aking sarili sa isang posisyon kung saan ang mga matatandang retailer ay darating at ayusin ang kanilang mga balanse. Tatanungin ko sila kung ilang piraso ang nabili nila noong araw na iyon at mabilis na suriin ang kanilang mga numero laban sa sarili nating mga tala. Sa ilang mental math, maaari kong kalkulahin ang kanilang huling balanse na dapat bayaran.

Olumide Ogunsanwo: [Laughter] Nagbanta ka ba, mafioso style, na baliin ang mga paa nila kapag hindi sila nagbayad? Ganyan ba ito nagtrabaho?

Acani Samon Biaou: [Tawanan] Well, hindi eksakto, ngunit mayroong maraming emosyonal na katalinuhan na kasangkot. Pinag-aralan ko kung paano nakipag-ugnayan ang tatay ko sa mga retailer. Halimbawa, may isang babae na madalas na nahihirapang pamahalaan ang kanyang pananalapi, palaging nag-aalok ng mga dahilan para sa pagiging huli sa pagbabayad o pagkakautang. Sisihin niya ang mga bagay tulad ng dumadaang kotse na nagwiwisik ng tubig sa kanyang basket ng tinapay, na nagreresulta sa mga nasirang produkto na hindi niya maibenta, at hihilingin na magbayad ng maliliit na installment sa loob ng ilang buwan. Bagama't maaaring mangyari ang mga bagay na ito sa sinuman, kasama niya, tila palaging mali ang isang bagay o ang iba. Nang dumating siya, alam kong pinakamabuting laktawan ang mga kasiyahan at tumuon sa mga numero: "May utang kang 80,750 CFA sa amin." Pinutol ng diskarteng ito ang kanyang mga reklamo at dahilan.

Sa paglipas ng panahon, nagkaroon ako ng pakiramdam para sa pagbabasa ng mga mood ng mga mangangalakal at natutunan kung paano pangasiwaan ang mahihirap na pag-uusap sa pamamagitan ng paggamit ng mga angkop na pagbati at maliit na usapan upang mahulaan at magkalat ng mga salungatan. Sa oras na ako ay 7 o 8 taong gulang, nangongolekta na ako ng mga bayad, sinusubaybayan kung sino ang may utang sa amin, at pinamamahalaan ang bahagi ng supply ng negosyo sa pamamagitan ng pagsubaybay sa paggamit ng imbentaryo.

Olumide Ogunsanwo: Oo, nagkaroon ka ng maraming exposure sa economics at financial management at lahat ng bagay na iyon sa murang edad. Bihira lang yan.

Acani Samon Biaou: Mayroon akong malinaw na pag-unawa sa kung ano ang ibig sabihin ng pagkakaroon ng sobra at magpatakbo ng negosyo. Kahit noong bata pa ako, naiintindihan ko na ang konsepto ng inflation nang itaas ng aking ama ang presyo ng isang baguette, dahil ramdam ko ang epekto ng mas mataas na presyo ng harina. Mayroon akong mataas na antas ng kamalayan at pag-unawa sa mga konseptong ito sa murang edad.

Olumide Ogunsanwo: Nakatutuwang tandaan na nakakuha ka ng karanasan sa parehong pananalapi ng negosyo at personal na pananalapi sa murang edad. Ang iyong karanasan sa pamamahala ng sarili mong P&L mula sa nakaraang kuwento, kasama ng iyong mga obserbasyon sa mga pakikipagugnayan ng iyong ama sa mga retailer, ay nagbigay sa iyo ng isang mahusay na kahulugan ng pera sa mga nauugnay ngunit natatanging mga lugar. Bagama't hindi pareho ang pananalapi ng negosyo at personal na pananalapi, may mahahalagang aral na maaaring ilipat sa pagitan nila. Kapansin-pansin na nagkaroon ka ng pagkakataong magkaroon ng parehong karanasan bago ang edad na 13.

Acani Samon Biaou: Ang karanasan sa pananalapi ng negosyo ay naglantad sa akin sa mundo ng real estate sa murang edad. Ang aming bahay ng pamilya ay matatagpuan sa pangunahing kalye ng pamilihan, at umupa kami ng mga unit upang mamili ng mga nagtitingi. Dahil alam kong nagbabayad sila ng renta buwan-buwan at may mga paminsan-minsang gastos sa pagkukumpuni, inilapat ko ang mga prinsipyo ng tubo at pagkawala mula sa negosyo ng panaderya upang kalkulahin ang kakayahang kumita ng aming negosyo sa pag-upa. Na-curious ako na malaman kung magkano ang kinikita ng mga retailer ng shop at kung gaano kalaki ang kita na nakuha namin mula sa pagrenta ng mga tindahan sa kanila.

Naaalala ko ang pagtalakay sa aking mga natuklasan sa pananaliksik sa merkado kasama ang aking ama. "Nagsaliksik ako sa paligid ng bayan, at nalaman ko na ang mga panginoong maylupa na dalawang bloke sa itaas ng kalye ay naniningil ng katulad na renta sa amin. Gayunpaman, ang aming lokasyon ay mas maganda, kaya dapat kaming maningil ng higit pa." Tatanungin ako ng tatay ko kung paano ko nakuha ang impormasyon, at ipapaliwanag ko na nakipagkaibigan ako sa anak ng ibang panginoong maylupa o nakarinig ako ng usapan.

Minsan ang aking ama ay nagbabahagi ng karagdagang impormasyon, "Ang tindera na ito ay nagbabayad nang mas kaunti dahil siya ay naging mabuting nangungupahan, ngunit ang kanyang negosyo ay hindi maganda, at hindi niya kayang magbayad ng higit pa." Sa pamamagitan ng mga pag-uusap na ito, nagkaroon ako ng exposure sa isang malawak na hanay ng mga paksang nauugnay sa negosyo sa murang edad.

Olumide Ogunsanwo: Kahanga-hanga iyon! Ano ang mga pangunahing aral na natutunan mo sa iyong maagang pagkabata na nais mong ibuod?

Acani Samon Biaou: Mayroong ilang mga aralin:

1. Natutunan ko ang mga limitasyon ng kawalan ng pera sa pamamagitan ng pakikipag-ugnayan sa aking mga kaibigan mula sa mga pamilyang mababa ang kita.

2. Maagang na-expose ako sa finance at business dahil accountant ako ng tatay ko.

3. Nalantad ako sa personal na pananalapi, pamamahala sa sarili, sa pamamagitan ng karaniwang pagpapatakbo ng sarili kong pananalapi palayo sa aking mga magulang sa edad na 11.

Interestingly, mas maaga ang dumating dahil sinusuportahan ko ang negosyo bago ko natutunan ang tungkol sa personal na pananalapi.

Olumide Ogunsanwo: Ano ang gusto mong malaman o nagawa mo nang iba noong bata ka bago ka pumasok sa unibersidad?

Acani Samon Biaou: Sana na-expose ako sa isang high-performance na environment kung saan hindi ako palaging matatalo. Upang ilarawan ang aking punto, narito ang isang halimbawa. Sa aking bayan, ako ay walang hamon sa akademya at palagiang nangunguna sa aking klase. Pagdating ko sa Cotonou, isa pang batang lalaki - na kalaunan ay naging isang mabuting kaibigan - ang nangingibabaw na estudyante. Siya ay matindi at nakatutok, habang ako ay mapaglaro halos lahat ng oras.

Olumide Ogunsanwo: [Ngumiti] Gusto mo ng good cheer.

Acani Samon Biaou: [Ngumiti] Oo, gusto ko ang good cheer, habang siya ay matindi.

Nagmula ako sa isang rural na lugar na may limitadong exposure, habang siya ay may access sa isang malawak na hanay ng literatura, kabilang ang mga gawa ni Voltaire, isang sikat na Pranses na may-akda.

Ang kanyang ama ay isang ministro ng gobyerno, habang ang aking ama ay isang negosyante na may matibay na pangako sa pakikilahok sa komunidad.

Malaki ang pagkakaiba ng aming mga pamumuhay, kung saan siya ay may access sa isang kotse at isang driver upang mag-navigate sa paligid ng bayan, habang ako ay kailangang umasa sa aking motorsiklo at mag-navigate sa mga kalsada.

Ang kanyang pangkalahatang mga marka at mga indibidwal na engrande sa maraming paksa ay mas mataas kaysa sa akin. Siya ay napakahusay sa karamihan ng mga bagay at mahusay sa pangkalahatan.

Ako ay mahusay at higit sa kanya sa Math at Physics, ngunit mas mahusay siya sa mga paksa tulad ng Pranses at kasaysayan. Alam niya ang lahat ng uri ng mga sopistikadong salita at mataas ang marka sa mga pagsusulit sa Pranses. Hindi ako masyadong nalantad sa paglaki sa isang rural na lugar.

Olumide Ogunsanwo: Ang pagganap sa ilang uri ng mga kurso ay lubos na nauugnay sa pagkakalantad.

Acani Samon Biaou: Talaga. Iyon ang unang pagkakataon na namulat ako sa aking kawalan ng kabuluhan.

Olumide Ogunsanwo: Oh wow. Bakit gumagamit ka ng napakalakas na salita, "walang kabuluhan"?

Acani Samon Biaou: Minsan lang ako pumangalawa noong nasa rural na lugar ako, kaya nakaramdam ako ng matinding galit sa sarili ko. Tinanong ko kung nagsisimula na ba akong madulas at kung bakit hindi ko napanatili ang pinakamataas na posisyon.

Olumide Ogunsanwo: Bilang isang bata, inilalagay mo ang maraming ego sa pagiging pinakamahusay. Ang iyong kaakuhan ay nakalakip doon. Yan ba ang sinasabi mo?

Acani Samon Biaou: Hindi ko alam kung tatawagin ko itong ganyan.

Olumide Ogunsanwo: Ayaw mong aminin, pero parang ganoon. Kaya ka nasaktan.

Acani Samon Biaou: Nadama ko na dapat ay inaasahan ko at ginawa ko ang lahat ng kailangan upang mai-rank muna. Ang aking pagnanais na maging numero uno ay hindi pinalakas ng paghahambing ng aking sarili sa iba, ngunit sa halip ng aking personal na pagnanais na maging mahusay.

Olumide Ogunsanwo: Naiintindihan ko. Hindi ito kamag-anak sa ibang tao. Internally motivated din ako na maging excel anuman ang performance ng ibang tao. Hindi ito bunga ng pagkukumpara sa sarili ko sa ibang tao.

Acani Samon Biaou: Pagkatapos ng unang hanay ng mga pagsusulit. Pangalawa naman ako. Pinamunuan niya ang lahat ng hindi Math at Physics. Ito ay isang wake-up call para sa akin dahil natanto ko na ang tagumpay sa Pranses ay hindi lamang isang bagay ng paghahangad; Kailangan kong maglagay ng higit na pagsisikap upang maghanda. Inilantad ng ibang estudyanteng ito ang aking mga pagkukulang at di-kasakdalan, at saglit akong nakaramdam ng galit. Sinubukan kong bigyang-katwiran ang aking mas mababang pagganap sa lahat ng uri ng mga dahilan, tulad ng "siya ay anak ng isang Ministro ng Estado, kaya siyempre, nakukuha niya ang lahat ng mga karagdagang mapagkukunang ito nang libre."

For a while, hindi ko siya gusto, and I found him to be too intense and uptight.

Olumide Ogunsanwo: Hindi siya naging mapaglaro.

Acani Samon Biaou: Oo, hindi siya mapaglaro. Sasabihin ko sa mga kaibigan ko: "Hindi siya cool na bata."

Sa bandang huli, napagtanto ko na ako ay isang asshole. Ang sitwasyon ay ang lahat ng pagganyak na kailangan ko. Nagpunta ako sa isang tindahan ng libro at ginamit ang kalahati ng aking buwanang allowance para bilhin ang lahat ng klasikong aklat sa literatura ng Pranses na mahahanap ko. Para mababayaran ko sila, nilaktawan ko ang isang pagkain sa isang araw at hindi sinabi sa aking mga magulang.

Olumide Ogunsanwo: Nagsimula ka ng bagong gutom na diyeta? [Tawa]

Acani Samon Biaou: Oo. Dumating ako sa konklusyon na hindi ko kailangang mag-aral ng matematika at pisika nang labis. Sa halip, nagbasa ako ng mga aklat sa panitikan at natuto ng mga bagong salita. Sa loob ng isang taon, napunta ako mula sa pagiging malayo sa panitikan hanggang sa pagiging halos mapagkumpitensya. Pareho sa kasaysayan. Inilaan ko ang buong bakasyon ko bago ang junior year sa pag-aaral. Nagsumikap ako at handa akong durugin siya pagbalik ko sa Cotonou.

Olumide Ogunsanwo: Matindi ka.

Acani Samon Biaou: Ang aking intensity ay na-trigger ng isang pakiramdam ng kawalan ng kakayahan. Hindi ko maiwasang isipin kung kaya ko pa ba ang higit pa sa ginagawa ko ngayon. Nang bumalik ako sa paaralan pagkatapos ng bakasyon sa tag-init, nagulat ako nang malaman ko na ang aking pinakamalaking kakumpitensya ay lumipat sa isang French school sa Benin na magpapadali para sa kanya na lumipat sa isang unibersidad sa France. Para sa akin, parang tumakas siya.

Ibinahagi ko ang kuwentong ito upang i-highlight ang aking pagnanais na mapaligiran ng mga taong napakahusay, kahit na hindi sila ang parehong mga paksa na ako ay mahusay sa. Sana ay na-expose ako sa mga ganoong indibidwal sa mas maagang edad. Sa pagbabalik-tanaw, nakikita ko ang ilan sa aking mga taon sa rural na lugar bilang potensyal na nasayang dahil napapaligiran lamang ako ng mga karaniwang kaklase at kulang sa exposure sa mga mag-aaral na may mahusay na pagganap.

Isipin mo na lang kung nagkaroon ako ng pagkakataon na makipag-interact sa isang katulad ni Bill Gates sa murang edad.

Olumide Ogunsanwo: Ang pagkakaiba ngayon ay ang Internet. Ang mga tao ay may instant exposure, kahit na ikaw ang pinakamahusay sa mundo. Kami ay lumaki bago ang mga computer at ang Internet ay talagang isang bagay. Kung binabasa mo ito ngayon, mas madali para sa iyo.

Acani Samon Biaou: Natuto ako ng isang mahalagang aral na may kasamang antas ng sakit. Nanghihinayang ako na hindi ko nakilala ang aking kaibigan nang mas maaga, marahil kahit na sa panahon ko sa Norte. Kung mas maaga ko lang siyang nakilala, baka mas nauna ko na ang interes ko sa French at heograpiya.

Naiintindihan ko na ngayon na kapag naging bihasa ako sa isang partikular na lugar, madaling mawala sa paningin ang pag-unlad at pag-unlad na naghihintay pa rin. Dahil dito, gumawa ako ng malay na pagsisikap na maghanap ng mga bagong karanasan at palawakin ang aking pagkakalantad. Madalas akong naglalakbay, nagkakaroon ng mga bagong kaibigan, at aktibong naghahangad na maunawaan ang pinakabagong mga ideya at uso sa iba't ibang larangan.

See you sa susunod na kabanata!

2C: Mga Prinsipyo ng Self-Belief at Self-Reliance

Olumide Ogunsanwo: Sa bawat kabanata ng aklat, magsisimula tayo sa pag-uusap tungkol sa ating mga kuwento sa buhay, at pagkatapos ay pag-uusapan natin ang tungkol sa mga partikular na prinsipyo ng pagsasarili sa pananalapi na sa tingin natin ay pinaka-kaugnay sa mga kuwento. Sa kabanatang ito, pag-uusapan natin ang mga alituntunin ng paniniwala sa sarili at pag-asa sa sarili. Magsimula tayo sa paniniwala sa sarili.

Ang paniniwala sa sarili ay ang paniniwala ng isang tao sa kanyang kakayahang makamit ang mga layunin at malampasan ang mga hadlang. Ang pagsasarili sa pananalapi ay nangangailangan sa iyo na kumilos, at ang mga pagkilos na iyon ay batay sa iyong pag-iisip. Samakatuwid, ang paniniwala sa sarili, na kinabibilangan ng pang-unawa sa sarili, pagpapahalaga sa sarili, at ang paraan ng pagproseso mo ng impormasyon, ay isa sa mga unang hakbang tungo sa pagkamit ng kalayaan sa pananalapi.

Acani Samon Biaou: Kung ikaw ay isang pasahero na nagpapatuloy sa buhay na ginagawa ang ginagawa ng iba, maaaring mahirap makamit ang kalayaan sa pananalapi. Ito ay nangangailangan ng aksyon. Upang makagawa ng aksyon, kailangan mong maniwala dito, dahil sinasabi ng lipunan na maaari ka lamang magretiro sa edad na 70. Maaari mong simulan na isipin na ang pagiging independyente sa pananalapi ay nangangailangan ng pambihirang pagsisikap o kasanayan na hindi mo taglay. Kailangan mong pagtagumpayan iyon at maniwala na mayroon kang kakayahan na makamit ang kalayaan sa pananalapi at ito ay isang bagay na talagang gusto mo.

Olumide Ogunsanwo: Ang kapangyarihan ng paniniwala sa sarili ay hindi nagmumula sa kalayaan sa pananalapi, ngunit mula sa paggawa ng isang bagay na makabuluhan sa buhay.

Sa karamihan ng mga autobiographies, ang isang punto ng pagbabago ay kapag napagtanto ng tao na maaari talaga siyang gumawa ng pagbabago sa mundo. Magagawa talaga nila ang isang bagay na mahalaga. Ang mga tao ay mga nilalang na may pinakamataas na kakayahan, ngunit kung naniniwala sila na mayroon silang kapangyarihan. Kung hindi ka naniniwala na mayroon kang kapangyarihan, wala kang gagawin.

Halimbawa, ang mga taong naniniwala na maaari silang maging Pangulo ay mas malamang na gumawa ng mga hakbang patungo sa layuning iyon kaysa sa mga hindi maarok ang posibilidad. Habang ang kabanatang ito ay nakatuon sa mga karanasan sa pagkabata, ang mga aral nito ay angkop sa lahat ng edad.

Hindi mo kailangang manatili sa parehong landas na nagdala sa iyo sa puntong ito ng buhay. Maaaring may iba pang mga paraan upang makuha ang gusto mo sa buhay nang hindi nagpapatuloy sa iyong kasalukuyang plano. Ang pag-aaral ay tungkol sa pagbabago ng iyong mindset at paglalantad ng iyong sarili sa iba't ibang paraan ng pag-iisip.

Kung binabasa mo ang aklat na ito, malamang na nakatira ka sa Europa o Amerika, o isang mas mayamang bahagi ng umuunlad na mundo. Malamang na nangangahulugan ito na mayroon kang ilang mga pakinabang na hindi maisip ng iba sa buong mundo (isang malinaw na pag-iisip, malusog na katawan, at access sa anumang impormasyong gusto mo sa pamamagitan ng Internet anumang oras). Ang panimulang punto para sa iyo ay upang baguhin ang iyong mindset upang maniwala na ang anumang bagay ay posible sa iyong buhay. Ang pananaw na ito ay magpapataas ng iyong kamalayan sa paghahanap at paggamit ng mga mapagkukunan na palaging magagamit mo.

Acani Samon Biaou: Kailangan mong makalikha ng momentum. Ano ang ibig sabihin nito sa mga tuntunin ng paniniwala sa sarili? Una, kailangan mong punan ang iyong kapaligiran ng mga bagay at tao na nagpapapaniwala sa iyo na magagawa mo ito, at alisin ang mga bagay at tao na nagpapapaniwala sa iyong kabaligtaran.

Olumide Ogunsanwo: Kahit na sila ay iyong pamilya at mga kaibigan. Bahagi ng dahilan kung bakit ang ilang mga tao ay may negatibong imahe sa sarili ay dahil sila ay sinabihan ng mga negatibong bagay ng kanilang kapareha, asawa, asawa, kasintahan, kapatid na babae, ama, ina, guro, amo, atbp. Kailangan mong ihiwalay ang iyong sarili sa mga taong ito at makarating sa isang lugar kung saan naniniwala kang karapat-dapat ka.

Kung hindi, hihilahin ka pabalik ng mga negatibong impluwensyang ito.

Habang tumatanda ka, mas madali ito. Ang mga matatandang tao ay tila payapa sa kanilang sarili at hindi gaanong binibigyang importansya ang mga pananaw ng ibang tao sa kanila dahil nakuha nila ang kaalaman na ang pagpapahalaga sa sarili ay nagmumula sa loob at ang ibang mga tao ay hindi nababahala sa kanila gaya ng iniisip nila. Kung ikaw ay isang mas bata, maaari mo ring simulan upang linangin ito at maunawaan na ang iba ay higit na nagmamalasakit sa kanilang sarili at hindi gumugugol ng oras sa pag-iisip tungkol sa iyo. Samakatuwid, walang sinuman ang maaaring tukuyin kung sino ka. Tinukoy mo ang iyong halaga sa buhay.

Acani Samon Biaou: Upang maniwala sa iyong sarili, kailangan mong sanayin ang iyong isip upang magkaroon ng tiwala sa iyong mga kakayahan. Ang isang epektibong paraan ay ang paggawa ng maliliit na hakbang tungo sa iyong mga layunin, na bumubuo ng pakiramdam ng tagumpay sa paglipas ng panahon. Kung paanong ang mga bata na mahusay sa mga libangan, palakasan, o akademya mula sa murang edad ay may mas malakas na paniniwala sa kanilang mga kakayahan, maaari mong linangin ang isang ugali ng paniniwala sa iyong sarili sa pamamagitan ng pare-parehong pagsasanay. Halimbawa, ang mga bata na naglalaro ng tennis ay regular na hinahasa ang kanilang mga kasanayan sa pamamagitan ng regular na pagsasanay, na humahantong sa higit na kumpiyansa sa kanilang mga kakayahan na maging mahusay hindi lamang sa tennis kundi sa iba pang mga sports.

Aktibong alisin ang mga taong nagpapapaniwala sa iyo na hindi mo magagawa ang mga bagay at magdagdag ng mga positibong impluwensyang magpaparamdam sa iyo na may kakayahang makamit ang iyong mga layunin sa buhay.

Olumide Ogunsanwo: Ang aklat na ito ay aapela sa mga taong underdog, tagalabas, minorya at imigrante. Siyempre, ang libro ay para sa lahat dahil ang mga prinsipyo ng pagsasarili sa pananalapi ay pangkalahatan.

Kung natukoy mo bilang isang underdog, tagalabas, minorya, o imigrante, mahalagang kilalanin na ang mga bagong sitwasyon ay maaaring sumubok sa iyong paniniwala sa sarili at tiwala sa sarili. Sa pamamagitan ng paghahanda ng iyong sarili nang maaga, maaari kang manatiling matatag at nakatutok habang nagna-navigate ka sa hindi pamilyar na teritoryo. Halimbawa, kung isa kang Ugandan na imigrante na lumipat sa South Dakota, papasok ka sa isang bagong kapaligiran kung saan 90%+ ng mga tao ay maaaring hindi kamukha o kumilos na katulad mo. Dapat mong i-double down ang iyong pagsasagawa ng self-compassion at self-care upang mapanatili ang iyong paniniwala sa sarili at self-image habang nag-navigate ka sa mga hamon ng bagong kapaligirang ito.

Acani Samon Biaou: Gusto kong bigyang-diin ang isang kaugnay na punto tungkol sa pagkakakilanlan. Ang mga pamilyang imigrante ay madalas na nahaharap sa hamon ng pagpapalaki ng mga bata na nakadarama ng pagkawala ng koneksyon sa kanilang mga ugat sa kultura at nakikipagpunya-gi sa isang pakiramdam ng krisis sa pagkakakilanlan.

Ang isang epektibong paraan upang matugunan ito ay sa pamamagitan ng paghikayat sa mga bata na ganap na yakapin ang kanilang kultural na pa-mana, tulad ng pagsasalita sa kanilang sariling wika o pagbisita sa kanilang sariling bansa. Nakakatulong ito sa mga bata na maging mas komportable sa kanilang sarili at maaaring humantong sa isang mas malakas na pakiramdam ng pagkakakilanlan at paniniwala sa sarili. Sa ganitong paraan, ang mga ba-ta ay maaaring ganap na yakapin ang kanilang mga pinagmulan at sabihin, halimbawa, na sila ay mga Amerikano na may lahing Nigerian. Ganap nilang tinatanggap ang pagkakakilanlang iyon nang hindi ikinahihiya.

Bilang kahalili, maaaring piliin ng ilang pamilyang imigrante na ganap na gamitin ang pagkakakilanlan ng bansang kanilang nilipatan, tulad ng paghikayat sa kanilang mga anak na yakapin ang kanilang pagkakakilanlang Amerikano. Mahalagang ganap na mangako sa isang diskarte sa halip na ku-muha ng kalahating diskarte, na maaaring humantong sa pagkalito at kaku-langan ng kalinawan sa pakiramdam ng sarili.

Olumide Ogunsanwo: Ang tiwala sa sarili ay hinuhubog ng parehong panloob at panlabas na mga kadahilanan, kabilang ang iyong kapaligiran. Habang ikaw ay may higit na kontrol sa iyong kapaligiran habang ikaw ay tumatanda, ang mga bata ay higit na umaasa sa kanilang mga magulang at guro upang hubugin ang kanilang kapaligiran. Samakatuwid, napakahala-ga para sa mga magulang at guro na hikayatin ang mga bata na magkaroon ng positibong imahe sa sarili, pagpapahalaga sa sarili, at paniniwala sa sarili. Kung walang malakas na pakiramdam ng paniniwala sa sarili, ang mga bata ay maaaring makaharap ng mga makabuluhang sikolohikal na hadlang sa pagpapabuti ng kanilang mga pananaw sa sariling imahe at paglabag sa mga negatibong pattern sa bandang huli ng buhay kapag sila ay nagsimula sa paglalakbay ng personal na pag-unlad at pagsasarili sa pananalapi.

Ilang rekomendasyon sa aklat upang makatulong na linangin ang kasanayan at pamumuhay ng paniniwala sa sarili:

Una, " Paghahanap ng Tao para sa Kahulugan [1]" ni Victor Frankl. Kwento ng isang nakaligtas sa Holocaust na, sa kabila ng mga hindi kapani-paniwalang hamon sa isang kampong piitan ng Nazi, ay may paniniwala pa rin sa sarili sa kanyang mga kakayahan na mahanap ang kanyang layunin.

Pangalawa, " Maximum Achievement [2]" ni Brian Tracy. Sa kabila ng matinding paghihirap, kabilang ang pagtatrabaho bilang isang day laborer, paghinto sa pag-aaral, at kawalan ng suporta mula sa kanyang pamilya, sa kalaunan ay nagkaroon si Brian ng isang malakas na pakiramdam ng paniniwala sa sarili. Ang paniniwalang ito sa kanyang sarili ay nakatulong sa kanya upang simulan ang kanyang personal na pag-unlad at lumikha ng isang kasiya-siyang buhay para sa kanyang sarili.

Ang dalawang aklat na ito ay makakatulong sa mga tao na mapabuti ang kanilang paniniwala sa sarili at maunawaan ang kanilang walang limitasyong potensyal. Ang tunay na pagbabago ay nagsisimula sa pagtatrabaho sa iyong mindset, pilosopiya, ugali, at panloob na pag-uusap. Pagkatapos lamang ay maaari kang gumawa ng aksyon patungo sa personal na pag-unlad at kalayaan sa pananalapi.

Ngayong natapos na natin ang paniniwala sa sarili, magpapatuloy ba tayo sa kaugnay na konsepto ng pag-asa sa sarili?

Acani Samon Biaou: Oo. Ang pag-asa sa sarili ay pag-asa sa sariling pagsisikap at kakayahan. Isipin ang dalawang bata na hinilingang kumuha ng baso mula sa isang mataas na drawer. Ang isang bata ay maaaring maghanap ng isang bagay na akyatin upang makuha ito, ang isa pang bata ay maaaring tumawag sa isang magulang at humiling na buhatin siya. Ang unang anak ay nagsasarili. Ang pangalawa ay nag-iisip pa rin tungkol sa isang sistema ng suporta.

Olumide Ogunsanwo: Mayroong dalawang paraan ng pag-iisip tungkol sa paglapit sa paglutas ng problema. Maaari mong alinman sa (1) Mag-isip nang malikhain kung paano mo malulutas ang problema sa iyong sarili o (2)

---

1. https://www.amazon.com/Mans-Search-Meaning-Viktor-Frankl-ebook/dp/B009U9S6FI

2. https://www.amazon.com/Maximum-Achievement-Strategies-Skills-Succeed-ebook/dp/B004PY-DB1C

Mag-isip kung sino ang makakatulong sa iyo na malutas ang problema.

Ang problema sa hindi pagiging self-reliant ay ang pag-asa sa ibang tao ay kumakatawan lamang sa isang subset ng buong espasyo ng solusyon. Ang mga tao, siyempre, ay isang communal species, kaya natural na humanap ng mga tao na tutulong sa iyo na gumawa ng mga solusyon. Gayunpaman, kung nagde-default ka sa kung paano ka matutulungan ng ibang tao, malamang na hindi mo talaga iniisip ang iyong buong potensyal. Minsan ikaw lang ang makakalutas ng problema.

Achani Samon Biaou: Kung kailangan mong pumili sa pagitan ng isang sukdulan ng kumpletong pagsasarili at ganap na pagtitiwala sa iba, mas mabuting magsimula sa isang sukdulan ng pagsasarili. Kung ginugugol mo ang iyong buong buhay na humihiling sa mga tao na gawin ang mga bagay para sa iyo, hindi ka matututo kung paano gawin ang mga bagay. At kapag nawala ang mga taong iyon, masisira ka.

Ang pagsisimula sa self-reliance ay nakakatulong sa iyo na maunawaan ang kalikasan ng problema. Ang pagtatangkang lutasin ang mga problema sa iyong sarili ay ginagawang mas mahusay mong husgahan ang kalidad ng trabaho ng sinumang maaaring makasama mo.

Ang pag-asa sa sarili ay mahalaga din para sa pagkamit ng kalayaan sa pananalapi. Nagtatanim ito ng pagkamausisa na nagtutulak sa iyo na matutunan kung paano lutasin ang mga problema, at ang resultang pakiramdam ng tagumpay ay maaaring maging lubhang kapaki-pakinabang. Kapag nakumpleto mo ang isang gawain nang mag-isa, maipagmamalaki mo ang iyong sarili, at ang positibong feedback na ito ay naghihikayat sa iyo na harapin ang mga bagong hamon.

Ang pag-asa sa sarili ay isang magandang siklo na maaaring humantong sa higit na kalayaan, tagumpay, at personal na kasiyahan.

Olumide Ogunsanwo: Isinaalang-alang namin ni Samon na isama ang prinsipyo ng maagang responsibilidad kapag nag-brainstorming ng mga konsepto para sa kabanatang ito. Ang ideyang ito ay inspirasyon ng mga karanasan ni Samon noong bata pa siya, kung saan binigyan siya ng mga pagkakataong sumubok ng iba't ibang bagay at kumuha ng responsibilidad mula sa murang edad. Ang maagang responsibilidad at pagsasarili ay malapit na nauugnay.

Bilang isang magulang, sulit na isaalang-alang kung paano gumagana ang dalawang konseptong ito nang magkasama. Ang pagbibigay sa iyong anak ng ilang responsibilidad at pagtulak sa kanila sa dulo ng kanilang mga kakayahan ay maaaring maging kapaki-pakinabang para sa kanilang pag-unlad. Sa pamamagitan ng makitang pinagkakatiwalaan mo sila sa mga gawain, magiging mas independyente sila, na isang mahalagang katangian na dapat taglayin bilang isang may sapat na gulang.

Ang kabaligtaran ng self-reliance ay ang pagtitiwala sa lahat na tutulong sa iyo na lutasin ang iyong mga problema sa buhay. Gayunpaman, ang pagsasarili sa pananalapi ay nangangailangan sa iyo na gumawa ng mga desisyon at gumawa ng mga aksyon na magpapabago sa iyong kasalukuyang trajectory at maglalagay sa iyo sa isang mas mahusay na personal na landas sa pananalapi. Paano ka makakaasa sa iba kung ikaw ang responsable sa paggawa ng mga aksyon? Hindi mo kaya, kaya matuto kang umasa sa iyong sarili.

Halimbawa, sabihin nating kailangan mong bawasan ang iyong mga gastos sa pabahay dahil makakatulong iyon sa iyong maging malaya sa pananalapi sa isang tiyak na edad. Mas mabuting tanungin muna ang mga tao kung paano nila binawasan ang kanilang mga gastos sa pabahay? Paano mailalapat sa iyo ang kanilang sagot kung ikaw lang ang nakakaalam ng uri ng sitwasyon ng pabahay na nababagay sa iyong natatanging panlasa, kagustuhan, at kagustuhan? Tiyak na mas mabuting magsimula sa loob bago humingi ng tulong sa labas.

Acani Samon Biaou: Ano ang magagawa ng mga tao para magkaroon ng self-reliance? Huwag lang bilhin ang iyong mga anak ng mga video game o laro na gayahin ang pamamahala ng pera, hikayatin silang humawak ng totoong pera.

Hindi mo kailangang magpatakbo ng negosyo para turuan sila ng pananagutan sa pananalapi - ang pamamahala ng badyet ng sambahayan ay isang magandang paraan upang magsimula. Halimbawa, maaari mo silang bigyan ng badyet para sa mga gastusin sa bahay at hilingin sa kanila na tumulong na pamahalaan at aprubahan ang mga gastos. Ito ay magbibigay sa kanila ng pakiramdam ng pagmamay-ari at magtuturo sa kanila ng mahahalagang kasanayan. Bukod pa rito, maaari mo silang bigyan ng mga resibo mula sa mga grocery shopping trip para makapagsanay sila ng mental aritmetika at maunawaan ang halaga ng mga bagay at kung paano ito nakakaapekto sa badyet ng sambahayan. Sa pamamagitan ng pagbibigay ng mga ganitong uri ng mga pagkakataon sa pag-aaral sa totoong buhay, matutulungan mo ang iyong mga anak na magkaroon ng self-reliance at maging mas responsableng mga adulto.

Olumide Ogunsanwo: Ipaliwanag kung paano gumagana ang mga buwis. Kung tatanungin nila kung bakit ka nagbayad ng $42 kapag ang kabuuan ng lahat ng mga bagay na binili mo ay $40, sabihin sa kanila dahil ang $2 ay napupunta sa gobyerno para sa buwis sa pagbebenta.

Acani Samon Biaou: Eksakto, Isang paraan upang matulungan ang mga bata na magkaroon ng mga kasanayan sa paglutas ng problema ay sa pamamagitan ng pagharap sa kanila ng mga simpleng problema na may kaugnayan sa pamamahala ng mga gastos. Halimbawa, maaari mong tanungin sila ng mga tanong gaya ng "Ano ang kailangan nating bawasan o dagdagan para ma-optimize ang ating mga gastos?" Makakatulong ito sa kanila na bumuo ng mga kritikal na kasanayan sa pag-iisip at isang pakiramdam ng responsibilidad. Kapag sinabi ng mga magulang na ang mga bata ay napakabata pa para gumawa ng ilang bagay, kadalasan ay dahil hindi alam ng mga magulang kung paano ito gagawin nang maayos sa kanilang sarili. Sinasabi ng ilang mga magulang na "hayaan ang mga bata na maging bata". Dapat tayong mag-ingat na huwag maghalo ng mga bagay-bagay. Hindi ko sinasabi sa iyo na i-sign up ang iyong mga anak para sa child labor.

Olumide Ogunsanwo: O ipadala sila sa paaralang militar [Tawanan]

Acani Samon Biaou: Hindi mo dapat pabagalin ang paglaki ng iyong anak. Naniniwala ako na kung ang iyong anak ay hindi namamahala sa iyong pananalapi sa bahay, malamang na huli na sila sa buhay. Ako ay gumagawa ng accounting para sa negosyo ng aking ama noong ako ay 7. Maaari mong ipagawa sa iyong anak ang accounting para sa iyong sambahayan bago sila maging 10, at sigurado ako na ang accounting ng sambahayan ay hindi gaanong kumplikado kaysa sa accounting ng negosyo.

Olumide Ogunsanwo: Ito ay napakalapit na nauugnay sa paniniwala sa sarili. Kung bilang isang may sapat na gulang, bilang isang magulang, mayroon kang mataas na pagpapahalaga sa sarili at tiwala sa iyong sarili, mas malamang na bigyan mo ng responsibilidad ang iyong anak. Kung nagdududa ka sa iyong sarili, mababa ang iyong pagpapahalaga sa sarili, maaaring hindi ka handang magbigay ng responsibilidad sa iyong anak. Iyon ang dahilan kung bakit pinagsama-sama namin ang lahat ng mga konseptong ito - paniniwala sa sarili, pag-asa sa sarili, at responsibilidad sa maagang pagkabata.

Habang tumatanda ka, kailangan mong tanggapin ang responsibilidad para sa iyong sariling buhay. Nakapagtataka ako na ang ilang mga tao, na hindi na mga bata at maaaring nasa 20s o 30s, ay nagsasalita pa rin tungkol sa ginawa ng kanilang mga magulang sa kanila noong sila ay mga bata. Ikinalulungkot kong sabihin ito, ngunit kapag ikaw ay higit sa 18, kailangan mong managot sa iyong buhay.

Hinihikayat ko ang mga tao na maunawaan, tanggapin, matuto, at magpatuloy mula sa nangyari sa kanila bilang mga bata. Bahagi ng pagiging responsable at pamamahala sa iyong buhay ay ang pagpapaalam sa nakaraan, pagpapatawad sa mga taong nanakit sa iyo at hindi tumupad sa iyong mga inaasahan.

Alam kong madaling sabihin, at hindi ko alam ang partikular na sitwasyon ng lahat. Naiintindihan ko iyon. Sigurado akong lahat ay may pinagdadaanan, ngunit bilang isang may sapat na gulang, mas mabuti para sa iyo na malaman kung ano ang kailangan mo mula sa nakaraan at magpatuloy ka. Patawarin ang lahat ng bumigo sa iyo at magpatuloy at managot para sa iyong sariling buhay. Huwag kang magdahilan. Maniwala ka sa iyong sarili, umasa sa iyong sarili, at umasa na makuha ang lahat ng gusto mo sa buhay.

Huwag hayaang maapektuhan ng mga tao mula sa iyong kahapon ang iyong ngayon. Huwag hayaan ang mga multo ng iyong nakaraan na multuhin ang iyong kasalukuyang katotohanan. Nasa unahan mo pa ang buong buhay mo para mag-enjoy ayon sa gusto mo. Ang sama ng loob na pinanghahawakan mo laban sa kanila ay mga tanikala na hindi mo direktang pinanghahawakan laban sa iyong sarili. Mahirap maniwala sa iyong sarili o magkaroon ng mataas na pagpapahalaga sa sarili kung nagtataglay ka pa rin ng sama ng loob mula sa iyong pagkabata. Ang pagpapatawad sa sarili ay isang paglalakbay na maaari nating simulan, palayain ang ating sarili mula sa pagkakahawak ng nakaraan at bigyang kapangyarihan ang ating sarili na likhain ang hinaharap na ating ninanais.

Achani Samon Biaou: Gagawa ako ng mga komento na mukhang kontrobersyal, ngunit hindi dapat. Kung gagamitin mo ang iyong kayamanan para pigilan ang iyong anak na maging independiyente, ginagawa mo sila ng isang hindi magandang serbisyo. Halimbawa, Kung ikaw ay lumilipad ng business class at kasama mo ang iyong anak, ilagay siya sa economic class kasama ng ibang bahagi ng mundo. Ang isang bata ay walang negosyo na nakaupo sa klase ng negosyo. Panahon.

Pangalawa, kung kasama sa karanasan mo sa iyong anak ang pagpunta sa mga magagarang restaurant sa lahat ng oras, subukang dalhin din sila sa mga simpleng restaurant para magkaroon sila ng magkakaibang pananaw.

Olumide Ogunsanwo: Tulad ng McDonald's [Laughter]

Acani Samon Biaou: Kung humingi sa iyo ng pera ang iyong anak para makabili ng marangyang bagay, bigyan sila ng ikatlong bahagi ng pera. Hilingin sa kanila na gumawa ng paraan upang makakuha ng pangatlo, bumalik at baka ibigay mo sa kanila ang natitirang pangatlo. Ilagay ang iyong anak sa landas ng pag-asa sa sarili.

At gaya ng sinabi ni Olumide kanina, may mga taong mas matanda na, may asawa, atbp. pero pinag-uusapan pa rin nila ang ginawa ng kanilang mga magulang para sa kanila noong bata pa sila. Hindi mo lang siguro masisira ang relasyon mo, pero hindi ka na lalaki. Maghanap ng mga paraan upang harapin ang mga bagay sa iyong sarili. Hindi ka lumaki hanggang sa naka-hanap ka ng mga paraan upang harapin ang mga bagay sa iyong sarili, anu-man ang ginawa sa iyo ng iyong mga magulang o kaibigan o pamilya.

Gayundin, kapag ikaw ay 18 at malapit nang magkolehiyo, huwag ka nang pumasok sa kolehiyo na malapit sa iyong pamilya. Pumunta sa malayo kung saan hindi ka madaling maabot ng iyong mga magulang. Simulan mong isantabi ang pera ng iyong mga magulang at magtrabaho para madagdagan ito.

Huwag hilingin sa iyong mga magulang na bigyan ka ng mga bagay, humingi sa kanila ng pautang. Ilagay ang iyong sarili sa isang posisyon kung saan kailangan mong tanggapin ang buong responsibilidad para sa mga bagay na gumagalaw sa iyong buhay.

Olumide Ogunsanwo: Mayroong malapit na nauugnay na konsepto ng fixed versus growth mindset. Ang nakapirming pag-iisip ay nangangahulu-gan na naparito ako sa mundong ito na may isang hanay ng mga kasanayan, kakayahan, kaalaman, talino, at ang mga ito ay nakatakda sa natitirang bahagi ng aking buhay.

Ang pag-iisip ng paglago ay kabaligtaran. Dumating ako sa mundong ito na may isang hanay ng mga kasanayan, kaalaman, talino, kakayahan, at maaari kong palaguin at paunlarin ang mga ito sa paglipas ng panahon. Nagulat ako na ang sinuman ay maniniwala sa isang nakapirming pag-iisip dahil malinaw na natututo tayo at lumalaki sa lahat ng oras. Patuloy kang lumalaki, nagpapabuti, natututo at sumusubok ng mga bagong bagay, at mahalaga para sa mga tao na maipasok iyon sa kanilang mindset sa lalong madaling pana-hon.

Maaari mong matutunan ang anumang gusto mo. Sa ngayon, ako ay 38, maaari akong magpasya na maging isang astronaut, kumuha ng ilang mga klase, kumuha ng degree, at maging isang astronaut. Paano maniniwala ang sinuman na hindi posible para sa iyo kung ginagawa ito ng ibang tao? Siyem-pre, magagawa mo ito. Ikaw ay isang tao na may walang limitasyong poten-syal, at magagawa mo ang anumang gusto mo.

Maaari kang maniwala na ang ibang mga tao ay mas mahusay, mas matal-ino, mas kaakit-akit kaysa sa iyo, at samakatuwid ay mas karapat-dapat sa buhay kaysa sa iyo. Well, nandito ako para sabihin sa iyo na hindi iyon totoo. Nakabuo ka ng isang inferiority complex kung saan maaari kang makalaya. Ang katotohanang pinaniniwalaan mo ito ay bumabalik sa paniniwala sa sar-ili. Kaya naman napakahalaga ng kabanatang ito.

Ang iyong antas ng pagpapahalaga sa sarili ay nagpapapaniwala sa iyo na ikaw ay mas masama kaysa sa ibang tao. Hindi ikaw. Ang mga tao ay lubos na makapangyarihan. Kung maglalaan ka ng oras upang matuto ng mga bagong kasanayan, kumuha ng impormasyon, matugunan ang mga tao, maaari kang matuto at gumawa ng anuman. Ang pag-iisip ng paglago ay sobrang maha-laga, at mahalaga para sa iyo na linangin iyon nang maaga hangga't maaari dahil nabuo ito sa sarili nito. Ganyan nagsimula ang librong ito. Noong 2020, naniwala akong makakagawa ako ng podcast at nakilala ko si Bankole at sin-imulan namin ang Afrobility. At dahil sa podcast, ginawa namin ni Samon ang FIREDOM book na ito.

Acani Samon Biaou: Bago ang iyong mga anak ay sapat na matalino up-ang maghimagsik, interbyuhin ang kanilang mga kaibigan at huwag makita ang mga hindi pumasa sa interbyu sa iyong mga anak. Bibigyan kita ng sam-ple interview question, tanungin ang magiging kaibigan ng anak mo kung gaano sila kagaling sa math. Kung sasagot sila na hindi lang sila magaling sa matematika, agad na pigilan ang iyong anak na makita ang mga kaibigang iy-on.

Ang isa pang mahalagang punto na dapat isaalang-alang ay ang mga mamahaling paaralan ay hindi kinakailangang katumbas ng magagandang paaralan. Pagdating sa pagpapadala ng iyong mga anak sa paaralan, mayroong dalawang pangunahing dahilan: para sa pakikisalamuha at para sa pag-aaral. Bilang isang magulang, dapat mong maingat na isaalang-alang kung ano ang inaasahan mong makamit sa pamamagitan ng pakikisalamuha. Kung may-roong isang paaralan kung saan ang karamihan ng mga mag-aaral ay nag-tataglay ng positibong saloobin na "Kaya kong gawin ang lahat," maaaring magandang ideya na i-enroll ang iyong anak sa paaralang iyon. Ito ay dahil ang mga bata, na lubos na nakakaimpluwensya, ay may posibilidad na gamitin ang pag-iisip at pag-uugali ng mga nakapaligid sa kanila.

Sa panahon ko bilang isang tutor sa France, naobserbahan ko ang maram-ing mga bata na nagbabago mula sa isang mindset na "Math ay mahirap" tun-go sa pagtanggap sa prestihiyosong preparatory school. Natulungan ko silang hamunin ang negatibong salaysay na nalantad sa kanila at baguhin ang kani-lang pananaw, na humahantong sa kanilang tagumpay.

Olumide Ogunsanwo: Ang pahayag na "Hindi ako magaling sa X" ay hindi nakabubuo dahil ito ay kumakatawan sa isang self-limiting paniniwala. Halimbawa, hinding-hindi ko sasabihing hindi ako magaling sa isang bagay, halimbawa sa pagluluto dahil alam kong ang kailangan ko lang gawin para maging mas mahusay sa pagluluto ay mag-Internet, mag-download ng ilang recipe, at magsanay, umulit, at magpakabuti. Ang pagsasabi na hindi ako ma-galing sa X ay isang self-limiting na paniniwala dahil ang iyong paniniwala sa sarili at pagpapahalaga sa sarili ay hindi kung saan kailangan nila. Kilalanin na kung may magagawa ang ibang tao, magagawa mo rin ito. Naglaan sila ng oras para matutunan ito. Ibig sabihin matututo ka rin nito.

Sa konklusyon, para mapaunlad ang pag-asa sa sarili, napakahalagang talikuran ang mga paniniwalang naglilimita sa sarili at yakapin ang pag-iisip ng paglago. Kung naghahanap ka ng ilang mapagkukunan upang tumulong sa prosesong ito, narito ang ilang inirerekomendang aklat tungkol sa pag-asa sa sarili:

Ang unang libro ay " Me, Inc [3]" ni Gene Simmons. Ito ay kamangha-manghang! Sinasabi nito ang kuwento ng isang imigrante na lumipat sa Amerika, umangkop sa sistemang Amerikano, natutong magsalita ng Ingles, at naging lead singer ng Kiss, isa sa pinakamalaking rock band sa kasaysayan

---

3.   https://www.amazon.com/Me-Inc-Build-Unleash-Business-ebook/dp/B00I2PG3TW

ng mundo. Kahanga-hanga! Gusto ko ang librong ito. Isa sa mga pinaka-underrated na librong naisulat.

Dalawang aklat ni Ayn Rand, " The Fountainhead [4]" at " Atlas Shrugged [5]". Si Ayn Rand ay isang hindi kapani-paniwalang manunulat dahil ang kanyang mga libro ay tungkol sa pag-unawa sa potensyal ng mga tao na gumawa ng magagandang bagay kung naniniwala sila sa kanilang sarili anuman ang mga panlabas na kalagayan.

Panghuli, " Martes kasama si Morrie [6]" ni Mitch Albom. Ang aklat ay sumasalamin sa malalim na mga aspeto ng buhay, na nagtuturo sa atin tungkol sa halaga ng pakikiramay, pagmamahal, at pagtanggap. Isa sa mga pinakamahalagang aral na kinuha ko rito ay ang pagtanggap sa ating mortalidad at pagkilala na naghihintay sa ating lahat ang kamatayan, nagkakaroon tayo ng kakaibang pananaw sa pagsasagawa ng paniniwala sa sarili, pagpapatawad sa sarili at pagmamahal sa sarili. Ito ay nagsisilbing isang makapangyarihang paalala na ang buhay ay marupok at may hangganan, na humihimok sa atin na mamuhay nang may pagiging tunay, kabaitan, at pasasalamat.

Galing! Sa pamamagitan nito, isasara natin ang kabanatang ito at magkita-kita tayong lahat sa susunod.

4.   https://www.amazon.com/Fountainhead-Ayn-Rand-ebook/dp/B002OSXDAU

5.   https://www.amazon.com/Atlas-Shrugged-Ayn-Rand-ebook/dp/B003V8B5XO

6.   https://www.amazon.com/Tuesdays-Morrie-Greatest-Lesson-Anniversary/dp/076790592X

3: Mga kwento at Prinsipyo ng Malayang Pag-iisip at Pagkausyoso sa Unibersidad

Olumide Ogunsanwo: Ang kabanatang ito ay tungkol sa paglipat namin ni Samon sa mga bagong bansa at pagsisimula ng unibersidad bilang mga young adult. Ito ay may kaugnayan para sa sinumang tagalabas o underdog na bago sa isang kapaligiran. Inaasahan ko ang pag-uusap, pag-aaral tungkol sa European university adventures ni Samon, at pag-alala tungkol sa American university adventures ko.

Acani Samon Biaou: Inaasahan ko ring tuklasin ang mga prinsipyong pinaka-kaugnay sa mga taon ng unibersidad na iyon:

Pagkausyoso, na kinabibilangan ng pagpapanatiling bukas ng lahat ng iyong mga pandama, pagkuha ng lahat ng ito, at pag-iisip tungkol sa mga bagay na maaaring hindi tama sa harap mo

Malayang pag-iisip, na nangangailangan ng paggawa ng sarili mong mga paghuhusga habang ginagawa mo sa mundo, dahil sa kasalukuyang panganib ng FOMO (Fear Of Missing Out).

Olumide Ogunsanwo: Maging mausisa at isipin para sa iyong sarili, ano ang maaaring mas mahalaga kaysa sa dalawang bagay na iyon?

Achani Samon Biaou: Nasasabik akong talakayin kung paano namin nailantad ang aming mga sarili sa mga bagong kapaligiran at inilalaan ang karapatang maging nag-iisang gumagawa ng desisyon sa aming buhay.

3A: Kwento ng Unibersidad ni Olumide

Acani Samon Biaou: Saan at kailan nagsimula at natapos ang iyong karanasan sa unibersidad?

Olumide Ogunsanwo: Nagsimula ang aking karanasan sa kolehiyo noong ako ay 16 (noong 2001) at natapos noong ako ay 21 (noong 2006).

Acani Samon Biaou: Ang karanasan mo ba ay nasa parehong bansa?

Olumide Ogunsanwo: Nag-aral ako sa dalawang magkaibang unibersidad. Ang aking pangunahing karanasan sa unibersidad ay nasa Amerika mula sa edad na 17 hanggang 21. Gayunpaman, bago iyon, nag-aral din ako sa isang unibersidad ng Nigerian para sa isang maikling panahon mula sa edad na 16 hanggang 17. Sa talakayang ito, tatalakayin ko ang pareho ng mga karanasang ito.

Upang magsimula, sinimulan ko ang aking paglalakbay sa unibersidad sa Unibersidad ng Lagos (UNILAG) sa Nigeria noong 2001. Araw-araw akong nagmaneho papunta sa paaralan at ang bagong natuklasang kalayaan mula sa aking pamilya ay nagpapalaya. Nadama ko na mayroon akong higit na kontrol at kapangyarihan sa aking buhay.

Makalipas ang isang taon, sa edad na 17, lumipat ako sa Illinois Institute of Technology (IIT) sa Amerika upang ipagpatuloy ang aking pag-aaral sa unibersidad. Nagtapos ako ng Chemical Engineering dahil mahal ko ang math, physics at chemistry. Naalala ko ang unang beses na dumaong ako sa Chicago, tila mas maganda at mas malinis ang kapaligiran kumpara sa Lagos. Ito rin ang una kong karanasan sa washing machine, dry cleaner, vending machine, at pag-order ng pagkain sa isang restaurant.

Ngayon, tumuon tayo sa aspetong pinansyal ng aking karanasan. Ito ay isang pagkakataon para sa akin na pamahalaan ang aking badyet. Binigyan ako ng aking mga magulang ng isang halaga ng pera at sinabi sa akin na alamin kung paano ito pamahalaan sa Amerika.

Acani Samon Biaou: Karaniwan ba para sa mga magulang ng Nigerian na gawin iyon?

Olumide Ogunsanwo: Hindi ko alam kung ano ang ginagawa ng ibang mga magulang. Ito ay nagpapalakas para sa isang 17-taong-gulang, naramdaman kong mayroon akong isang limitadong halaga ng pera na kailangan kong kumita. Nilinaw ng mga magulang ko na hindi nila alam kung ano ang mangyayari kung maubusan ako ng pera. Kung ako ay binigyan ng pagpipilian noon pa man, malamang na humingi ako ng karagdagang pangangasiwa. Gayunpaman, sa pagbabalik-tanaw, natanto ko na ang pagkakaroon ng higit na responsibilidad ay naging isang positibong karanasan para sa akin.

Acani Samon Biaou: [Ngumiti] Pinamahalaan mo ang sarili mong P&L (Profit & Loss statements).

Olumide Ogunsanwo: Ito ay masaya. Naalala ko ang unang beses na nag-order ako ng pagkain. Kung Pao chicken ang paborito ko. Mas naramdaman kong may hawak ako sa buhay ko.

Acani Samon Biaou: Kawili-wili. Paano ito nakaapekto sa iyong pag-iisip tungkol sa kalayaan sa pananalapi?

Olumide Ogunsanwo: Hindi ko naisip ito. Hindi ko pa narinig ang konsepto ng kalayaan sa pananalapi. Ito ay tungkol lamang sa pamamahala ng aking pera upang mas tumagal ito. Ako ang nag-iisip ng sarili kong tae. Halimbawa, maaari akong lumaktaw sa mga klase at nabigo. Sa mga unibersidad sa Amerika, walang nagmamalasakit sa ginagawa mo sa iyong oras, kaya nakaset up ang system para magkaroon ka ng higit na awtonomiya. Malinaw ang sitwasyon: Ako ay isang imigrante, isang Nigerian na nakatira sa Chicago. Kinailangan kong gawin ito at gawin itong gumana. At ginawa ko - nakuha ko ang pinakamataas na GPA sa aking klase at nasiyahan sa paglalakbay. Nagtrabaho ito nang maayos at nasiyahan ako sa aking karanasan sa kolehiyo.

Itinuro ko rin ang aking sarili tungkol sa ilang mga pangunahing kasanayan sa personal na pananalapi, pangunahing nakatuon sa pagbawas ng mga gastos sa halip na dagdagan ang aking kita. Gayunpaman, ang pinakamahalagang takeaway mula sa aking karanasan sa kolehiyo ay ang pag-aaral kung paano pamahalaan ang aking sarili.

Acani Samon Biaou: Kapag ang mga indibidwal ay lumipat sa Amerika mula sa mga bansang hindi gaanong nakatutok sa consumerism, maaari silang makaranas ng biglaang pag-akyat ng kaguluhan at pagnanasang gumastos ng higit pa. Naramdaman mo ba ang tukso na gumastos ng sobra-sobra? Kung gayon, paano mo ito hinarap? Sa kabilang banda, kung hindi mo naramdaman ang tukso, ano ang pumipigil sa iyo na sumuko dito?

Olumide Ogunsanwo: Ang utak ko ay naka-wire na gustong magkaroon ng pera. Mas gugustuhin ko pang magkaroon ng pera kaysa gumastos. Halimbawa, sa isa sa aking mga unang semestre, kumukuha ako ng calculus at kailangan ko ang aklat-aralin. Ang fucking textbook ay nagkakahalaga ng $175. Wala itong kabuluhan sa akin kaya natuto akong bumili ng mga ginamit na aklat-aralin. Natuklasan ko na maaari akong bumili ng ginamit na aklat-aralin sa halagang $100 sa pamamagitan ng portal ng paaralan o para sa $80 nang direkta mula sa ibang mga mag-aaral na dati nang kumuha ng kursong calculus.

Gusto ko ang kahusayan. Siguro ito ay isang psychological wiring bagay o dahil ako ay nagmula sa isang umuunlad na bansa. Hindi ko alam ang eksaktong dahilan. Mas may katuturan lang sa akin na mag-ipon ng pera at itago ito para sa sarili ko kaysa gastusin ito sa mga bagay-bagay.

Acani Samon Biaou: May quotable moment. Ang utak ko ay naka-wire na magkaroon ng pera, hindi para gastusin ito.

Olumide Ogunsanwo: Oo, mas maganda sa sikolohikal na pakiramdam na makitang naipon ang pera sa aking bangko kaysa gastusin ito.

Acani Samon Biaou: Mayroon ka bang iba pang mga karanasan bilang isang mag-aaral na nauugnay sa kalayaan sa pananalapi?

Olumide Ogunsanwo: Mayroon akong dalawang layunin sa unibersidad: Kunin ang lahat ng A at huwag masira. Nakatuon ako sa pamamahala ng aking pera sa unibersidad. Hindi ako nauubusan ng pera at hindi ako nagabala na kumuha ng credit card.

Natagpuan ko na medyo madali ang pag-iipon ng pera bilang isang mag-aaral dahil ang aking mga gastos ay minimal. Ang pamumuhay sa campus ay pinananatiling mababa ang gastos, at hindi ako nangangailangan ng kotse dahil ang sistema ng tren sa Chicago ay gumana nang maayos. Natutunan ko kung saan ako mamili ng magaganda at angkop na damit sa makatwirang presyo, at hindi ako nag-aalala sa pagbili ng mga mamahaling pangalan ng tatak

Acani Samon Biaou: Mayroon ka bang iba pang nais ibahagi na may kaugnayan sa iyong paglalakbay tungo sa kalayaan sa pananalapi?

Olumide Ogunsanwo: Oo, gusto kong ikuwento kung paano ako tumigil sa pag-inom ng alak para ipakita ang paraan ng pag-iisip ko at paggawa ng mga desisyon. Ang kuwento ay may mga elemento ng independiyenteng pag-iisip na kritikal sa kalayaan sa pananalapi.

Noong nag-aaral ako sa IIT, umiinom ako ng alak tulad ng iba hanggang sa isang partikular na pangyayari ang nagpaunawa sa akin na hindi ko ito masyadong pinag-isipan. Habang binibisita ang mga kapatid ko sa London, pumunta kami sa isang party kung saan nag-inuman kaming lahat. Gayunpaman, bigla akong nakaramdam ng pagkahilo at pumunta sa banyo at naisip, "Anong ginagawa ko dito? Anong nangyayari? Medyo kakaiba ang pakiramdam ko. Hindi ko man lang gaanong na-enjoy ang party na ito."

Nang makabalik ako sa Chicago, sinimulan kong pag-isipan kung bakit ako umiinom sa unang lugar at kung ano ang dinala nito sa aking buhay. Napagtanto ko na bulag na sinusunod ko ang pamantayan nang hindi isinasaalang-alang ang mga kalamangan at kahinaan ng pag-inom. Pagkatapos mag-isip ng ilang minuto, gumawa ako ng malay na desisyon na huminto sa pag-inom sa edad na 17 o 18. Nakapagtataka kung ano ang maaari mong baguhin kapag umupo ka at talagang nag-iisip tungkol sa mga bagay nang kritikal.

Ito ang una sa isang serye ng mga desisyon na nagpaiba sa akin sa aking mga kapantay, dahil hanggang sa puntong iyon ay hindi ako gaanong naiiba sa ibang mga Nigerian na lumipat sa Amerika. Malamang na ito ay magiging isa sa mga pinakamahusay na desisyon na ginawa ko sa aking buhay. Sa pamamagitan ng paghinto sa murang edad, naiwasan ko ang maraming mga pitfalls na maaaring lumitaw mula sa pag-inom at nagawa kong lapitan ang mga sitwasyon nang mas makatwiran at lohikal.

Ito ang kwento kung paano ako tumigil sa pag-inom.

Acani Samon Biaou: Ito ay kaakit-akit. Nabanggit mo na ito ang nagpaiba sa iyo sa iba. Ang pagiging iba ay maaaring maging isang enabler dahil hindi ka naghahanap ng conformity. Maaari mo bang pag-usapan kung ano ang pakiramdam ng maging kakaiba?

Olumide Ogunsanwo: Oo, maaari kong pag-usapan iyon sa pamamagitan ng pagsasabi ng isa pang kaugnay na kuwento. Sa pagitan ng edad na 12 at 14, dumanas ako ng pinsala na nag-iwan ng malaking pamamaga sa aking noo sa loob ng ilang buwan. Nakaramdam ako ng hiya noong bata ako dahil napansin agad ito ng mga tao. Gayunpaman, ang karanasang ito ay nagturo sa akin na hindi gaanong pakialam kung ano ang iniisip ng iba tungkol sa akin at maging komportable sa pagiging hiwalay sa mga social group. Hindi ko naramdaman ang pangangailangang sumunod sa mga inaasahan ng grupo, na nagpatuloy kahit na nagsimula ako sa unibersidad sa IIT.

Naaalala ko na may narinig akong nagsabing "Olumide is a loner" at tinanggap ito bilang papuri, kahit na sinabi ito nang masama. Hindi ako bahagi ng anumang panlipunang grupo na may matinding inaasahan, at dahil sa pinsala ko noong bata pa ako, nasanay akong mag-isa at mag-isip para sa sarili ko. Wala akong anumang naisip na mga ideya kung ano ang dapat o hindi dapat gawin.

Hindi ako nabibigatan sa iniisip ng iba sa desisyon kong huminto sa paginom. Ngayon sa aking huling bahagi ng thirties, napansin ko ang isang uso sa walang/mababang alkohol, at tinanong ako ng mga tao kung bakit hindi ako umiinom. Kapansin-pansin, madalas nilang ipinapalagay na ito ay dahil sa mga relihiyosong dahilan, na para bang ito ay resulta ng pagsang-ayon ng grupo. Kapag ipinaliwanag ko na ako mismo ang gumawa ng desisyon sa 17 pagkatapos pag-aralan ang mga benepisyo at gastos, nahihirapan silang tanggapin ito.

Minsan kailangan mong mag-isip ng iba para magkaroon ng ibang resulta sa buhay. Kung susundin mo ang status quo, mapupunta ka sa status quo na buhay.

Acani Samon Biaou: Salamat sa pagbabahagi ng kwentong iyon. Ang pagkamit ng kalayaan sa pananalapi ay nangangailangan ng paggawa ng mga bagay na naiiba sa karamihan ng mundo, na hindi independyente sa pananalapi. Ang pagbuo ng kaginhawaan sa pagiging kakaiba ay isang mahalagang salik sa pagkuha at pagpapanatili sa iyo sa landas patungo sa FI.

Olumide Ogunsanwo: Para lumaki, madalas kailangan mong makipagsapalaran. Si Jeff Bezos ay may balangkas para dito: Mga one-way na pinto (mga hindi maibabalik na desisyon) kumpara sa mga two-way na pinto (mga nababagong desisyon).

Mahalagang maingat na suriin ang desisyon upang matukoy kung ito ay mababaligtad o hindi maibabalik. Makakatulong ito sa iyo na matukoy kung gaano kabilis magpatuloy. Ang ilang mga desisyon ay hindi na mababawi na one-way na mga pintuan na hindi madaling mabago, halimbawa, kung magpasya kang magkaroon ng mga anak, iyon ay magpakailanman at kailangan mong mabuhay kasama nito. Gumalaw nang dahan-dahan at maingat na may mga one-way na pinto.

Gayunpaman, ang karamihan sa mga desisyon ay nababaligtad. Matapos maunawaan at mabilang ang mga panganib sa downside, hinihikayat ko ang mga tao na maging matapang at "gawin lang" sa mga desisyong ito. Mas magiging komportable kang kumilos nang mabilis sa mga desisyong ito sa pamamagitan ng paulit-ulit na pag-eeksperimento, pagkabigo, at walang pakialam sa iniisip ng iba. Kung kinakailangan, maaari mong i-undo ang mga desisyong ito sa ibang pagkakataon.

Gayundin, mayroon akong isa pang kuwento sa unibersidad.

Acani Samon Biaou: Isa pa! Mahusay, pakinggan natin ito.

Olumide Ogunsanwo: Ang pangalawang desisyon ay tungkol sa relihiyon. Pinalaki akong Kristiyano noong bata ako sa Nigeria.

Acani Samon Biaou: Maaari mo bang ipaliwanag iyon? Ang relihiyosong tanawin sa Nigeria ay maaaring kumplikado at nuanced, at hindi lahat ay maaaring pamilyar sa dynamics nito.

Olumide Ogunsanwo: Oo, hayaan mo akong bigyan ka ng ilang makasaysayang impormasyon tungkol sa relihiyon sa Nigeria. Sa Nigeria, ang mga relihiyosong demograpiko ay medyo balanse, na may humigit-kumulang 40-50% ng populasyon na kinikilala bilang Muslim at 40-50% ay kinikilala bilang Kristiyano. Gayunpaman, ang pamamahagi ng relihiyosong kaakibat ay hindi pare-pareho at nag-iiba ayon sa heograpiya. Halimbawa, kung nakatira ka sa hilaga ng Nigeria, mas malamang na ikaw ay Muslim (hal., Kaduna ay higit sa 90% Muslim); sa kabaligtaran, kung nakatira ka sa timog, mas malamang na ikaw ay Kristiyano (halimbawa, ilang bahagi ng Lagos ay karamihang Kristiyano). Bilang karagdagan, isang maliit na porsyento ng mga Nigerian ang nagsasagawa ng mga tradisyonal na relihiyon sa Africa.

Tungkol naman sa aking personal na karanasan sa relihiyon, ako ay pinalaki bilang isang Kristiyano, bagaman hindi isang debotong isa. Ang aking ina ay relihiyoso at dinadala kami ng aking magkakapatid sa simbahan marahil bawat isang linggo, habang ang aking ama ay relihiyoso ngunit hindi interesado o kasali sa simbahan.

Acani Samon Biaou: Ang karaniwang Kristiyanong Nigerian ba ay katulad mo o mas debosyon?

Olumide Ogunsanwo: Ang mga karaniwang Nigerian ay madasalin, ibig sabihin ay nagsisimba sila halos bawat linggo, nakikibahagi sa pag-aaral ng Bibliya nang ilang beses sa isang linggo, at madalas na naglilingkod sa mga tungkulin sa simbahan tulad ng mga usher. Bukod pa rito, ang pagtalakay sa kanilang mga paniniwala sa relihiyon ay isang mahalagang bahagi ng kanilang pagkakakilanlan. Noong lumaki ako sa Nigeria, ang relihiyon ay hindi naging malaking bahagi ng aking buhay, kaya hindi ko ito nakipag-usap sa iba.

Hindi ko maalala kung ano ang nag-udyok nito, ngunit nagsimula akong magsaliksik at matutunan ang lahat ng makakaya ko tungkol sa relihiyon sa unibersidad. Nagsimula akong gumawa ng maraming pananaliksik. Ako iyon, YouTube, Wikipedia, Reddit, at ang World Wide Web, at nasa paglalakbay kami upang mahanap ang katotohanan.

Sa kalaunan ay napagtanto ko na ang relihiyon ay binubuo lahat - ito ay isang imbensyon ng tao na nilikha upang ipaliwanag ang mga bagay na hindi naiintindihan ng sangkatauhan at upang kontrolin ang pag-uugali ng mga tao. Noong sinaunang panahon, ang mga tao ay walang siyentipikong pag-unawa sa mga natural na phenomena tulad ng ulan, apoy, at araw. Upang ipaliwanag ang mga bagay na ito, lumikha tayo ng mga diyos ng ulan, apoy, at araw. Ang mga diyos na ito ay pinaniniwalaan na kumokontrol sa mga natural na elementong ito at maaaring mapayapa sa pamamagitan ng panalangin at sakripisyo. Habang ang mga tao ay patuloy na naghahanap ng mga sagot sa mga misteryo ng mundo, ang relihiyon ay umunlad upang mag-alok ng mga paliwanag at magbigay ng isang pakiramdam ng seguridad. Sa paglipas ng panahon, ang mga relihiyosong institusyon ay nakakuha ng kapangyarihan at impluwensya sa pamamagitan ng pagkontrol sa mga paniniwala at pag-uugali ng mga tao. Nagbigay-daan ito sa kanila na mapanatili ang ilan sa kanilang awtoridad at hubugin ang mga lipunan ayon sa kanilang mga halaga at interes.

Mabilis akong naging hindi relihiyoso (aka ateista) noong ako ay 19 o 20. Ang desisyong ito ay katulad ng desisyon kong huwag uminom ng alak, at lalo akong naging iba sa aking pamilya at mga kaibigan. Ito ay kagiliw-giliw na ang mga tao ay nagkaroon ng ganoong negatibong reaksyon dito. Ang reaksyon sa aking pagiging hindi relihiyoso ay mas negatibo kaysa sa alkohol, marahil dahil ang alkohol ay hindi bahagi ng pagkakakilanlan ng mga tao. Ang mga reaksyong ito ay muling nagpatunay na kailangan ng maraming lakas ng loob upang maging hiwalay at maiba sa karamihan.

Ito ay hindi kapani-paniwala upang matuklasan kung gaano kapuno ng mahimulmol na relihiyon at kung paano ito ay karaniwang binubuo ng lahat. Isa iyon sa mga sandaling iyon sa buhay kung saan marami akong natutunan.

Binasa ko ang lahat - ang kasaysayan ng Bibliya, ang Quran, ang Kristiyanismo - ang lahat ng paulit-ulit, mula sa mga dokumentaryo hanggang sa mga artikulo, blog at libro. Ang isa sa mga pinakakaakit-akit na bagay na natuklasan ko ay ang patuloy na mga talakayan upang magkasundo kung ano ang dapat na nasa Bibliya. Ang Bibliya ay talagang nagbago sa paglipas ng panahon at ang mga kabanata ay idinagdag at inalis upang makarating sa kung ano ang mayroon tayo ngayon. Nagkaroon ng patuloy na mga talakayan tungkol sa mga bahaging hindi makatwiran o napakabaliw para panatilihin. Hindi ko alam ito dahil walang nagbanggit nito sa simbahan. Akala ko ang Bibliya ay dati nang gaya ngayon.

Nakatutuwang magsaliksik at magtanong tulad ng, 'Totoo ba ito? Bakit hindi ito totoo? Saan ito nanggaling? Anong mga insentibo ang mayroon ang mga taong ito? Bakit ito tumagal nang napakatagal?'

Sa kabuuan, ang balangkas ng desisyon sa likod ng dalawang desisyong iyon - walang alak sa 17/18 at atheism sa 19/20 - ang humubog sa natitirang bahagi ng aking buhay. Ngayon, hindi pa rin ako umiinom ng alak at atheist pa rin ako.

Kailangang maging handa kang gumawa ng mga bagay na ibang-iba sa ginagawa ng karamihan. Iyon ay tila isang pangunahing katangian ng pagiging malaya sa pananalapi.

Acani Samon Biaou: Ito ay napaka-kaakit-akit. Maaari ba tayong mag-usap ng kaunti pa tungkol dito? Mayroon akong dalawang magkakaugnay na pag-iisip. Una, paano nakaapekto ang iyong hindi pagsang-ayon sa iyong mga personal na relasyon sa pamilya at mga kaibigan?

Pangalawa, naiisip ko na para sa isang mambabasa na malakas ang pagkakakilanlan sa kanilang relihiyon, maaaring matigil sila sa sinabi mo. Maaari bang maging malaya sa pananalapi ang isang taong relihiyoso? Maaaring alisin ng isang tao na kailangan nilang talikuran ang kanilang relihiyon upang ituloy ang kalayaan sa pananalapi, tulad ng ginawa mo.

Olumide Ogunsanwo: Mahusay na tanong. Ang unang tanong ay: Paano naapektuhan ng aking hindi pagsang-ayon ang aking mga relasyon sa iba?

Sa totoo lang, hindi nito naapektuhan ang 99% ng aking mga relasyon.

Kahit na ang karamihan sa mga tao ay relihiyoso pa rin, talagang alam nilang intuitively na hindi ito totoo, kahit na hindi nila ito sinasabi. Bihira para sa mga tao na gustong makisali sa isang makatuwiran, lohikal na talakayan tungkol sa relihiyon dahil ang relihiyon ay higit sa lahat ay emosyonal at komunal na karanasan na hindi batay sa mga katotohanan.

Ang agham ay isang sistematikong proseso ng pagtuklas ng katotohanan sa pamamagitan ng eksperimento, pag-aaral, at pag-aangkop batay sa empirikal na ebidensya. Sa kabilang banda, ang relihiyon ay higit na nababahala sa mga emosyon at subjectivity, at ito ay may posibilidad na tumuon sa mga hindi nababagong ideya at stasis. Hindi tulad ng agham, na bukas sa pag-angkop at pagbabago batay sa bagong ebidensiya, ang relihiyon ay kadalasang umaasa sa tradisyon at itinatag na mga paniniwala na maaaring hindi mababago.

Ang pakikisali sa mga talakayan o argumento sa mga taong relihiyoso ay karaniwang hindi inirerekomenda. Ito ay dahil ang kanilang mga paniniwala sa relihiyon ay madalas na malapit na nauugnay sa kanilang pakiramdam ng komunidad at pagpapalaki. Hindi malamang na ang pagsisikap na kumbinsihin sila kung hindi man ay magreresulta sa isang produktibong pag-uusap, dahil ang kanilang mga paniniwala ay madalas na malalim na nakatanim. Hindi produktibo ang pagtalunan na mali ang kanilang mga magulang o kongregasyon, dahil maaari lamang itong magdulot ng tensyon at poot sa relasyon. Kung ako ay nasa isang sitwasyon kung saan ang isang tao ay gustong magkaroon ng isang partikular na argumento tungkol dito, karaniwan kong iniiba ang paksa. Samakatuwid, Hindi ito nakaapekto sa marami sa aking mga relasyon dahil ang uri ng aking pagkatao ay hindi argumentative. Iyon ay sinabi, ang aking kakulangan sa relihiyosong debosyon ay maaaring nakaapekto sa ilan sa aking mga romantikong relasyon, kung saan ang isang kapareha ay maaaring mas gusto ang isang taong mas deboto. Gayunpaman, hindi pa ako napunta sa isang taong tulad nito.

Lumipat sa pangalawang tanong, na: Maaari bang maging relihiyoso at independyente sa pananalapi ang mga tao?

Kung binabasa mo ito at nababaliw ka, una sa lahat, huwag kang magpapaliban. Natutunan ko na kapag nakarinig ka ng mga bagay na hindi naaayon sa iyong pananaw sa mundo, hindi ito oras para magalit o magalit. Sa halip, ito ay isang pagkakataon upang pagnilayan at maunawaan kung bakit ka maaaring tumutugon sa isang tiyak na paraan.

Kung ikaw ay isang debotong Muslim o Kristiyano, huwag kang masaktan. Huwag tingnan ito bilang isang pag-atake sa relihiyon. Isaalang-alang na ang ibang mga tao ay gumawa ng iba't ibang mga pagpipilian kaysa sa mayroon ka, at kung ano ang maaari mong matutunan mula sa kanilang mga pagpipilian. Ang pag-aaral ay hindi nangangahulugang kailangan mong magbago.

Mas madaling magsaya sa planetang Earth kung tatanggapin mo ang mga taong iba sa iyo. Kung hindi, malamang na mag-aaway kayo at mahihirapan ang inyong mga relasyon. Habang binabasa mo ang aklat na ito, maaari mong mapagtanto na iba ako sa iyo. Iyan ay ganap na okay. Nakagawa ako ng iba't ibang mga pagpipilian sa buhay, ngunit hindi ka nila kailangang maapektuhan. Hindi mo kailangang magalit, hindi mo kailangang ibalik ang libro [Smile].

Lahat tayo ay magkakaiba at kapaki-pakinabang ang pagsasanay sa pagtanggap. Karamihan sa mga relihiyosong aklat ay nangangaral ng pagtanggap. Ang aking mga pananaw ay hindi isang pag-atake sa iyo. Ipinapaliwanag ko ang mga pagpipiliang ginawa ko, at okay lang kung gumawa ka ng iba't ibang mga pagpipilian. Mas mahalaga para sa atin bilang sangkatauhan na magkaintindihan at tanggapin ang isa't isa kaysa lumaban.

Achani Samon Biaou: Binibigkas tulad ng isang mangangaral, para sa isang taong hindi relihiyoso. Ang pagpaparaya sa iba ay mahalaga dahil ang mundo ay nagiging mas magkakaibang. Ako ay nagkasala ng kawalan ng pagtanggap o pagtanggal ng mga opinyon ng mga tao sa nakaraan, lalo na ang mga taong hindi pormal na pinag-aralan. Sa paglipas ng panahon, binago ko ang aking pananaw upang maging mausisa tungkol sa kanila, subukang unawain kung paano sila mag-isip kaysa manghusga batay sa kung paano ko iniisip. Sa pamamagitan nito, maaari akong magkaroon ng mas mahusay na pagunawa sa kalagayan ng tao at makita ang aking mga blind spot, sa kalaunan ay natututo mula sa iba.

Olumide Ogunsanwo: Ang paglago ay mas malamang na magmumula sa pag-aaral ng mga bago, hindi inaasahang paraan ng paglapit sa buhay kaysa sa paggawa ng mga bagay sa paraang palagi mong ginagawa. Kapag narinig mo ang aking kuwento tungkol sa paglaki ng isang Kristiyano at pagiging isang ateista, huwag awtomatikong mag-react sa pagsasabi na ang mga ateista ay masama at ang mga Kristiyano ay mabuti. Sa halip, isaalang-alang kung ano ang matututuhan mo sa kuwentong ito. Kahit na ang dalawang Kristiyano ay maaaring magkaiba. Ang mahalaga ay pagpaparaya, pagtanggap, at pag-alam kung ano ang matututuhan ninyo sa proseso ng paggawa ng desisyon ng isa't isa. Ito marahil ang dahilan kung bakit mo binili ang aklat na ito. Interesado ka sa pagsasarili sa pananalapi, personal na pananalapi, o mga kuwento ng mga imigrante sa Africa.

Maaaring iba ang buhay namin sa buhay mo, ngunit ang katotohanang binili mo ang aklat na ito ay nangangahulugan na mayroon kang kaunting interes sa kung paano kami nagdesisyon para makarating sa kinalalagyan namin. Gamitin ito bilang isang pagkakataon upang maging mausisa at matuto.

Acani Samon Biaou: Ang isang pattern ng independiyenteng paggawa ng desisyon at pagkuha ng pagmamay-ari sa mga desisyong iyon ay mahalaga. Hindi mo maaaring asahan na gumawa ng mga desisyon at hindi ganap na responsibilidad para sa kanila. Halimbawa, kung gusto mong magpatakbo ng marathon, magiging responsibilidad mo na alamin kung ano ang maaaring magkamali at kung komportable ka sa mga panganib na iyon. Minsan nararamdaman ng mga tao na gusto nilang gumawa ng desisyon o baguhin ang isang bagay sa kanilang buhay. Gayunpaman, hindi nila lubos na isinasaisip na kailangan nilang tanggapin ang responsibilidad para sa desisyong iyon, kaya kapag natamaan ang fan, agad silang nagsimulang maghanap ng iba upang ibahagi ang responsibilidad sa kanila.

Olumide Ogunsanwo: Ang buong pagmamay-ari at pananagutan ay humantong sa paglikha ng aklat na ito. Nakipagtulungan sana kami sa mga publisher, editor, at marami pang ibang tao, ngunit nagpasya kami ni Samon na gawin ang pinakamataas na responsibilidad at pagmamay-ari upang maihatid ang aklat. Sa katunayan, kung hindi ko masyadong gusto si Samon, ginawa ko na lang ang librong ito nang mag-isa. Sa ganoong paraan, walang ibang masisisi, walang middleman, ako lang. Nais kong ang aking mga gantimpala ay naaayon sa aking mga pagsusumikap, at upang makita ang isang direktang linear na landas sa pagitan ng dami ng pagsisikap na aking inilagay at ang output. Tatapusin ko ang aking kuwento sa unibersidad na may ilang mga punto:

Kung mayroon kang mga batang nasa kolehiyo, bigyan sila ng kapangyarihan na matutunan ang mga pangunahing kaalaman sa pamamahala ng kanilang mga badyet at credit card. Napag-usapan ko kanina ang tungkol sa pamamahala ng pera, ngunit mahalaga din ang pamamahala ng kredito. Sa pagbabalik-tanaw, mas maganda sana kung nagbukas ako ng credit card nang mas maaga para mabuo ang aking credit score at maunawaan kung paano pamahalaan ang maliit na halaga ng credit. Natutunan ko sana ito habang nagbabayad ng buo sa mga card, nakakakuha ng mga puntos at may mas mataas na marka ng kredito.

Kung ikaw ay isang mag-aaral sa kolehiyo, sikaping matuto at lumago nang higit sa iyong mga pangunahing klase. Noong ako ay isang estudyante, 99% ng aking isip ay nakatuon sa akademya. Pagkatapos kong magtapos, na-pagtanto ko na marahil ay mas mahusay na gumawa ng kaunting akademiko, kaunting sports, kaunting pakikisalamuha sa lipunan, at kaunting personal na pag-unlad. Mas mainam na maging mas balanse, kahit na mas masama ang iyong mga akademiko.

Ang mas malawak na iba't ibang mga interes ay ginagawang mas masaya ang buhay, at ito ay nalalapat hindi lamang sa mga mag-aaral at kabataan kun-di pati na rin sa karamihan ng mga nasa hustong gulang.

Acani Samon Biaou: Magaling! Salamat sa pagbabahagi.

3B: Kwento ni Samon sa Unibersidad

Olumide Ogunsanwo: Tara na! Samon, anong financial independence lessons ang natutunan mo sa unibersidad?

Acani Samon Biaou: Sa panahon ko sa unibersidad, natutunan ko ang dalawang mahahalagang aral: kita at pag-optimize ng gastos. Ang mga konseptong ito ay sentro para sa pagkamit ng kalayaan sa pananalapi, at mas malalalim natin ang mga ito sa susunod na bahagi ng aklat.

Sa harap ng kita, ipinakilala sa akin ang ideya ng pagtatrabaho sa labas ng paaralan upang kumita ng pera. Gamit ang mga diskarte sa pag-optimize, natukoy ko ang pinakamahusay na mga pagkakataon sa trabaho na magbibigay-daan sa akin na i-maximize ang aking kita.

Sa panig ng gastos, nakakuha ako ng mga insight sa pag-optimize ng badyet at natuklasan ang mga potensyal na benepisyo ng pamumuhay nang matipid nang hindi isinasakripisyo ang kalidad ng aking buhay. Itinuro sa akin ng mga karanasang ito kung paano mabisang pamahalaan ang aking mga gastos at sulitin ang aking mga mapagkukunan.

Olumide Ogunsanwo: Ang pag-optimize ay isang bagay na nagdudulot ng kagalakan sa ilang tao, kasama ako. Ang pag-iisip ng paghahanap ng mga paraan upang ma-optimize ang isang pagbili o desisyon, tulad ng "Maaari ba akong makakuha ng maihahambing na produkto sa mas mababang halaga? Ano ang tradeoff sa kalidad? Ano ang isinakripisyo ko sa pamamagitan ng pagpili sa mas murang opsyon? Ang oras ko ba ay ginugugol nang matalino para pag-isipan pa ito?" nagdudulot ng ngiti sa aking mukha.

Bagama't ang aspetong ito ng aklat ay maaaring hindi makaakit ng lahat, ito ay nasasabik kay Samon at ako. Kung ikaw din ay malilinang ang kaguluhan na ito, maaari itong magbigay ng pakinabang habang ikaw ay sumusulong patungo sa pagkamit ng kalayaan sa pananalapi.

Acani Samon Biaou: Ang aking mga taon sa unibersidad ay nagpatibay ng ilan sa mga katangiang natutunan ko habang lumalaki, tulad ng kahalagahan ng pagiging isang malayang palaisip at hindi bulag na pagsunod sa karamihan. Bukod pa rito, natutunan ko ang halaga ng pagkakaroon ng isang "killer mentality" - isang pagnanais na pumunta nang todo upang makamit ang aking mga layunin. Sa mga sumusunod na kwento, ibabahagi ko kung paano ko pinalakas ang aking independiyenteng pag-iisip, nakabuo ng killer mentality, nag-optimize ng kita, at nag-optimize ng mga gastos.

Pag-usapan natin ang tungkol sa malayang pag-iisip. Noong nagsimula ako sa unibersidad, pinayuhan akong mag-focus lamang sa akademya. Baga-ma't sa una ay sumang-ayon ako, napagtanto ko sa lalong madaling panahon na ang paaralan ay medyo madali para sa akin, at maaari akong gumanap nang mahusay sa kaunting pagsisikap. Sa halip na bulag na sumunod sa tradisyonal na landas, tinanong ko kung ano pa ang maaari kong gawin. Karamihan sa mga estudyante ay may posibilidad na maghanap ng mga tra-baho na nangangailangan ng kaunting pisikal na pagsisikap, ngunit hindi ko nilimitahan ang aking sarili sa mga opsyong iyon. Halimbawa, nadiskubre ko ang isang livestock loader na trabaho sa mga bukid na kinabibilangan ng pagkarga ng mga manok, pabo, at gansa sa mga trak na papunta sa mga katayan. Sa kabila ng mga kakaibang oras (karaniwang sa pagitan ng hating-gabi at 4:00 am), ang trabahong ito ay nagbabayad ng dalawang beses na mas malaki kaysa sa mga regular na trabaho ng mag-aaral.

Olumide Ogunsanwo: Paano mo nalaman ang tungkol sa trabahong ito noong una?

Achani Samon Biaou: Ang tagumpay ko sa paghahanap ng trabahong livestock loader ay dahil sa aking kakayahan na i-scan at maunawaan ang aking kapaligiran, ngunit iniuugnay ko rin ang ilan sa mga ito sa suwerte. Nagkataong tinanong ko ang isang kaibigan na may trabahong estudyante kung alam niya ang anumang iba pang pagkakataon na may bayad o mas mahusay, at binanggit niya ang isang trabaho na nagbabayad ng $15 hang-gang $20 kada oras at wala sa oras ng pag-aaral. Ang mungkahing ito ay nag-dulot ng aking pagkamausisa, at nagsimula akong aktibong maghanap ng iba pang mga potensyal na pagkakataon.

Ang trabaho sa paglo-load ng mga hayop ay nangangailangan sa amin na umalis bandang 11 ng gabi at magmaneho ng mahigit isang oras patungo sa isang sakahan na matatagpuan sa isang maliit na nayon sa Brittany, kanlu-rang France. Ang pagtatrabaho sa bukid ay nagbigay sa akin ng pagkakataong obserbahan at maunawaan ang mga pamumuhay ng mga tao sa kanayunan ng France, na katulad sa ilang paraan sa nakita kong lumaki sa mga bukid sa

Benin.

Olumide Ogunsanwo: Wow.

Acani Samon Biaou: Magpapakarga ako ng mga pabo o manok sa mga trak sa loob ng tatlong oras bago bumalik sa Brest, isang lungsod sa Northwestern France. Nakapagtataka, mas malaki ang kinikita ko sa trabahong ito kaysa sa kumbinasyon ng pera ko sa scholarship at sa mga pondong ipinadala sa akin ng aking mga magulang habang tinatapos ang aking undergraduate degree. Itinuro sa akin ng karanasang ito ang kahalagahan ng pag-optimize ng kita.

Olumide Ogunsanwo: Talagang pinahahalagahan ko ang iyong kuwento dahil ito ay nagha-highlight ng isang mahalagang aral. Sa aking undergraduate na kuwento sinabi ko na sana ay nag-explore ako nang higit sa akademya at isinasaalang-alang ang iba pang mga pagkakataon. Ito ay isang mahalagang aral para sa sinuman, maging sila ay 27 taong gulang sa isang trabaho o isang 38 taong gulang na negosyante. Mahalagang tumingin sa kabila ng mga pagkakataong nasa harap mo at tuklasin ang mga bagong landas. Ang isang karaniwang prinsipyo para sa personal na pag-unlad ay ang regular na paghahanap at pakikipag-ugnayan ng mga karanasan at pagkakataon na nakakatakot sa iyo. Sa pamamagitan ng paulit-ulit na pagtulak sa iyong sarili na lampas sa iyong comfort zone, maaari mong hamunin ang iyong sarili at pagyamanin ang personal na pag-unlad. Maaari itong maging anumang bagay mula sa pampublikong pagsasalita hanggang sa skydiving, hangga't ito ay umaabot sa iyong mga hangganan at nag-uudyok ng personal na paglaki.

Kapansin-pansin na ang mga pagkakataong ito ay hindi kinakailangang palitan ang iyong karera, at hindi rin nila kailangang kumita kaagad. Halimbawa, ang karaniwang Amerikano ay gumugugol ng halos tatlong oras sa isang araw sa panonood ng telebisyon. Kung mayroon kang ganoong karaming oras na nalalabi sa Seinfeld at Game of Thrones, magagamit mo ito upang tuklasin ang mga bagong pagkakataon at paunlarin ang iyong sarili.

Sa huli, ang kabanatang ito ay tungkol sa paglinang ng kakayahang magisip para sa sarili at mamuhunan sa personal na pag-unlad, anuman ang edad o yugto ng buhay.

Achani Samon Biaou: Ang iyong komento ay humahantong sa akin sa paksa ng pag-optimize ng gastos. Bagama't nalaman ko lamang ang konsepto ng pagpapapalit ng mga gastos sa mga pamumuhunan bilang isang may sapat na gulang, hindi ko namamalayang naisagawa ko ito sa mga taon ng aking unibersidad. Halimbawa, pumili ako ng studio apartment na nakakatugon sa minimum na sukat na kinakailangan, na ginawa itong napaka-abot-kayang. Kailangan ko lang magbayad ng €200 hanggang €250 bawat buwan.

Olumide Ogunsanwo: Wow.

Acani Samon Biaou: Gayundin, binayaran ng gobyerno ang mga estudyante ng €150 para mabawi ang halaga ng pabahay. Talaga, ang aking upa ay halos walang halaga.

Olumide Ogunsanwo: Nakalulungkot, sa aking kaso, gumugol ako ng tatlong taon na naninirahan sa campus noong panahon ko sa unibersidad. Ito ay hindi hanggang sa aking ikatlong taon na nagsimula akong makipag-usap sa iba at natuklasan na ang pamumuhay sa labas ng campus ay magiging mas matipid. Hindi ko kailanman naisip ang posibilidad na mabuhay ng ilang bloke lamang ang layo, na maaaring makatipid sa akin ng libu-libong dolyar. Hindi ako tumingin sa kabila.

Acani Samon Biaou: Lubos akong sumasang-ayon sa puntong ginawa mo tungkol sa kahalagahan ng pagtingin sa kabila. Ang ilan sa aking mga kaibigan, pati na rin ang ilang mga estudyante mula sa Benin, ay nakakuha ng pabahay sa campus salamat sa koneksyon ng kanilang mga magulang sa mga propesor. Ang sistemang ito ng suporta ay umiral sa France. Gayunpaman, ang hindi pagkakaroon ng support system na iyon ay nagbigay-daan sa akin na tuklasin ang iba pang mga opsyon at makipag-usap sa mga tao, na sa huli ay nagresulta sa paghahanap ko ng mas magagandang pagkakataon.

Matapos mahanap ang aking studio apartment, ang susunod na desisyon na kailangan kong gawin ay kung ano ang bibilhin para dito. Una, nagpasiya akong huwag bumili ng anumang uri ng libangan, dahil naramdaman ko na ang pangunahing layunin ko sa pagpunta sa France ay ituon ang aking pag-aaral.

Olumide Ogunsanwo: Ang iyong libangan ay ang iyong mga aklat-aralin [Laughter].

Acani Samon Biaou: Oo! [Smile] Pagkalipas ng anim na buwan, nagpasya akong bumili ng TV. Gayunpaman, ang dahilan ko sa pagbili nito ay hindi para manood ng French news o media. Sa halip, gusto kong matuto ng Ingles dahil narinig ko na maaari akong kumita ng mas maraming pera sa pagtatrabaho sa UK. Ang bawat gastos na ginawa ko noong panahong iyon ay isang pamumuhunan sa aking hinaharap.

Isa sa mga ginastos ko ay ang pagbili ng bus pass, na nagpapahintulot sa akin na maglakbay sa gabi para sa aking trabaho sa trak. Nagtatrabaho ako ng tatlong araw sa isang linggo mula 11PM hanggang 4-5AM at dumalo sa mga klase mamaya sa umaga. Ang pamumuhunan na ito sa transportasyon ay nag-bigay-daan sa akin na balansehin ang aking trabaho at pag-aaral nang epekti-bo.

Olumide Ogunsanwo: Hindi kapani-paniwala. Bakit mo nagawang mag-isip ng ganyan? Anong payo ang mayroon ka para sa ibang tao na gamitin ang ganitong kaisipan?

Acani Samon Biaou: Nagsimula ako sa mindset ng isang independent thinker. Hindi ako nagsimula sa pamamagitan ng pag-iisip ng mga precon-ceived notions ng "kung paano dapat ang mga bagay". Sa halip, gumawa ako ng isang punto upang magtanong sa mga tao tungkol sa lahat at mangalap ng maraming impormasyon hangga't maaari.

Bukod dito, ako ay lubos na naudyukan at nagsikap na i-maximize ang bawat pagkakataon na dumating sa akin. Gaya ng nabanggit kanina, lumaki akong nakikipaglaro sa mga batang mababa ang kita, kaya wala akong inhibi-tions tungkol sa pagtatrabaho sa isang sakahan o sa anumang mababang tra-baho.

Napagtanto ko na ang mga intelektwal na hangarin ay hindi palaging ang pinakamahusay na paraan para kumita ng pera. Na-curious ako tungkol sa mga aral na matututuhan ko mula sa mga hindi intelektwal na pagsisikap. Sa pamamagitan ng aking trabaho sa paglo-load ng mga hayop, nakipag-ug-nayan ako sa isang crew na nagtatrabaho sa mga sakahan. Karamihan ay nasa pagitan ng 30 hanggang 50 taong gulang na may mga pamilyang sinusuporta-han. Bagama't nakikita ko ang mga limitasyon ng kita sa isang tiyak na halaga sa edad na iyon, nakita ko ang kanilang mga kuwento na hindi kapani-pani-walang insightful.

Tulad mo, inuuna ko ang pagkakakitaan at pag-iwas sa impulsive spend-ing. Nang magkaroon ako ng una kong $1,000 sa bangko, tuwang-tuwa ako at nasisiyahan akong panoorin itong lumago. Hindi ako makapaniwala. Gus-tung-gusto kong panoorin itong lumaki at naging isang laro para sa akin na makita kung magkano ang maaari kong i-save. Sa oras na nagtapos ako, malamang na mas marami na akong ipon kaysa sa karamihan ng aking mga kaedad.

Olumide Ogunsanwo: Hindi ako nagulat. Nasa landas ka tungo sa pagsasarili sa pananalapi kung mas masaya kang makitang lumago ang halaga ng iyong bank account kaysa bumili ng mga umuubos na asset gaya ng mga damit at TV.

Ang pagkamit ng kalayaan sa pananalapi ay nangangailangan ng pagbabago sa pag-iisip. Dapat kang maniwala na ang pagkamit ng kalayaan sa pananalapi ay posible para sa iyo.

Maging tapat tayo. Ang lahat ng impormasyong kailangan mo para maging malaya sa pananalapi ay makukuha na sa internet at sa mga libro, ngunit hindi mo ito kikilos hanggang sa tunay kang naniniwala na ito ay maaabot at mayroon kang sapat na malakas na "bakit".

Sa pamamagitan ng pagbabahagi ng aming mga personal na kwento, umaasa kaming mailarawan ang mga sikolohikal na pagsasaayos na ginawa namin noong una sa buhay na naglagay sa amin sa landas sa kalayaan sa pananalapi. Hindi namin inaasahan na kopyahin mo ang aming mga karanasan, ngunit sa halip, upang maunawaan ang kahalagahan ng pagbabago ng iyong mindset upang makamit ang iyong mga layunin sa pananalapi.

Acani Samon Biaou: Nai-save ko ang pinakamahusay para sa huli. Nais kong ibahagi ang pinakamahalagang karanasan mula sa aking mga undergraduate na taon. Kasama rito ang isang Chinese na estudyante sa parehong unibersidad sa France, na mas matanda sa amin at limitado ang pagsasalita ng French. Hindi ako sigurado kung naka-enroll siya sa isang language program o nag-aaral na sa French. Bilang isang bagong dating sa unibersidad, nakita kong mas madaling kumonekta sa iba pang mga internasyonal na mag-aaral. Isang araw, inimbitahan ako ng Chinese student sa kanyang dorm at pinagluto niya ako, at naging magkaibigan kami. Sa pangalawa o pangatlong pagbisita ko, nagtanong ako sa kanya para mas makilala siya, at napansin kong mas matanda siya kaysa sa mga kaedad niya.

Ang unang aralin ay tungkol sa kagandahan ng intensity sa trabaho. Ibinahagi niya ang kanyang kuwento kung paano siya nag-ipon para makapunta sa France, na nag-iwan ng pangmatagalang impresyon sa akin. Ipinakita niya sa akin ang kanyang kama, itinaas ang kutson, at naglabas ng $25,000 na cash, na lahat ay nasa dolyar, sa kabila ng euro ang pera sa France. Siya ay nagtrabaho sa isang pabrika ng halos isang dekada upang kumita ng pera, at ang pag-uusap na ito ay nagturo sa akin ng kahalagahan ng pagsusumikap at kasidhian sa pagsisikap ng isang tao.

Ang ikalawang aralin ay tungkol sa pagkabukas-palad. Isang araw, tinanong ng kaibigan kong Intsik kung kamusta ako, at nabanggit ko na inaasahan kong darating ang pera sa scholarship, ngunit hanggang doon, maaaring kailanganin kong humingi ng tulong pinansyal sa aking mga magulang. Ito ay bago ko sinimulan ang aking part-time na poultry loading job. Walang pag-aalinlangan, inalok niya ako ng $1,000 mula sa kanyang itago at sinabing, "Kunin mo ito para hindi ka ma-stress. Hindi mo na kailangang bayaran ako." Noong una ay nabigla ako at tumanggi, ngunit nagpumilit siya, na nagsasabing, "Paano ka mabubuhay? Kunin mo." Kahit papaano ay naunawaan niya na ako ay nasa pagkabalisa, kahit na hindi, at ang kanyang pagkabukas-palad ay nag-iwan ng pangmatagalang epekto sa akin.

Sa buod, ang aking pakikipagtagpo sa Chinese na estudyanteng ito ay nagturo sa akin ng halaga ng pagsusumikap, kasidhian, at pagkabukas-palad. Hindi ko akalain na ang isang taong nagsumikap nang husto sa loob ng isang dekada para kumita ng €25,000 ay mamimigay ng isang libo nito sa isang taong dalawang beses pa lang niya nakilala.

Olumide Ogunsanwo: Nakakaloka!

Acani Samon Biaou: May isang bagay na napakalalim tungkol dito na nagbigay inspirasyon sa maraming pagkakawanggawa at pagkabukas-palad na nabuo ko mamaya. Makapangyarihan ang karanasang iyon para sa akin.

Malaki ang epekto sa akin ng pakikipagtagpo sa aking kaibigang Tsino, at napagtanto ko kung gaano ako kaswerte na hindi ako nag-iipon sa loob ng sampung taon para makapag-aral sa kolehiyo. Pinahahalagahan ko ang mga pagkakataong mayroon ako at naging inspirasyon ko na sulitin ang mga ito. Ang kanyang kuwento ng pagsusumikap, determinasyon, at pagkabukas-palad ay nag-iwan ng pangmatagalang impresyon sa akin at nag-udyok sa akin na itulak ang aking sarili nang mas mahirap upang makamit ang aking mga layunin.

Olumide Ogunsanwo: Hindi kapani-paniwala. Bawat isa ay may kanya-kanyang pakikibaka at hamon. Kapag nakakarinig ako ng mga ganyang kwento, napapakumbaba ako. Gumawa kami ng limonada mula sa mga lemon na mayroon kami, ngunit mayroon kaming ilang magagandang limon upang magsimula. Anuman ang iyong pinagdadaanan, may iba't ibang paraan upang mapabuti ang iyong sitwasyon. Hangga't naniniwala ka na maaari kang gumawa ng isang pagkakaiba at maaari mong subukan ang iba't ibang mga bagay, hindi ka dapat sumuko.

Anumang iba pang ideya ang nais mong idagdag bago natin isara ang kabanatang ito?

Achani Samon Biaou: Mayroon akong isa pang kuwento upang bigyang-diin ang kahalagahan ng paggawa ng mga gastos sa mga pamumuhunan kaysa sa agarang kasiyahan. Matapos lumipat mula sa aking unibersidad sa kanlurang France sa isang paaralan ng engineering sa Paris, napunta ako sa parehong pag-iisip: ano ang maaari kong gawin dito upang kumita ng pera? Nagkaroon ako ng iskolarsip at suportang pinansyal ng aking ama, ngunit hindi ko ito ginastos nang malaki. Naisip ko na ang pagtuturo sa mga mag-aaral sa high school sa Paris ay maaaring maging kapaki-pakinabang para sa isang estudyante sa unibersidad na tulad ko, kaya sinimulan ko itong gawin sa pamamagitan ng paglalakad papunta sa mga tahanan ng aking mga estudyante.

Habang nagpatuloy ako sa pagtuturo, napagtanto ko na ang pagmamaneho para maabot ang mas maraming estudyante ay maaaring magparami ng aking kita, kaya nagpasya akong bumili ng kotse. Hindi ako bumili ng sasakyan para libangan kundi para madagdagan ang kita ko. Na-optimize ko nang husto ang aking kalendaryo sa pagtuturo at nag-tutor ng back-to-back pagkatapos ng sarili kong mga klase. Ang kotse ay kapaki-pakinabang din para sa pagpapasakay sa aking mga kaibigan kapag gusto naming pumunta sa isang party sa bayan.

Gayunpaman, kailangan ko ring gumawa ng desisyon sa pagitan ng pakikisalo sa aking mga kaklase o pagtuturo at paggawa ng pera. Tuwing Miyerkules ng hapon, ang mga kaklase ko ay umiinom ng beer at magkasamang tumatambay. Bagama't isa ako sa mga pinakabatang estudyante, nagsimula akong makaramdam na ako ay nasa hustong gulang at napagtanto kong hindi matalinong mag-aksaya ng aking oras kapag maaari akong magtrabaho at kumita ng pera. Sa pagtatapos ng aking huling taon, nakaipon ako ng humigit-kumulang $10,000.

Olumide Ogunsanwo: Ang kaibahan sa aking kuwento ay malinaw. Masyado akong nakatutok sa akademya kaya nakuha ko lang ang una kong trabaho, bilang isang student tutor, dahil sa matataas kong grades. Ako ay mas nakakarelaks at hindi gaanong agresibo sa paghahanap ng mga pagkakataon. Nang maglaon nang binanggit ng isang kaibigan ang pagtatrabaho bilang valet tuwing Sabado, natanto ko ang potensyal na kumita ng mas maraming pera.

Ang pag-iisip sa labas ng kahon ay nalalapat sa higit pa sa mga pagkakataong pang-akademiko. Ito ay isang mahalagang kasanayan para sa personal na paglago at pag-unlad. Sa pamamagitan ng pamumuhunan sa iyong hinaharap sa halip na maghanap ng agarang kasiyahan, maaari kang bumuo ng pundasyon para sa pangmatagalang tagumpay.

3C: Mga Prinsipyo ng Malayang Pag-iisip at Pagkausyoso

Olumide Ogunsanwo: Sa bawat kabanata ng aklat, ibinabahagi namin ang aming mga kuwento sa buhay at pagkatapos ay tumutuon sa mga partikular na prinsipyo ng pagsasarili sa pananalapi na may kaugnayan sa mga kuwentong iyon. Ang kabanatang ito ay tungkol sa mga prinsipyo ng malayang pag-iisip at pagkamausisa.

Pagkatapos ng pag-asa sa sarili, ang malayang pag-iisip at pagkamausisa ay mahalaga para sa pagkamit ng kalayaan sa pananalapi. Upang malampasan ang mga hadlang at makamit ang iyong mga layunin, dapat kang maging mausisa at malikhain, at dapat ka ring mag-isip nang nakapag-iisa at iwasang maimpluwensyahan ng iba o sumuko sa FOMO (Fear Of Missing Out).

Okay lang na maging iba at tahakin ang landas na hindi sinasang-ayunan ng karamihan, basta't sa tingin mo ay makatuwiran para sa iyo. Ang independiyenteng pag-iisip ay mahalaga dahil ikaw lamang ang tunay na nakakaunawa sa iyong panloob na mga halaga at hangarin. Kung hahayaan mo ang iyong sarili na maimpluwensyahan ng mga opinyon ng iba, nanganganib na mawala sa paningin mo kung ano ang talagang gusto at kailangan mo. Maaaring dalhin ka ng FOMO sa isang landas na hindi naaayon sa iyong mga layunin o halaga. Halimbawa, sinabi ng iyong kaibigan na bibili siya ng bahay, at ipinapalagay mo na oras na para bumili ka ng bahay dahil nasa yugto ka ng iyong buhay kung saan kailangan mo ito. Ginawa mo ang iyong mga layunin at mahalagang mag-isip nang kritikal tungkol sa mga aksyon upang makamit ang mga ito. Karamihan sa mga tao ay hindi alam ang iyong mga layunin at may kanilang sariling iba't ibang mga layunin, kaya ang kanilang mga aksyon ay halos walang kaugnayan sa iyong buhay.

Upang magsanay ng independiyenteng pag-iisip, kailangan mong maging komportable sa paglihis mula sa pamantayan at potensyal na maging hindi sikat at hindi gusto. Maaaring mangahulugan ito ng pagtahak sa landas na hindi gaanong nalalakbay, ngunit sa huli, ito ang magiging landas na naaayon sa iyong mga halaga.

Sa huli, ito ang iyong buhay, at ikaw ang kailangang harapin ang mga kahihinatnan ng iyong mga aksyon. Ang mga taong nagbigay sa iyo ng payo o nakaimpluwensya sa iyong mga pagpipilian ay hindi naroroon upang tulungan kang harapin ang mga kahihinatnan kapag nagkamali.

Pag-isipan ito: Kung may nagpayo sa iyo na magkaroon ng apat na anak, aalagaan ba nila ang mga bata para sa iyo? Hindi! Magkaroon ng maraming anak hangga't gusto mo. Kung may magmumungkahi na dapat kang bumili ng bahay na may tatlong silid-tulugan, magbabayad ba sila ng mortgage o renta? Syempre hindi! Kumuha ng bahay na may pinakamaraming silid na gusto mo, o magpasya na huwag bumili ng isa. Kailangan mong harapin ang mga kahihinatnan, kaya bakit hindi gumawa ng mga independiyenteng desisyon na tumutugma sa iyong panloob na mga pagnanasa, kagustuhan, at layunin?

Acani Samon Biaou: Gusto kong magbigay ng isang potensyal na kontrobersyal na halimbawa at talakayin ang relihiyon. Maraming mga interpretasyon ng relihiyon, na ang ilan ay nagsasabing walang kalayaan ang tao dahil ang lahat ay kontrolado ng Diyos. Habang ang bawat isa ay may karapatang pumili ng kanilang sariling sistema ng paniniwala, ang ilan ay inuuna ang malinaw na lohika habang ang iba ay inuuna ang pananampalataya. Alinman ang pipiliin mo, mahalagang kilalanin na ang kabaligtaran ng pinaniniwalaan mo ay maaaring wasto. Ang kamalayan na ito ay tutulong sa iyo na manatiling bukas ang pag-iisip sa posibilidad ng mga hindi inaasahang resulta.

Gayunpaman, kung mahigpit mong pinanghahawakan ang ideya na maaari lamang magkaroon ng isang posibleng resulta, kung gayon ikaw ay nasa problema. Sa madaling salita, nababaliw ka.

Olumide Ogunsanwo: Ang aklat na " How I found Freedom in an Unfree World [1]" ni Harry Brown ay isa sa pinakamagandang librong nabasa ko tungkol sa kalayaan. Sinasaliksik nito ang iba't ibang mga bitag na pumipigil sa atin na maging malaya, kabilang ang tiyak na bitag. Nangyayari ang bitag na ito kapag naniniwala tayo sa isang partikular na resulta na may 100% na katiyakan at nabigong kilalanin ang mga panganib at kawalan ng katiyakan na likas sa paggawa ng desisyon.

Ang pangunahing problema sa ilang mga paraan ng pag-iisip, tulad ng

---

1.   https://www.amazon.com/How-Found-Freedom-Unfree-World/dp/0965603679

relihiyon, ay na nagiging sanhi ng mga tao na mag-isip nang may ganap na katiyakan. Ang probabilistikong pag-iisip, sa kabilang banda, ay mga salik sa mga probabilidad at panganib, tulad ng nakikita sa halimbawa ng pagkaka-roon ng <1% na pagkakataon ng isang aksidente sa sasakyan sa pamamagitan ng hindi pag-inom ng alak at pagmamaneho sa ligtas na bilis. Ang paniniwala sa ganap na katiyakan ng isang desisyon ay tanda ng pagkahulog sa tiyak na bitag. Halos walang tiyak sa buhay - iniisip lang natin.

Ang pag-iisip nang nakapag-iisa ay hindi nagpapahiwatig na naniniwala kang palagi kang tama. Nangangahulugan ito ng pagiging receptive sa pag-unawa sa mga pananaw ng ibang tao habang inaako rin ang responsibilidad para sa iyong sariling mga aksyon. Ito ay tungkol sa pagiging komportable at sapat na lakas ng loob na tanggapin ang responsibilidad para sa iyong mga de-sisyon, kahit na ang mga resulta ay hindi gaanong mahusay.

Achani Samon Biaou: Ang independiyenteng pag-iisip ay nagsasangkot hindi lamang ng kalayaang mag-isip para sa sarili kundi pati na rin ang pagki-lala na ang isang tao ay maaaring magkamali at ang pananagutan para sa mga resulta ng kanyang mga desisyon."

Bago ako maging 35, nagbayad lang ako ng upa sa kabuuang 5-6 na taon, na kinabibilangan ng dalawang taon sa business school at tatlong taon sa undergraduate at graduate school. Ang layunin ko sa panahong ito ay mabawasan ang aking mga gastos.

Ginamit ko ang mga puntos na nakuha ko mula sa aking mga pananatili sa trabaho sa isang linggo para magpalipas ng katapusan ng linggo sa mga ho-tel. Hinikayat ako ng aking ina na bumili ng bahay. Iginiit ng mga kaibigan ko na huli ako sa buhay dahil wala akong sangla. Kung sinunod ko ang kani-lang payo, iniisip ko kung nasaan ako ngayon, dahil marami sa kanila ang nagpupumilit pa rin na makamit ang kalayaan sa pananalapi.

Ang aking independiyenteng pag-iisip ay nagbigay-daan sa akin na ma-pagtanto na ang lahat ay tila nakikipagkarera patungo sa isang layunin na hindi naaayon sa minahan. Kahit na nasa iisang track kami, ang ilan ay tu-matakbo ng maiikling sprint habang ang iba ay tumatakbo sa marathon. Walang katotohanan na masiraan ng loob kapag may taong tumatakbo sa maikling distansya na dumaan sa iyo habang tumatakbo ka sa isang marathon. Ito ay repleksyon ng kung paano gumagana ang FOMO sa to-toong buhay. Mahalagang kilalanin ang karerang iyong tinatakbuhan at sumunod sa mga prinsipyo nito. Maaari kang laging matuto mula sa iba, ngunit hindi matalinong bulag na tularan ang kanilang mga aksyon."

Olumide Ogunsanwo: Ito ang dahilan kung bakit sobrang gusto ko si Ray Dalio. Siya talks tungkol believability weighting.

Kung mayroon akong isyu sa aking ngipin, makikinig ako sa dentista, ngunit hindi ako makikinig sa isang nutrisyunista. Sa kabaligtaran, kung mayroon akong isyu sa aking diyeta, makikinig ako sa isang nutrisyunista, hindi isang dentista.

Nais ng lahat na magbigay sa iyo ng payo, ngunit hindi alam ng lahat kung ano ang kanilang pinag-uusapan. Kung naghahanap ako ng personal na payo sa pananalapi, makikinig ako kay Samon dahil naging malaya siya sa pananalapi sa kanyang 30s. Hindi ako makikinig sa isang 82 taong gulang na nagtatrabaho pa rin at hindi maganda ang pananalapi.

Ito ang dahilan kung bakit tinatalakay natin ang malayang pag-iisip pagkatapos ng paniniwala sa sarili at pagtitiwala sa sarili. Mas magiging komportable kang mag-isip nang nakapag-iisa kapag naniniwala ka sa iyong sarili, nagtitiwala sa iyong sarili, at umaasa sa iyong sarili upang kumilos.

Acani Samon Biaou: Napakahalaga na bumuo ng kakayahang tukuyin ang mga pagkakataon kung saan wala ang malayang pag-iisip. Upang magawa ito, dapat itanong sa sarili ang tanong: 'Dapat ko bang ilagay ang aking tiwala sa isang partikular na pananaw?' Halimbawa, regular na nagtatampok ang CNN ng mga eksperto sa Africa na nagsasalita nang may kumpiyansa tungkol sa mga kaganapan sa kontinente. Sa kabila ng kanilang malawak na pagbabasa, ituturing ko lang na kapani-paniwala ang kanilang mga opinyon kung sila ay nagkaroon ng personal na karanasan sa pamumuhay at ganap na isawsaw ang kanilang sarili sa kultura ng Africa

Olumide Ogunsanwo: Hayaan akong gumugol ng ilang oras sa mga negatibo. May mga downsides sa thinking independently, alam ko kasi regular kong kinakaharap. Maraming tao ang hindi komportable o hindi magugustuhan ang iyong mga aksyon. Halimbawa, maaari nilang sabihin ang mga bagay tulad ng, "Nakatira ka sa isang one-bedroom apartment? Halika, bakit hindi ka bumili ng bahay?" o "Talaga bang financially independent ka? Halika, siyempre hindi ka financially independent. Kung nakakuha ka ng trabaho na binayaran ng $X, hindi mo ba kukunin?" Kailangan mong bumuo ng matigas na balat upang maunawaan na ang mga tao ay nagpapakita ng kanilang kawalan ng kapanatagan at kawalan ng paniniwala sa sarili sa iyo.

Ang downside ng independiyenteng pag-iisip ay kailangan mong maging okay sa pagiging iba, pinupuna, at hinuhusgahan, ngunit sulit ito dahil at least naniniwala ka na nabubuhay ka sa iyong sariling mga termino. Kung ang mga tao ay hindi nagtatanong kung bakit ka gumagawa ng mga bagay na hindi "normal" at hindi mo hinihiling na maging mas "tradisyonal", na umay-on, na gawin ang mga bagay sa paraang palagi nilang ginagawa, kung gay-on marahil ikaw ay hindi talaga isang independent thinker at bahagi lang ng karamihan.

Acani Samon Biaou: Alam kong nakakapagod ang independent thinking. Naiintindihan namin na minsan ay ayaw mong maabala.

Olumide Ogunsanwo: Ang malayang pag-iisip ay dapat unahin para sa malaki, mahahalagang desisyon sa buhay. Hindi na kailangang gumugol ng maraming oras sa pagsasaliksik ng mga walang kuwentang desisyon tulad ng kung ano ang isusuot ng medyas. Para sa mga naturang desisyon, maaaring sapat na ang mga default na opsyon. Ngunit, para sa mahahalagang desisyon, mahalagang mag-isip para sa sarili at hindi bulag na sundin ang karamihan. Dapat maging tapat sa sarili habang pumipili ng mga default na opsyon.

Ang paggawa ng mahahalagang desisyon sa buhay ay nangangailangan ng pagsasaalang-alang sa iyong mga personal na halaga, pangangailangan, at ka-gustuhan.

Acani Samon Biaou: Sa isang lipunang inuuna ang pagkonsumo, ang malayang pag-iisip ay nagiging mas mahalaga. Upang ilarawan, isaalang-alang ang halimbawang ito:

Bumili kami ng aking partner ng isang California king bed para sa aming apartment. Sa kasamaang palad, kasalukuyang ginagamit namin ang halos isang katlo ng kama. Lumilikha ito ng mga hindi kinakailangang puwang at ginagawang mahirap para sa amin na maging malapit sa isa't isa. Bakit tayo nagsayang ng pera dito? Naiisip ko na ang mga mag-asawang natutulog sa isang single bed ay malamang na magtatagal at may mas magandang compat-ibility, dahil napipilitan silang ayusin ang mga pagtatalo bago matulog dahil wala nang ibang mapupuntahan.

Olumide Ogunsanwo: [Tawanan]

Acani Samon Biaou: Kung ang isang mag-asawa ay nagmamay-ari ng isang California King size na kama, maaaring ito ay kasing ganda ng pagtulog sa magkahiwalay na silid-tulugan. Sa sitwasyon namin, kahit na iniunat ko ang aking mga braso, hindi ko pisikal na mahahawakan ang aking kapareha, at hindi dahil sa pandak ako. Maaari pa nga siyang mahulog sa kama sa gabi, at hindi ko namalayan hanggang kinaumagahan.

Olumide Ogunsanwo: [Hysterical na pagtawa]

Achani Samon Biaou: Katulad nito, bakit pipiliin ng isang indibidwal na nagmamaneho sa maayos na mga kalsada na bumili ng malaking SUV? Kung ang layunin ay ipakita ang kanilang katayuan o kayamanan, kung gayon ang pagkakaroon ng naturang sasakyan ay maaaring maging isang mahalagang kadahilanan.

Olumide Ogunsanwo: Ang mga karapatan sa pagmamayabang at mga diskarte sa pagmamayabang ay nasa labas ng saklaw ng aklat na ito.

Acani Samon Biaou: Nakilala ko ang isang founder na nagbebenta ng mga kumpanya sa halagang daan-daang milyong dolyar, at nag-inuman kami nang magkasama. Siya ay nagmaneho ng napakaliit na mini Chevrolet, habang ako ay nagmamaneho ng isang marangyang kotse, kahit na hindi ako partikular na interesado sa mga kotse. Gayunpaman, nang makita ko ang kanyang sasakyan ay napagtanto ko na hindi pa ako nag-isip nang matagal bago bumili. Nakaramdam ako ng katangahan dahil wala akong daan-daang milyong dolyar, at maaari kong gastusin ang aking pera sa mga bagay na mas pinahahalagahan ko. Mula ngayon, kung bibili ako ng pangalawang kama, hindi na ako bibili ng California king, at kung bibili ako ng isa pang kotse, bibili lang ako ng mamahaling sasakyan kung matikman ko ito.

Olumide Ogunsanwo: Okay! Sa tala na iyon, lumipat tayo sa nauugnay na prinsipyo ng pag-usisa.

Achani Samon Biaou: Magsimula tayo sa pamamagitan ng pagtukoy sa pagkamausisa bilang isang masigasig na pagnanais na matuto ng mga bagay na higit pa sa kung ano ang kaagad na nauugnay sa iyong kasalukuyang mga aktibidad. Upang ilarawan ito, isipin ang isang gutom na bata na hindi pinapansin ang pagkain sa harap nila at sa halip ay tumutok sa isang dilaw na lugar sa sahig. Bagama't ito ay maaaring mabigla o magalit sa iyo, ito ay resulta lamang ng matinding pag-uusisa ng bata, na maaari pa ngang i-override ang kanilang biyolohikal na pangangailangan para sa kabuhayan. Ito ay nagpapakita ng kapangyarihan ng pag-usisa.

Ngayon, isaalang-alang ang isang may sapat na gulang na nagpahayag ng pagnanais para sa isang mas mahusay na karera at humingi ng iyong payo. Kung tatanungin mo sila tungkol sa mga hakbang na ginawa nila sa ngayon at kung anong uri ng mga trabaho ang interesado sila, at hindi sila sigurado, maaaring hindi sila masyadong interesado. Ito ay nagpapahiwatig na ang paghahanap ng bagong trabaho ay maaaring hindi isang pangunahing priyoridad para sa kanila. Kung ang isang tao ay tunay na motibasyon na maghanap ng trabaho, gagawa sila ng pare-parehong aksyon at magsasagawa ng pananaliksik upang mangalap ng impormasyon.

Kapag na-curious ka, gagawin mo ang unang hakbang na iyon at tuklasin ang lahat sa paligid mo, pangangalap ng impormasyon na maaari mong pinuhin at pagtibayin. Mayroong enerhiya na nagtutulak sa iyo na magpatuloy at tumingin nang higit pa sa kung ano ang agad na nakikita. Ito ang pinagkaiba ng mga mausisa sa mga hindi.

Pag-isipan ang sitwasyong ito at isaalang-alang ang antas ng kawalang-interes sa mga bagay na madaling makukuha sa paligid mo. Bakit ito nangyayari? Kung matutukoy mo ang mga dahilan sa likod ng iyong kawalan ng pag-usisa, maaari kang makahanap ng mga paraan upang matugunan ang mga puwang na iyon.

Olumide Ogunsanwo: Masuwerte ang mga imigrante at expat dahil nagtataglay sila ng sapat na kuryusidad upang lumipat sa isang bagong bansa, kung saan nakatagpo sila ng isang lipunan na naiiba sa kanilang nakasanayan. Ang bagong bagay na ito ay ginagawang mas madali para sa kanila na mapanatili ang kanilang pagkamausisa. Mahalagang kilalanin ang mga pakinabang ng iyong background at kasaysayan. Sa kabaligtaran, ang isang indibidwal mula sa Mississippi na nag-aaral sa Unibersidad ng Mississippi ay maaaring magkaroon ng mas mababang antas ng kuryusidad dahil sa naninirahan sa parehong estado para sa kanilang buong buhay at sanay sa mga makamundong gawain.

Habang binabasa mo ang kabanatang ito, maaari mong makita ang mga benepisyo ng pag-usisa bilang halata, ngunit gusto naming linawin na hindi lang namin sinasabi ang halata. Sa halip, tinatanong namin kung paano mo malinang at mapangalagaan ang pagkamausisa sa iyong buhay sa paulit-ulit na batayan upang matulungan kang makamit ang kalayaan sa pananalapi.

Acani Samon Biaou: Pag-usapan natin kung paano mag-apoy ng curiosity sa mga bata. Ang magandang balita ay ang mga bata ay likas na matanong dahil ang lahat ay bago sa kanila kapag sila ay ipinanganak. Bilang isang magulang, mahalagang hindi hadlangan ang kanilang likas na pagkamausisa, ngunit sa halip ay pagyamanin ito. Hikayatin ang pagkamausisa ng iyong anak sa pamamagitan ng pagpapahintulot sa kanila na tuklasin at makibaha-gi sa kanila.

Isa ako sa mga extremist na nagsasabing hayaan silang mag-eksperimento sa mga bagay-bagay, kahit na "masamang" bagay, basta't hindi nila seryosong saktan ang kanilang sarili. Halimbawa, kung nilalaro nila ang isang bagay na matutulis, hayaan silang maglaro hangga't hindi nila masyadong masasaktan ang kanilang sarili, tulad ng pagputol ng kanilang mga mata. Kung sila ay nasaktan, maaari itong maging isang karanasan sa pag-aaral para sa kanila.

Olumide Ogunsanwo: Upang madagdagan ang iyong pagkamausisa, pag-isipan ang iyong mga karanasan sa pagkabata nang may pagkamausisa. Kung mayroon kang mga positibong karanasan, isaalang-alang kung paano mo mapapanatili at mapapaunlad ang pagkamausisa. Sa kabaligtaran, kung ang iyong mga karanasan ay hindi nakakatulong sa pag-usisa, dapat mong pag-aralan nang mas malalim ang pag-unawa sa ugat ng iyong kawalan ng pag-usisa.

Ang mga indibidwal ay kulang sa pag-uusisa dahil hindi nila nahanap ang mga bagay na pumukaw sa kanilang pananabik. Ang kagalakan at pag-usisa ay magkakaugnay, at ang isa ay karaniwang humahantong sa isa pa.

Lumikha ng isang pangitain para sa iyong buhay na nasasabik sa iyo, dahil ito ang magtutulak sa iyong kuryusidad at mag-udyok sa iyo na hanapin ang mga kinakailangang hakbang upang makamit ang iyong mga layunin. Gustung-gusto ko ang quote ni Tony Robbins na nagsasabing, "Kapag may-roon kang sapat na makapangyarihan kung bakit, ang paano ay nagiging na-pakalinaw."

Kapag mayroon ka nang malinaw na layunin (ang "bakit") at isang ma-linaw na natukoy na pananaw, natural kang magiging mas masigasig at matanong tungkol sa pagtuklas ng mga bagong ideya at karanasan.

Acani Samon Biaou: Sumang-ayon. Bagama't maaaring hindi namin malutas ang kakulangan ng pag-uusisa, maaari kaming mag-alok ng mga mungkahi batay sa aming mga karanasan. Sa personal, kapag naramdaman kong humina ang aking pagkamausisa, nalaman kong ang paglalakbay o pag-galugad ng mga bagong lugar sa aking lungsod ay nakakatulong na muling mag-alab. Halimbawa, ang pagtatakda ng layunin na tuklasin ang lahat ng mga restaurant sa iyong kapitbahayan ay maaaring maging mas nakapagpa-pasigla kaysa sa paulit-ulit na pagbisita sa parehong pamilyar na mga lugar para sa kaginhawahan. Maaaring magtaka ang ilan kung bakit kailangan nilang baguhin ang mga bagay na hindi nasisira. Dahil kung hindi mo babaguhin ang mga bagay, masisira <u>ka</u>.

Olumide Ogunsanwo: Wow, ang bigat.

Acani Samon Biaou: Ang paulit-ulit na pagpunta sa parehong restau-rant dahil sa pakiramdam na pamilyar ito ay maaaring humantong sa mga napalampas na pagkakataon. Maaari kang malungkot kapag napagtanto mo na ang kalapit na restaurant ay nagbebenta ng pinahusay na bersyon ng parehong ulam sa isang makabuluhang mas mababang presyo, na nagpa-paramdam sa iyong hangal para sa hindi pagtuklas ng iba pang mga opsyon nang mas maaga.

Susunod ay ang paglalakbay: Nasisiyahan ako sa paglalakbay dahil pinip-ilit ka nitong maging mausisa. Halimbawa, kung ikaw ay mula sa America at bumisita ka sa Europa, maaari kang maging matanong tungkol sa euro at mga halaga ng palitan, at ito ay maaaring humantong sa iyong tuklasin kung bakit nagbabago ang mga halaga ng palitan. Ang paglalakbay ay may natatanging kakayahan na mag-apoy ng kuryusidad sa loob mo. Gayunpaman, kung pip-ilitin mo pa ring maging natural na mausisa, maaari mong linangin ang ugali sa pag-iisip na magtanong ng "bakit" sa tuwing makakatagpo ka ng hindi in-aasahang bagay. Ang pagkamausisa na ito ay nauugnay sa ideya ng pag-asa sa sarili. Halimbawa, ang pagtatanong ng "bakit gumagamit ng pera ang mga tao?" ay hihikayat sa iyo na magpatuloy sa paggalugad at pagpapalawak ng iy-ong pagkamausisa.

Ang isang karagdagang mungkahi upang mapataas ang iyong antas ng pag-usisa ay ang lumikha ng isang uri ng "krisis". Bagama't ito ay tila isang kakaibang diskarte, maaari itong maging epektibo. Halimbawa, maaaring sinasadya mong mailagay ang iyong mga susi paminsan-minsan, na pipilitin mong bigyang pansin ang iyong paligid. Bukod pa rito, subukang simulan ang mga pag-uusap sa mga taong sa tingin mo ay kaakit-akit at obserbahan kung paano tumutugon ang iyong tibok ng puso.

Sa pamamagitan ng pagiging mausisa tungkol sa iba, maaari kang mag-unlock ng maraming insight. Halimbawa, kung ang isang taong interesado ka ay tila hindi interesado, maaaring gusto mong kunin ito nang personal. Gayunpaman, sa pamamagitan ng pagsisikap na maunawaan sila nang mas mabuti, maaari mong matuklasan na ang kanilang pag-uugali ay walang ki-nalaman sa iyo, sa halip ay isang bagay na nangyayari sa kanilang sariling buhay.

Olumide Ogunsanwo: Ang pagkamausisa ay mahalaga bago, habang, at pagkatapos makamit ang kalayaan sa pananalapi.

Bago maging independyente sa pananalapi, ang pag-usisa ay ang kislap na maaaring mag-apoy ng kaguluhan at mag-udyok sa iyo na magsimula sa isang paglalakbay patungo sa isang mas magandang pinansiyal na hinaharap.

Sa panahon ng paglalakbay sa FI, ang pag-uusyoso ay nagsisilbing ma-pagkukunan ng pagganyak, na tumutulong sa iyong manatili sa landas, kahit na nahaharap sa mga hadlang o ang pangangailangang ayusin ang iyong kur-so.

Matapos makamit ang kalayaan sa pananalapi, ang mga benepisyo ng pag-usisa ay patuloy na lumalabas. Kung tutuklasin mo ang iba't ibang interes at aktibidad habang nasa daan, gaya ng bowling, salsa dancing, o paglalakbay, magiging mas madaling lumipat sa mga gawaing ito nang may kalayaan at oras na makukuha mo pagkatapos ng kalayaan sa pananalapi.

Kung ikaw ay isang taong nagtatanong kung bakit ang isang libro sa pagsasarili sa pananalapi ay may kasamang seksyon sa pag-usisa, at gusto lang kumita ng "maraming pera". Ang aklat na ito ay tungkol sa pagtulong sa iyo na mamuhay sa buhay na gusto mo sa iyong sariling mga tuntunin, at hindi nangangahulugang kumita ng maraming pera.

Anyway, I have good news for you, curiosity help you make more money because it helps not only in your personal life but also in your business and career. Halimbawa, kung isa kang manager na may dalawang empleyado, sino ang ipo-promote mo: ang kumukumpleto lang sa mga nakatalagang gawain o ang nagtatanong at naglalayong maunawaan ang pangangatwiran sa likod ng mga gawain?

Tinutukoy ng aklat na "Seven Habits of Highly Effective People" ang unang ugali bilang pagiging maagap. Ang pagkakaroon ng isang maagap na saloobin, independiyenteng mga kasanayan sa pag-iisip, at isang mausisa na pag-iisip ay magkakaugnay na bahagi ng isang mindset na nagtutulak sa iyo tungo sa pagkamit ng iyong mga layunin.

Sino ang mas malamang na magtagumpay? Isang taong mausisa, independiyente, at maagap, o isang taong mahinahon, sumusunod sa karamihan, at naliligaw sa kawan, ginagawa ang sinasabi sa kanila ng kanilang mga kaibigan, pamilya at lipunan. Ito ay napakalinaw - hindi ko kailangang sagutin.

Acani Samon Biaou: Ang kakulangan sa pag-usisa ay mawawala sa iyo patungo sa kalayaan sa pananalapi. Kahit na kahit papaano ay nakarating ka doon nang walang pag-usisa, maaari kang maging isang depressed retiree. Gaya ng nabanggit ni Olumide, ang pag-usisa ay maaaring makatulong sa iyo sa paglalakbay na ito. Ikaw ay malamang na ma-promote kung ikaw ay makikita bilang isang problem solver. Umiiral ang mga problema dahil hindi halata ang mga solusyon, kaya kailangan mong maging bukas sa paggalugad ng mga malikhaing paraan upang malutas ang mga problema.

Olumide Ogunsanwo: Mag-isip nang malikhain sa labas ng kahon, na mas malamang na mangyari kung ikaw ay mausisa.

Acani Samon Biaou: Mapanganib ang manatiling walang kibo, dahil ang iba ay nakikiusyoso at nagpapaunlad sa kanilang sarili, kaya sa huli ay maiiwan ka.

Olumide Ogunsanwo: Magtatapos ako sa pamamagitan ng pag-uusap tungkol sa ilang mga libro na tumutulong sa pagpapaunlad ng mga prinsipyo ng malayang pag-iisip at pagkamausisa.

Ang unang rekomendasyon sa libro ay " The Courage to be Disliked [2]" nina Ichiro Kishimi at Fumitake Koga. Ang aklat ay isinulat sa istilo ng pagsasalaysay ng dalawang Japanese na may-akda at pinag-uusapan dito kung paano mo makokontrol ang iyong buhay, at kung paano makakaapekto sa iyong kaligayahan ang mga opinyon ng ibang tao.

Pangalawa, inirerekumenda ko ang " Antifragile [3]" ni Nassim Taleb. Ipinakilala ng sikat na aklat na ito ang konsepto ng antifragility, kung saan maaaring magkaroon ng positibong epekto sa iyo ang isang negatibong nangyayari. Ang isang matatag na sistema ay maaaring makaligtas sa panlabas na stress, ngunit ang isang antifragile system ay bumubuti kapag ito ay nakakaranas ng stress. Ang malayang pag-iisip, pagkamausisa, at pag-iisip ng mga antifragile na sistema ay magkakasabay. Ang pagdidisenyo ng isang antifragile system ay nangangailangan ng ibang antas ng pag-iisip. Si Nassim ay

---

2.　　http://www.amazon.com/The-Courage-to-Be-Disliked-audiobook/dp/B07BRPW98K

3.　　https://www.amazon.com/Antifragile-Things-That-Disorder-Incerto/dp/0812979680

isang countercultural thinker, na kapaki-pakinabang din para sa mga mam-babasa.

Acani Samon Biaou: Gusto kong magrekomenda ng libro ni Adam Grant na tinatawag na " Think Again [4]". Isipin na ang iyong isip ay tulad ng isang gas na naka-compress sa isang tubo at siya ay darating at pinalawak ang iyong isip. Nakakatulong ito sa pag-deconstruct ng mga bagay na pin-ababayaan natin. Ipinapakita nito sa iyo na ang mga bagay sa paligid natin ay hindi naman kung ano ang iniisip natin.

Olumide Ogunsanwo: Hindi kapani-paniwala. Salamat sa pagbabasa. See you sa susunod na kabanata.

---

4. http://www.amazon.com/Think-Again-Power-Knowing-What/dp/1984878107

4: Mga kwento sa Unang Karera at Prinsipyo ng Ambisyon at Katapangan

Olumide Ogunsanwo: Nasasabik akong alamin ang mga kuwento ng aming unang pormal na trabaho sa corporate America at Europe. Ang aming mga paunang trabaho, suweldo, at mga amo ay may malaking epekto sa kung paano namin, at marami pang iba, iniisip ang tungkol sa pamamahala ng pera.

Pag-uusapan din natin ang mga prinsipyo ng ambisyon at katapangan. Maging ambisyoso na magtakda ng mga layunin at matapang na kumilos patungo sa kanila, kahit na sa harap ng mga pag-urong o takot.

Marami kang haharapin na hamon at balakid. Ang ambisyon at katapangan ay gagabay sa iyo patungo sa kalayaan sa pananalapi at ang kakayahang mamuhay sa iyong sariling mga tuntunin.

Acani Samon Biaou: Ibabahagi namin kung paano namin binuo ang aming mga ambisyon at nagkaroon ng lakas ng loob na ituloy ang mga ito. Hindi na kami makapaghintay na sabihin sa iyo kung paano naimpluwensyahan ng mga prinsipyong ito ang aming mga unang karera at nakatulong sa amin na makamit ang kalayaan sa pananalapi. Magsimula na tayo!

4A: Kwento ng Maagang Karera ni Olumide

Acani Samon Biaou: Ano ang iyong unang trabaho at paano mo ito nakuha? Gayundin, mayroon ka bang naisip tungkol sa kalayaan sa pananalapi habang lumipat ka mula sa unibersidad patungo sa iyong trabaho?

Olumide Ogunsanwo: Nag-aral ako ng Chemical Engineering sa unibersidad, isinasaalang-alang ko rin ang paggawa ng double degree sa Economics ngunit sa wakas ay nagpasya ako laban dito. Sa pagtatapos ng aking undergraduate degree, nakita kong medyo boring ang mga klase, ngunit umaasa ako na magiging mas kawili-wili ang aking trabaho. Nagtapos ako noong 2006 sa edad na 21 na may mataas na GPA, ngunit medyo nahirapan akong maghanap ng trabaho dahil wala pa akong internship. Ito ay dahil ang American student work visa ay idinisenyo upang ang mga internasyonal na estudyante ay maaaring mag-internship gamit ang kanilang mga student visa, ngunit maraming kumpanya ang nais lamang na magbigay ng mga internship sa mga mag-aaral na sa kalaunan ay makakakuha ng full-time na trabaho, na nagpapahirap sa mga estudyanteng tulad ko. Bilang resulta, kinailangan kong maghanap ng ibang trabaho sa panahon ng tag-araw.

Nagtrabaho ako bilang isang tutor na masaya at madali. Nagtrabaho din ako sa pagtawag sa mga alumni para humingi (makamalimos?) ng mga donasyon para sa paaralan. Ito ay mahirap. Nakatanggap kami ng ilang masama at malupit na tugon. "Iwanan mo akong mag-isa!" "Huwag mo akong tawagan sa numerong ito!" "Sino ito?" "Paano mo nakuha ang numero ko?" Ang mga karanasang ito ay hindi masaya at walang kinalaman sa aking Chemical Engineering degree, ngunit kailangan kong gawin ang anumang dapat kong gawin para kumita ng pera. Ang trabaho sa pagtawag ay nakaka-pagod sa halos lahat ng oras, ngunit naging komportable ako sa pag-pitch at pagbebenta sa telepono.

Nang malapit na ang graduation noong tag-araw ng 2006, nagsimula akong mag-apply para sa mga full-time na trabaho at nakapanayam sa Honeywell UOP. Naging maayos ang mga panayam, at inalok nila sa akin ang aking unang trabaho bilang isang process design engineer. Nagsimula ako noong Setyembre 2006 sa isang refinery sa Indiana, malapit sa Chicago na maaari akong magtrabaho araw-araw sa pamamagitan ng pagsakay sa dalawang bus. Ang suweldo ko ay $56,000, at tuwang-tuwa akong magsimula. Gumamit ako ng software upang magdisenyo ng iba't ibang uri ng kagamitan sa refinery tulad ng mga heat exchanger, pump, atbp. Kinailangan ko ring pumunta sa field upang suportahan ang pag-install ng kagamitan na aking dinisenyo.

Acani Samon Biaou: Iyan ay sa Chicago?

Olumide Ogunsanwo: Ang trabahong ito ay nasa isang refinery sa Indiana, ngunit malapit lang ito sa Chicago na maaari akong magtrabaho araw-araw sa pamamagitan ng pagsakay sa dalawang bus. Hindi ko nais na makipagsapalaran sa pagbili ng kotse dahil ako ay nasa pansamantalang immigration work visa. Iyan ang kwento ng aking unang trabaho at kung paano ko ito nakuha.

Acani Samon Biaou: Wow, ang mga hamon ng mga imigranteng estudyante sa Amerika ay kitang-kita sa iyong paglipat mula sa paaralan patungo sa trabaho. Mas gusto ng mga kumpanya na magbigay ng mga internship sa mga mag-aaral na madaling matanggap sa ibang pagkakataon nang buong oras nang hindi nangangailangan ng pahintulot sa trabaho, tulad ng kaso para sa lahat ng mga imigrante.

Olumide Ogunsanwo: Eksakto. Kahit na pinapayagan ng gobyerno ang mga kumpanya na bigyan ka ng mga internship. Napakalungkot noon. Sa kabila ng pagkakaroon ng pinakamataas na GPA sa aking departamento, kailangan kong manirahan sa iba pang mga trabaho na hindi nauugnay sa aking degree. Ito ay medyo kakaiba, ngunit nalampasan mo ang mga bagay na iyon. Iyan lang ang paraan ng pag-set up ng imigrasyon.

Acani Samon Biaou: Kung ikaw ay isang Amerikano, hindi mo kailanman iisipin ang tungkol sa mga paghihigpit sa visa. Naaalala ko nang ang ilan sa aking mga kaibigang Pranses ay nagulat na ang mga internasyonal na estudyante ay nangangailangan ng mga permit sa pagtatrabaho. "Ano yan?" magtatanong sila, natataranta. [Tawa].

Olumide Ogunsanwo: [Tawanan]

Acani Samon Biaou: Pagdating sa full-time na trabaho, mayroon ka bang diskarte sa paghahanap ng trabaho? Kinuha mo ba ang unang alok dahil mahirap makakuha ng trabaho o mas sinadya mo bang maghintay para sa tamang trabaho?

Olumide Ogunsanwo: Kailangan ko ng pera. Nagtapos ako sa tag-araw at kailangan kong makakuha ng trabaho. Ito ay hindi hanggang sa huli sa aking karera na nagkaroon ako ng higit na awtonomiya at kakayahang pumili mula sa maraming trabaho. Ang balanse ng kapangyarihan sa pagitan ng employer at empleyado ay mahalagang maunawaan. Kung hindi mo ito naiintindihan, malamang na nasa iyong employer ang lahat ng kapangyarihan sa iyo.

Upang recap: Ang aking maagang karera ay nagtagal mula 21 hanggang 25 (Nagtapos ako sa unibersidad noong 2006 noong ako ay 21, at nag-aral sa business school noong 2010 noong ako ay 25). Ang buod ng aking maagang karera ay karaniwang sakit sa puso at sakit. Gaya ng nabanggit ko, sinimulan ko ang aking karera bilang isang process design engineer sa Honeywell UOP, na nasa proseso ng pagkuha ng Honeywell noong panahong iyon. Sa kasamaang-palad, ang pinagsamang kumpanya, ang Honeywell UOP, ay hindi nakapag-file ng aking permanenteng work visa application, at ako ay pinaalis sa aking unang trabaho sa loob ng tatlong buwan. Ito ay isang napakasakit na karanasan.

Acani Samon Biaou: Wow.

Olumide Ogunsanwo: Naganap ang insidenteng ito noong Enero 2007, ilang sandali matapos kong simulan ang aking trabaho noong Setyembre 2006. Nakaramdam ako ng matinding kahihiyan at kahihiyan. Bilang isang all-star na mag-aaral sa aking mga undergraduate na klase na may isa sa mga pinakamataas na GPA sa aking programa, ako ay nabigla sa mga pangyayaring ito. Ang mga pag-iisip kung ano ang mangyayari kung kailangan kong umalis ng bansa (dahil sa 90-araw na limitasyon sa kawalan ng trabaho sa aking pansamantalang visa) ay nagsimulang sumakit sa aking isipan.

Ito ay isang hindi kapani-paniwalang mahirap na oras para sa akin. Natagpuan ko ang aking sarili na umiiyak mag-isa sa aking silid, hindi sigurado sa mga susunod na hakbang. Hindi ako kumportable na talakayin ito sa sinuman, lalo na dahil marami sa mga kaibigan ko ang bumati sa akin ilang buwan pa lang ang nakalipas. Lumiko ako sa isang madilim na lugar kung saan nagsimula akong maunawaan ang dinamika ng kapangyarihan. Napagtanto ko na ang buhay ay parang chessboard, at kailangan kong humanap ng diskarte na magbibigay sa akin ng higit na kalayaan sa halip na maging isang pawn lang.

Ito ay walang alinlangan na isa sa pinakamababang punto sa aking buhay. Sa edad na 21, sinisikap ko pa ring isipin ang mga bagay-bagay, at naaalala ko ang pagbuhos ng luha sa mga araw sa pagtatapos.

Acani Samon Biaou: Wow. Paano mo nagawang makayanan ang sitwasyon, at paano ka nito binago?

Olumide Ogunsanwo: Sa kabutihang palad, bago ang insidente ng layoff, hindi ako nakagawa ng anumang malalaking pagbili tulad ng kotse o bahay. Ipinagpatuloy ko ang pamumuhay sa isang katamtamang pamumuhay na katulad ng aking mga araw sa unibersidad, kasama ang isang apartment sa mga kasama sa silid. Sa kabutihang palad, ito ay nangangahulugan na ang aking mga gastos sa pamumuhay ay nanatiling mababa. Pangunahing umasa ako sa mga tren at bus para sa transportasyon, paminsan-minsan ay nakikipag-carpool sa aking mga katrabaho.

Isa sa mga kasama ko sa carpool ay isang babaeng Persian na nag-aral din sa IIT at nakakuha ng Master's degree sa Chemical Engineering, samantalang bachelor's degree lang ang natapos ko. Nakapagtataka, sa kabila ng pagkakaroon ng parehong mga responsibilidad sa trabaho, kumikita lamang siya ng $1,000 na higit pa taun-taon kaysa sa akin, na may suweldong $57,000. Ito ay humantong sa akin sa dalawang obserbasyon.

Una, naging maliwanag na hindi lubos na pinahahalagahan ng mga kumpanya ang mga master's degree kumpara sa mga bachelor's degree. Sa kabila ng kanyang karagdagang edukasyon na nagkakahalaga ng dalawang taon ng kanyang buhay at $40,000, ang pagtaas ng suweldo ay minimal. Madalas siyang nagreklamo tungkol sa pagkakaroon ng maliit na pera pagkatapos bayaran ang kanyang kotse at pagkakasangla. Ito ay nagulat ako, dahil nagkaroon ako ng kabaligtaran na karanasan at nagawa kong makatipid ng malaking bahagi ng aking kita.

Pangalawa, napagtanto ko na ang aming mga pagpipilian sa paggastos ay maaaring makaapekto nang malaki sa aming mga trajectory sa buhay. Bagama't magkapareho ang aming mga suweldo, magkaiba kami ng mga kinalabasan. Nagbayad ako ng maliit na upa na $300-$350 bawat buwan sa pamamagitan ng pagbabahagi ng isang basement apartment sa aking kaibigang si Nekheel, habang ang aking kaibigang Persian ay may sangla na malamang na mas mataas kaysa sa aking upa. Habang gumagamit ako ng $75 na buwanang pass para sa pampublikong transportasyon, nagastos niya ang kanyang sasakyan, kabilang ang insurance, gas, at pagkukumpuni.

Isipin kung nakabili ako ng bahay at kotse noong panahong iyon. Nakulong na sana ako. Ano ang gagawin ko sa isang 30-taong mortgage? Paano ko haharapin ang kotse? Ibenta ito sa isang malaking pagkalugi? Masama sana ang sitwasyon, na pinipilit akong magbenta ng mga ari-arian at posibleng umalis pa ng bansa.

Matingkad pa rin sa aking isipan ang mga alaalang iyon. Ang karanasan ay nagpatigas sa akin at humantong sa akin na tingnan ang mga korporasyon na may hindi gaanong tiwala. Alam kong hindi ako makakaasa sa mga korporasyon dahil wala silang pakialam sa akin. Nagdulot ito ng aking interes sa personal na pananalapi, kalayaan sa pananalapi, at maagang pagreretiro. Nagmarka iyon sa simula ng aking paglalakbay patungo sa kalayaan sa pananalapi.

Achani Samon Biaou: Ang kwentong ibinahagi mo ay hindi kapani-paniwalang nakakaantig. Ito ay dapat na lubhang traumatiko at mapaghamong pagtagumpayan.

Olumide Ogunsanwo: Maraming tao ang pamilyar sa PTSD, na nangangahulugang Post-Traumatic Stress Disorder. Ito ay isang kondisyon sa kalusugan ng isip na nakakaapekto sa mga indibidwal na dumanas ng mga traumatikong karanasan, tulad ng mga beterano, na nagdudulot sa kanila na mabuhay muli ang trauma at negatibong nakakaapekto sa kanilang pang-araw-araw na buhay, kabilang ang mga relasyon at trabaho.

Sa kabilang banda, mayroong hindi gaanong kilalang tugon sa trauma na tinatawag na PTG, o Post-Traumatic Growth. Ito ay tumutukoy sa proseso ng personal na paglaki, pag-unlad, at pagbabago na maaaring mangyari pagkatapos makaranas ng trauma. Sa maraming paraan, nararamdaman ko na ito ay isang sandali ng PTG sa aking buhay.

Hanggang kamakailan, hindi ko maikuwento nang hindi umiiyak, dahil nagbabalik ito ng matingkad na alaala ng aking naramdaman. Gayunpaman, minsan may nagsabi sa akin na kapag mas nagbubukas ka tungkol sa iyong mga masasakit na karanasan, nagiging mas madali ito. Maaari kong kumpirmahin na ito ay totoo.

Achani Samon Biaou: Nabanggit mo na ikaw at ang iyong kaibigan na si Nekheel ay nakatira sa basement upang mapanatiling mababa ang upa. Gusto kong gamitin ang halimbawang iyon upang i-highlight ang kahalagahan ng pagtitipid nang maaga. Kapag nagsimulang kumita ng suweldo ang mga tao sa unang pagkakataon, karaniwan na para sa kanila na makaramdam ng pagnanasa na gumastos ng malaki, dahil sa kanilang bagong nahanap na disposable income. Gayunpaman, ang pagkamit ng kalayaan sa pananalapi ay karaniwang nagsasangkot ng pagiging maingat sa iyong mga gastos mula sa simula. Kung mas malaki ang iyong ginagastos, mas kakaunti ang iyong magagamit upang mamuhunan at mag-compound sa paglipas ng panahon. Sa halip, gawing pamumuhunan ang iyong mga gastos, tulad ng mga pagkakataon sa pag-aaral o networking para sa mga bagong prospect ng trabaho.

Ang awtomatikong pagtaas ng iyong paggasta habang tumataas ang iyong kita ay maaaring hindi produktibo, lalo na kung ang iyong tumaas na paggastos ay hindi naaayon sa iyong mga halaga.

Olumide Ogunsanwo: Mayroong ilang mga diskarte upang makamit ang kalayaan sa pananalapi.

Ang isang diskarte ay nagsasangkot ng pagtuon sa pag-maximize ng iyong kita, habang ang isa ay nakatuon sa pagliit ng iyong mga gastos. Ang iba't ibang mga indibidwal ay natural na mas nakahilig sa isang panig o sa iba pa, na naiimpluwensyahan ng kanilang personalidad, pagkakalantad, mga pagkakataon, lokasyon, mga kasanayan, background, o edukasyon.

Gayunpaman, kapaki-pakinabang na ituloy ang parehong mga diskarte nang sabay-sabay. Ang mga indibidwal ay dapat magsikap na i-maximize ang kanilang kita sa pamamagitan ng patuloy na pagpapaunlad ng kanilang sarili, pagkuha ng mga bagong kaalaman at kasanayan. Kasabay nito, dapat nilang bawasan ang mga gastos sa pamamagitan ng sinasadyang paggastos batay sa kanilang mga halaga, pagbibigay-priyoridad sa mga lugar na nagdudulot sa kanila ng kagalakan, at pagbabawas o pag-aalis ng mga hindi kinakailangang gastos. Ang susi ay upang makahanap ng balanse sa pagitan ng pag-maximize ng kita at pagliit ng mga gastos, sadyang binibigyang-diin ang isang aspeto batay sa iyong partikular na yugto ng buhay, mga pangyayari, at mga pagkakataon. Na kung saan ang nuance ay namamalagi. Iyon ang nuance.

Halimbawa, kung ikaw ay isang 21 taong gulang na nagsimula ng trabaho sa isang bagong lungsod, maaaring sa simula ay mas mahalaga na tumuon sa pagliit ng mga gastos. Kakailanganin mong malaman ang pabahay at transportasyon sa iyong bagong lokasyon. Gayunpaman, kapag na-optimize mo na ang mga pangunahing bahagi ng gastos, maaaring mas kapaki-pakinabang na ilipat ang iyong pagtuon patungo sa pag-maximize ng iyong kita. Maaaring kabilang dito ang pag-explore ng mga promosyon sa trabaho, mga side hustles, mga eksperimento sa entrepreneurial, o mga creative na proyekto. Hindi magiging kapaki-pakinabang na doblehin ang pagbawas sa iyong mga gastos dahil sa lumiliit na marginal na kita kapag may mas malalaking pagkakataon sa bahagi ng kita.

Ang isa pang halimbawa ay kung ikaw ay isang 38 taong gulang na nagsasagawa na ng pagtitipid at sumusunod sa isang badyet, at mayroon kang apat na anak (dalawang bata, dalawang tinedyer sa high school, at isang estudyante sa kolehiyo). Ang pag-optimize ng mga gastos ay maaaring maging mas mahirap sa sitwasyong ito, at maaaring oras na para maghanap ng mga karagdagang pagkakataon sa kita.

Ang komunidad ng pagsasarili sa pananalapi ay madalas na nagbibigay-diin sa pagliit ng gastos, habang ang mga negosyante ay may posibilidad na tumuon sa pag-maximize ng kita. Ang payo ko ay ituloy ang parehong mga diskarte ngunit gumawa ng isang malay na pagpipilian upang unahin ang isa batay sa iyong mga partikular na kalagayan.

Acani Samon Biaou: Ang pag-uusap na ito ay puno ng mga quotable na sandali. Paglipat sa susunod na yugto ng iyong karera: binanggit mo ang pagkuha ng trabaho ilang buwan pagkatapos ng graduation, ngunit sa kasamaang-palad, natanggal ka sa trabaho. Ano ang sumunod na nangyari?

Olumide Ogunsanwo: Agad akong nagsimulang magbalangkas ng plano. Ang pangunahing alalahanin ko ay kailangan kong umalis sa Amerika sa loob ng 90 araw, kaya nagpasya akong magtapos ng master's degree. Bibigyan ako nito ng isa pang student visa para sa tagal ng programa, na dalawang taon. Lumapit ako sa Dean ng Chemical Engineering department at ipinaliwanag ang sitwasyon sa Honeywell UOP. Ipinahayag ko ang aking pagnanais na simulan ang programa ng master sa lalong madaling panahon at humiling ng iskolarsip upang mabayaran ang mga gastos sa programa. Matapos gawin ang lahat ng logistik, nag-enroll ako sa isang master's program sa Chemical Engineering na may 75% na scholarship. Habang nag-aaral, ipinagpatuloy ko ang pag-aplay para sa mga trabaho at sa huli ay nakakuha ako ng isa pang trabaho, na ginawa ko habang kumukuha ng mga klase sa gabi.

Acani Samon Biaou: Paano mo nagawang makakuha ng ganoong kahalagang iskolarsip? Masigasig ka bang nakipag-ayos?

Olumide Ogunsanwo: Nakipag-negosasyon ako nang husto dahil mukhang hindi patas na magbayad para sa isang degree na hindi ko naman talaga kailangan. Nagkaroon na ako ng parehong undergrad degree sa Chemical Engineering.

Acani Samon Biaou: Lalo na dahil alam mo ang lumiliit na pagbabalik ng Master's degree mula sa iyong Persian na kasamahan.

Olumide Ogunsanwo: Talagang. Sa kabila ng kanyang Master's degree, ang kanyang suweldo ay $1,000/year na mas mataas kaysa sa akin noong Bachelor's degree pa lang ako noon. Bakit ako magbabayad ng $40,000 para sa isang Master's degree? Gayunpaman, kung ano ang naging mas magagawa para sa akin ang desisyon ay ang katotohanan na ang bagong posisyon ay nag-aalok ng pagbabayad ng matrikula na humigit-kumulang 50%. Nangangahulugan ito na ang karamihan sa aking mga gastos sa programa ay sasakupin. Bukod pa rito, kailangan ko ang bagong kumpanya para mag-apply para sa aking work visa, dahil ayaw kong dumaan muli sa proseso ng imigrasyon. Kinumpirma ko sa HR at legal team na sila na ang bahala sa visa application.

Ang pagtatrabaho ng isang buong araw at pagkatapos ay dumalo sa mga klase nang maraming oras sa gabi ay mahirap. Nakakabaliw ang mga araw ko. Magtatrabaho ako mula siyam hanggang lima, na sinusundan ng straight-to-class mode mula anim hanggang walo o siyam. Iyon ang buhay ko sa susunod na dalawang taon.

Acani Samon Biaou: Wow. Pinayagan ka bang kumuha ng mga klase sa gabi bilang isang internasyonal na mag-aaral?

Olumide Ogunsanwo: Oo, bilang isang internasyonal na mag-aaral, nagkaroon ako ng kakayahang umangkop na kumuha ng mga klase anumang oras, kabilang ang mga klase sa gabi. Pinahintulutan din akong magtrabaho gamit ang student work visa.

Achani Samon Biaou: Ang bagong trabaho ba ay dumating na may mas mataas na suweldo?

Olumide Ogunsanwo: Oo, ang aking bagong suweldo ay $58,000/taon, bahagyang mas mataas kaysa sa aking unang trabaho. Sa trabahong ito, nagpasya akong bumili ng kotse. Ito ay isang ginamit na serye ng BMW 3 na nagkakahalaga ng $17,000. Naramdaman kong mas secure ako sa trabahong ito dahil pumayag silang mag-file para sa aking work visa. Nagustuhan ko ang kotse, mayroon itong itim na panlabas at panloob, at mayroon pa akong mga personalized na vanity plate na may nakasulat na "OLUMIDE." Sobrang saya ko sa kotse.

Acani Samon Biaou: Kawili-wili.

Olumide Ogunsanwo: Bagama't mayroon akong magagandang alaala sa kotse, sa pagbabalik-tanaw, marahil ito ay isa sa ilang mga pagkakamaling nagawa ko sa aking paglalakbay sa pananalapi. Hindi naman dahil sa mismong desisyon ng pagbili ng sasakyan ngunit dahil hindi ako naglaan ng sapat na oras sa pagsasaliksik ng iba't ibang opsyon sa transportasyon at sa kanilang nauugnay na kabuuang halaga ng pagmamay-ari (TCO).

Nagkaroon ako ng maraming positibong karanasan sa pangalawang trabaho, ngunit ang kuwento ay naging maasim muli. Gumagana ang US work H1-B visa sa isang lottery system, at sa kasamaang-palad, hindi ako napili sa unang dalawang beses na nag-apply ako. Hindi naman agad nakaapekto sa akin dahil may student work visa pa ako. Gayunpaman, sa oras na dumating ang 2008-2009, ang presyo ng langis ay bumagsak dahil sa krisis sa pananalapi at ang kasunod na pagbaba ng demand. Bilang resulta, natanggal ako sa aking pangalawang trabaho noong 2009, bago ang aking ika-24 na kaarawan.

Acani Samon Biaou: Wow. muli!

Olumide Ogunsanwo: Hindi ito isang kumpletong sorpresa, dahil karamihan sa aking koponan ay na-let go sa loob ng 6 na buwan. Pero medyo nalungkot pa rin ako. Palaging nasusunog ang pagkawala ng trabaho. Kaya nga sabi ko ang kwento ng aking maagang karera ay isang kwento ng heartbreak. Sa edad na 23, malapit nang mag-24, na-let go ako sa unang dalawang trabahong natamo ko.

Ang industriya ng langis at gas ay tumatakbo sa mga siklo, at kapag bumaba ang presyo ng langis, hinahangad ng mga kumpanya na bawasan ang kanilang mga gastos. Nasiraan ako ng loob dahil naaalala ko pa rin ang nangyari sa una kong trabaho ilang taon na ang nakalilipas.

Gayunpaman, hindi tulad ng unang pagkawala ng trabaho noong 2006, nasa mas magandang posisyon ako sa pag-iisip at pananalapi sa pagkakataong ito. Nakapag-ipon ako ng kabuuang humigit-kumulang $40,000-$50,000

(50% ng aking kabuuang suweldo savings rate) sa loob ng dalawang taon, kaya komportable ako sa pananalapi.

Nakatira pa rin ako sa parehong basement apartment kasama si Nekheel. Hindi gaanong tumaas ang upa ko. Nagbayad ako ng $300-$350/buwan na upa mula sa edad na 21 hanggang 25.

Dahil epektibo kong napangasiwaan ang aking mga gastos, maaari akong magplano at gumawa ng mga desisyon mula sa isang lugar na may relatibong kapangyarihan. Nakabuo ako ng matigas na pag-iisip at handa akong kumilos. Buti na lang at hindi ko kinailangang umalis ng bansa dahil may student visa pa ako mula sa master's program ko. Alam ko sa aking puso na ang Chemical Engineering ay hindi para sa akin, kaya naman naisipan kong magtapos ng dual degree sa economics sa unibersidad at kung bakit wala akong sigla para sa aking unang dalawang trabaho.

Sa halip na patuloy na mag-aplay para sa mas maraming trabaho at harapin ang hindi mahuhulaan na sistema ng lottery, sinabi kong siraan ito at nagpasyang pumasok sa paaralan ng negosyo at baguhin ang aking buhay. Hindi ako lubos na sigurado kung ano ang gusto kong gawin pagkatapos ng business school, ngunit alam kong kasangkot ito sa kumbinasyon ng pananalapi, teknolohiya, at negosyo. Nagsimula akong mag-aplay sa mga paaralan ng negosyo noong 2009, at susuriin ko pa iyon sa susunod na kabanata.

Acani Samon Biaou: Wow. Napakasakit sa pakiramdam ng kwentong ito. Ikaw ay isang kamakailang nagtapos, sa iyong unang bahagi ng twenties, ngunit marami ka nang naranasan.

Olumide Ogunsanwo: Wala akong mag-aalaga sa akin. Wala ang mga magulang ko. Ako ay isang imigrante sa bansa na dalawang beses nawalan ng trabaho sa edad na 23.

Acani Samon Biaou: Maaaring balewalain ng mga taong naninirahan sa mga umuunlad na bansa ang iyong kuwento sa pagsasabing ang pamumuhay sa Amerika ay nagbibigay na sa iyo ng mas magandang buhay, ngunit lahat ay may kanya-kanyang problema, gaano man kaganda ang kanilang buhay.

Ang Europa at US ay ibang-iba. Mahirap isipin ang isang senaryo sa France kung saan ang isang tao ay maaaring bitawan nang dalawang beses sa ganoong kaagang yugto ng kanilang karera, sa dalawang dahilan:

1. Medyo mahirap bitiwan maliban kung ang kumpanya ay nasa bingit ng bangkarota. Ang mga kumpanya ay hindi karaniwang bumababa upang

mapanatili ang kakayahang kumita.

2. Kung ikaw ay natanggal sa trabaho, kadalasan ay mayroon kang higit sa 90 araw para maghanap ng bagong trabaho. Hindi ko matandaan ang eksaktong tagal, ngunit ito ay mas mapagbigay.

Olumide Ogunsanwo: Oh, kahit para sa mga imigrante?

Acani Samon Biaou: Oo, ito ay mas mapagbigay. Ang tanging hadlang sa France ay karaniwang paghahanap ng trabaho. Walang sistema ng lottery, at kung mayroon kang trabaho sa parehong antas ng iyong pag-aaral, kumuha ka ng permiso sa trabaho.

Nabanggit mo na nagsimula kang mag-isip ng mga aplikasyon sa paaralan ng negosyo noong ikaw ay 23/24. Sa kabaligtaran, hindi ako nag-apply sa business school hanggang ako ay 29. Maraming tao sa France ang hindi pinahahalagahan ang MBA degree. Mayroon ding umiiral na paniniwala na dapat ay mayroon kang malaking karanasan sa trabaho at karaniwang mas malapit sa 30 taong gulang upang mag-aplay. Ang mga timeline at pananaw ay iba, at ang mga bagay ay mas naantala sa Europa. Sa Germany, halimbawa, maraming estudyante sa unibersidad ang hindi man lang nakapagtapos ng kanilang pag-aaral at nagsimulang magtrabaho sa kanilang mid-twenties. Ang buhay ng korporasyon ay may posibilidad na maging mas matatag sa Europa, habang maaari itong maging mas pabagu-bago sa Amerika.

Hayaan akong ibuod ang mga pangunahing emosyon na sumasalamin sa akin habang naririnig ko ang iyong kuwento: Una, ang pagkabigla at pagkaunawa na kailangan mong ipaglaban ang iyong sarili mula sa unang trabahong iyon. Pangalawa, ang determinasyon na pangasiwaan ang iyong buhay sa ibang paraan sa pamamagitan ng paghahangad ng pagbabagong-lakas o pag-renew sa pamamagitan ng business school.

Ano pa ang dapat malaman ng mga tao tungkol sa iyo sa mga unang taon na iyon na may kaugnayan para sa kalayaan sa pananalapi?

Olumide Ogunsanwo: Ang pinagbabatayan ng thread sa kabuuan ng aking kwento ay ako ay isang dedikadong tao. Kaya, nang magdesisyon akong mag-aral sa business school, nag-all-in ako. Ito ang naging pangunahing priyoridad ko, halos parang full-time na trabaho. Gigising ako ng maaga, naligo, at pupunta sa paaralan para mag-aral. Mananatili ako sa campus dahil master's student pa ako, at ang mga klase ko ay sa gabi. Dadalhin ko ang aking mga aklat sa GMAT sa isang silid-aralan at mag-aaral hanggang sa magsimula ang aking mga klase sa gabi. Kapag mayroon kang layunin, mahalagang gawin ang lahat para magawa ito.

Ako yung tipo ng tao na kayang mag-commit at maglaan ng lahat ng oras at lakas ko sa isang gawain. Nang itakda ko ang aking paningin sa pagkamit ng markang higit sa 700 sa GMAT, malinaw sa akin na kailangan kong mag-aral halos araw-araw. Ang tanging dahilan kung bakit ko napagtanto na ito ay itinuturing na hindi pangkaraniwan ay kapag ang mga tao ay nagulat sa kung gaano kalayo ako handang pumunta kapag ibinahagi ko ang aking diskarte.

Halimbawa, aabutin kami ng humigit-kumulang 3-5 buwan para ma-finalize at mailabas ang aklat na ito dahil dedikado at masigasig kami sa proseso. Minsan, mas mabuting magtatag ng sarili mong mga paniniwala batay sa kung ano ang mahalaga sa iyo bago humingi ng panlabas na pagpapatunay. Kung umaasa ka muna sa mga panlabas na impluwensya, maaari kang magtanong sa iyong panloob na motibasyon.

Bumuo ng iyong sariling panloob na paniniwala nang hindi umaasa sa pagpapatunay mula sa iba.

Acani Samon Biaou: Ipinaalala mo sa akin ang isang puntong tinalakay natin sa panimula tungkol sa kung ano ang ayaw nating alisin ng mga tao sa aklat na ito. Ang mundo ay gumawa ng mga template at playbook para sundan ng mga tao. Mahirap isipin kung paanong ang simpleng pagsunod sa mga playbook na iyon ay maaaring humantong sa kalayaan sa pananalapi. Sa iyong kwento, hindi ka naghanap ng opinyon ng iba sa pinakamahusay na intensity upang maghanda para sa GMAT. Alam mo ang kahalagahan nito sa iyo, kaya nagpasya kang maglapat ng maximum na intensity.

Olumide Ogunsanwo: Eksakto, sundin ang iyong natural na ritmo hanggang sa punto kung saan nakakaramdam ka ng lakas. **Walang fucking playbook, rulebook, guidebook o template sa buhay. Ang natitira na lang ay ang maging iyong sarili at gawing mas mahusay ang iyong sarili araw-araw. Lahat ng iba ay kalokohan.** Hindi mo nais na maging 70 na may maraming pagsisisi. Ngayon na ang oras para mangyari ang mga bagay.

Hindi ko alam ang counterfactual kung ano ang mangyayari kung wala akong pagkawala ng trabaho. Nagdududa ako na nagpatuloy ako sa trajectory na iyon upang maging isang executive ng Engineering na may 17 taong karanasan sa disenyo ng proseso. Gaano kaya kamunduhan ang buhay na iyon?

Ang lahat ay naging maayos dahil napilitan akong makipagsapalaran upang mabuhay. Hindi lahat ay maaaring magkaroon ng parehong mga impluwensya na nagtulak sa akin na makipagsapalaran, ngunit maaari nilang itulak ang kanilang mga sarili upang yakapin ang mga panganib.

Acani Samon Biaou: Maaaring hindi maintindihan ng ilang tao kung ano ang ibig mong sabihin sa pakikipagsapalaran. Ano ang ibig sabihin ng isang 18-taong-gulang mula sa isang mayamang pamilya sa Ghana na makipagsapalaran? O para sa isang Amerikano na mayroon nang maganda, simple, walang stress na buhay para makipagsapalaran? Ano ang ibig sabihin ng makipagsapalaran para sa mga taong komportable na?

Olumide Ogunsanwo: Susubukan kong ipaliwanag. Una, ang mga indibidwal ay dapat magmuni-muni sa kanilang buhay at bumuo ng isang plano para sa kung ano ang nais nilang makamit. Ang planong ito ay maaaring sumaklaw sa mga layuning nauugnay sa mga relasyon, kalusugan, entrepreneurship, karera, pananalapi, mga karanasan, o anumang aspetong gusto nilang pagtuunan ng pansin.

Malamang na mayroong maraming mga landas na maaari mong gawin upang makamit ang bawat isa sa mga kategoryang iyon ng mga layunin. Halimbawa, maaaring mayroong apat o limang mga landas na maaari mong gawin upang mapabuti ang iyong mga relasyon. Ang maraming landas na ito ay may iba't ibang antas ng mga panganib na nauugnay sa kanila.

Sa loob ng bawat kategorya ng mga layunin, malamang na maraming mga landas upang makamit ang mga ito. Halimbawa, maaaring mayroong apat o limang magkakaibang mga landas upang mapabuti ang mga relasyon, bawat isa ay may iba't ibang antas ng nauugnay na mga panganib. Kadalasang pinipili ng maraming tao ang konserbatibong diskarte, na sumusunod sa itinatag na landas na kadalasang pinakamababang peligrosong opsyon (pagsunod sa karamihan). Ang aking naunang punto ay hikayatin ang mga tao na isaalang-alang ang pagkuha ng higit pang mga kalkuladong panganib, lalo na kapag lubusan nilang nasuri at naunawaan ang mga potensyal na downside. Ano ang mawawala? Maraming mga indibidwal, lalo na ang mga nasa Europe o America, ay kayang kumuha ng higit pang mga panganib dahil sa mga safety net at backstops na magagamit sa kanila.

Sa mga halimbawang binanggit mo, kung saan ang isang tao ay may kaya sa pananalapi, na pangunahing nauugnay sa kanilang pananaw sa pananalapi.

Ang buhay ay sumasaklaw ng higit pa sa pananalapi. Bagama't ang aklat na ito ay tila nakatuon sa pagsasarili sa pananalapi, ito ay aktwal na tungkol sa paglikha at pamumuhay sa buhay na gusto mo. Ang pamumuhay ng isang buhay na gusto mo ay higit pa sa pananalapi. Maaaring may mga layunin pa rin ang taong iyon na nauugnay sa mga relasyon, gaya ng paghahanap ng romantikong kapareha, o mga layuning pangkalusugan, bukod sa iba pa. Kaya naman, maaari pa rin silang mag-chart ng isang kurso at maghanap ng mga paraan upang kumuha ng higit pang mga panganib dahil nalutas lamang nila ang aspetong pinansyal ng buhay.

Acani Samon Biaou: Sa tuwing may hindi sapat na hamon, naghahanap ako ng iba pang layunin. Kung sa tingin mo ay hindi ka nagsasagawa ng sapat na mga panganib, maaari kang magtakda ng mga mas agresibong layunin para sa kung ano ang ginagawa mo na.

Sa tuwing may nararamdaman na hindi sapat na hamon, naghahanap ako ng mga bagong layunin. Kung sa tingin mo ay hindi ka nagsasagawa ng sapat na mga panganib, maaari kang magtakda ng higit pang mga ambisyosong layunin sa loob ng iyong kasalukuyang mga hangarin. Halimbawa, noong nagtatrabaho ako sa Germany, nagkaroon ako ng pagkakataong maglakbay sa iba't ibang bansa, kasama na ang UAE. Pagkatapos ng ilang oras sa UAE, nakaramdam ako ng pagnanais para sa isang bagong bagay na higit pa sa aking trabaho. Noon ako nagpasya na bumili ng mga computer sa Dubai at ibenta ang mga ito sa Benin. Wala itong koneksyon sa aking trabaho, dahil kumikita na ako doon, ngunit nakita ko ito bilang isang bagong hamon.

Olumide Ogunsanwo: Talagang, at narito ang ilang bahagi ng buhay kung saan maaari mong tanggapin ang pagkuha ng higit pang mga panganib: mga relasyon, kalusugan, personal na pag-unlad/paglago/edukasyon, entrepreneurship, personal na pananalapi, pisikal na kapaligiran, at mga karanasan.

Upang ibuod, ang mga unang taon ng aking karera ay minarkahan ng dalamhati at sakit. Ang pagkawala ng maraming trabaho sa edad na 23 ay naging maliwanag na kailangan kong gumawa ng bagong kurso sa aking buhay. Kaya naman nagpasya akong i-reset ang buhay ko at mag-apply sa business school.

4B: Kuwento ng Maagang Karera ni Samon

Olumide Ogunsanwo: Samon, ano ang nangyari pagkatapos mong makatapos ng unibersidad?

Acani Samon Biaou: Pagkatapos makapagtapos sa unibersidad, nagsimula akong mag-aplay para sa iba't ibang trabaho, at lalo akong interesado sa paghahanap ng trabaho sa UK. Narinig ko ang mga kuwento ng mga tao mula sa France na "nagtatakas" sa UK para sa isang mas magandang buhay. Tila ibang katotohanan doon, na ang lahat ay nagsasalita ng Ingles at nagsasagawa ng negosyo sa isang natatanging paraan. In-upload ko ang aking resume sa mga website tulad ng monster.com at nag-apply din sa mga kumpanya sa France.

Olumide Ogunsanwo: Pangunahing nakatuon ka sa paghahanap ng mga internasyonal na pagkakataon sa labas ng France, partikular sa UK?

Acani Samon Biaou: Oo, higit sa lahat, gusto kong magtrabaho sa isang kapaligiran kung saan magagamit ko ang Ingles. Ang UK ay tila isang natural na pagpipilian, ngunit isinasaalang-alang ko rin ang iba pang mga pagpipilian tulad ng Scandinavia, Switzerland, o Germany, kung saan ako ay napunta sa wakas.

Olumide Ogunsanwo: Gaano ka kahusay sa Ingles noong panahong iyon? Ang iyong Ingles ngayon ay hindi kapani-paniwala.

Acani Samon Biaou: Noon, ang aking mga kasanayan sa Ingles ay nasa intermediate level.

Nga pala, hindi ako sigurado kung naibahagi ko sa inyo ang kwento kung paano ako natuto ng Ingles. Nahumaling talaga ako dito. Hindi ko sinunod ang curriculum na itinuro sa paaralan. Noong sampung taong gulang ako, nagkaroon ako ng matinding pagnanais na maunawaan at magsalita ng American English. Bumili ako ng mga cassette tape at bumisita pa ako sa American Cultural Center sa Cotonou para isawsaw ang aking sarili sa wika.

Sa pagbabalik sa paghahanap ng trabaho, naramdaman kong nililimitahan ng aking "francophone-ness" ang aking global exposure. Kapag gusto kong basahin ang balita, ito ay palaging nasa Pranses. Isipin na ang iyong buong pananaw sa mundo ay nakakulong sa isang wika na hindi Ingles.

Olumide Ogunsanwo: May malinaw na pagkakaiba sa pagitan ng Francophone Africa at Anglophone Africa. Lumaki sa Nigeria, ang Ingles ang pambansang wika, na nangangahulugang kapag isinasaalang-alang ang isang hinaharap sa labas ng Nigeria, ang UK o Amerika ay kadalasang pangunahing mga pagpipilian, na ang Canada ay isang posibilidad din. Malaki ang epekto ng wika sa mga pagkakataon at buhay ng isang tao sa hinaharap.

Kung isa kang magulang na nagbabasa ng aklat na ito at interesado ka sa pagsasarili sa pananalapi para sa iyong sarili at/o sa iyong mga anak, magiging kahanga-hangang bigyan sila ng regalo ng maraming wika. Halimbawa, ang aking kapatid na babae, bilang Nigerian, ay nagpatala sa kanyang mga anak sa isang paaralang Pranses sa murang edad. Sila ay matatas sa Pranses mula pagkabata, na nagbubukas ng maraming pagkakataon para sa kanila.

Ang Nigeria ay napapaligiran ng mga bansang nagsasalita ng Pranses, kaya kinailangan naming kumuha ng maraming klase sa Pranses, bagaman hindi ko ito sineseryoso noong panahong iyon dahil sa hindi sapat na mga guro at kurikulum. Gayunpaman, kung mayroon kang paraan, magiging kapaki-pakinabang na bigyan ang iyong mga anak ng maagang regalo ng maraming wika. Ano ang iyong mga saloobin tungkol dito?

Acani Samon Biaou: Mayroon akong mas matinding view. Naniniwala ako na lahat ng may kakayahan, ay dapat na maging maagang nagsasarili sa pananalapi, na nagbibigay-daan sa kanila na ituring ang edukasyon ng kanilang mga anak, kung pipiliin nilang magkaroon ng mga anak, bilang isang trabaho. Kung magkakaroon ako ng mga anak, hangad kong maging apat na wika man lang sila sa edad na 10. Ito ay kasangkot sa sinadyang paninirahan sa mga bansa kung saan hindi lamang nila natututo ang wika sa paaralan kundi nakikisawsaw din sa kultura. Ang wika ay hindi isang hiwalay na konsepto; malalim ang pagkakaugnay nito sa kultura. Halimbawa, isipin ang isang Norwegian na natututo at nagsasalita ng Yoruba sa Norway. Maaaring madalas nilang pag-usapan ang mga bagay tulad ng "Ang panahon ay maganda ngayon, at medyo masaya ako." Walang mali doon, ngunit hindi karaniwang tinatalakay ng mga Nigerian ang lagay ng panahon sa mga karaniwang pag-uusap. Sa pamamagitan ng paglubog ng sarili sa kultura, ang isang visceral at halos mahalagang pag-unawa sa wika ay natatamo, sa halip na pagsasalin lamang.

Olumide Ogunsanwo: Lubos akong sumasang-ayon. Ang buhay ay in-ilaan para sa mga karanasan, at ang isang tao ay maaaring tunay na pahala-gahan ang mga karanasang iyon kapag maaari silang kumonekta sa mga tao sa kanilang lokal na wika. Kasing-simple noon. Hindi banggitin ang mga propesyonal at pinansiyal na pakinabang, na mga pangalawang pagsasaalang-alang.

Acani Samon Biaou: Okay, balikan natin ang kwento kung paano ako natisod sa trabaho. Sa oras na iyon, ang aking pagpili ng trabaho ay hindi pangunahing hinihimok ng mga pagsasaalang-alang sa pananalapi, at hindi ko masyadong binibigyang pansin ang mga suweldo. Ang mahalaga sa akin ay nasa isang mahusay na kapaligiran sa pagtatrabaho at pagkakaroon ng isang bagay na makabuluhang gawin. Bagama't isang pagsasaalang-alang ang suwel-do, hindi ko alam na maaaring may mga makabuluhang pagkakaiba sa mga suweldo sa pagitan ng mga tungkulin. In-upload ko ang aking CV sa Monster at nagsulat ng cover letter sa English. Sa kalaunan, nakakuha na ako ng alok mula sa Accenture sa France, na nagbabayad ng humigit-kumulang €32,000 bawat taon.

Sa hindi inaasahan, nakatanggap ako ng tawag mula sa Deutsche Telekom Consulting sa Germany. Ang mga kumpanyang Pranses ay hindi karaniwang nagpapalipad ng mga kandidato o sumasagot sa mga gastos sa paglalakbay para sa mga panayam sa France. Gayunpaman, pinalipad ako ng Deutsche Telekom Consulting mula Paris patungong Bonn para sa panayam, nang walang anumang pag-aalala sa halaga ng tiket.

Ito ang aking unang pagkakataon na bumisita sa Alemanya, at nasasabik ako sa pagkakataon. Sa mga nakaraang panayam ko sa France, inaasahan na lang na magpakita ako, na walang mga talakayan tungkol sa mga gastos sa paglalakbay, at tiyak na hindi ako inalok ng tanghalian. Naaalala ko na nakatanggap ako ng food voucher para sa isa sa mga panayam sa France.

Sa pag-unlad ng panayam, sa kalaunan ay nagsimula kaming talakayin ang suweldo, at nagtanong sila tungkol sa aking mga inaasahan. Dahil sa pagiging matapang, humingi ako ng €38,000, na 25% na higit pa sa alok mu-la sa Accenture. Akala ko yayaman ako kapag pumayag sila. Sa aking pagk-abigla at tuwa, tumugon ang opisyal ng HR, na halos humihingi ng tawad, "Oh, alam mo, iaalok namin sa iyo ang €45,000. Iyan ang simula ng mga suweldo dito."

Olumide Ogunsanwo: [Tawanan]

Acani Samon Biaou: Natigilan ako saglit. Ito ay humigit-kumulang 50% na mas mataas kaysa sa aking alok sa France. Maraming tanong ang bumalot sa isip ko. "€45,000?" "Bakit ang taas?" "Paano ito posible kung ang €32,000 ay itinuturing na isang malaking suweldo sa pantay na binuo ng France sa kabila lamang ng hangganan?" "Bakit hindi ko alam ang tungkol dito?" "Gaano ako magiging mayaman?" "May nahuli ba?"

Kaagad, napuno ako ng kuryusidad at panghihinayang sa hindi paggalugad ng mga pagkakataon sa labas ng France kanina. Determinado akong hindi gumawa ng parehong pagkakamali kung magpasya akong lumipat sa Germany. Nagpasya akong maghanap ng mga pagkakataon sa iba pang mga heograpikal na lokasyon na lampas sa aking comfort zone.

Tuwang-tuwa ako tungkol sa pag-asang yumaman. Ang mga kaibigan kong Pranses at Francophone na Aprikano sa France ay naiinggit o hindi alam nang tanungin nila kung bakit pipiliin kong lumipat sa Germany. Tinanong din nila kung naisip ko ang mga implikasyon ng paglipat sa naturang bansa.

Bagama't hindi ako nagplano ng masinsinan, naisip ko na kung ang ibang mga imigrante ay maaaring umunlad doon, maaari ko ring malaman ito. Nacurious ako na malaman ang tungkol sa ibang mga lugar. Sa aking panayam, wala akong nakitang sinumang nakasuot ng swastika o nakatagpo ng anumang kakaiba.

Olumide Ogunsanwo: [Tawanan] Walang kakaibang tattoo.

Acani Samon Biaou: Naniniwala ako na magiging maayos ako sa Germany. Nakita ko ang ilang iba pang mga Black at nakatagpo ako ng malaking populasyon ng Turko. Nagtataka tungkol sa buhay sa Germany, nagtanong ako sa paligid. Inilarawan ito ng ilang tao bilang mahusay, mapayapa, at patas. Binanggit ng iba ang kapootang panlahi at ang mga hamon ng pagsulong bilang isang Itim na tao sa pamamahala. Napagpasyahan ko na ang Alemanya, tulad ng France at iba pang mga bansa sa Kanluran, ay may parehong disenteng mga tao at mga pagkakataon ng rasismo. Ang mga katulad na dinamika ay malamang na umiral sa Nigeria sa iba't ibang grupong etniko.

Olumide Ogunsanwo: Sa aming nakaraang kabanata sa aming mga undergraduate na taon, lumilitaw na kami ay sinadya at nagkaroon ng mas malawak na pananaw sa mga pagkakataon. Bakit hindi mo nilapitan ang iyong paghahanap ng trabaho na may parehong kaisipan? Mukhang hindi sinasadya ang paghahanap mo ng trabaho.

Acani Samon Biaou: Natutuwa akong tinanong mo ang tanong na iyan. Sa aking paghahanap para sa mga trabaho ng mag-aaral sa undergrad, ako ay talagang sinadya at adventurous. Gayunpaman, pagdating sa paghahanap ng trabaho pagkatapos ng graduation, habang isinasaalang-alang ko ang UK at Germany, nag-aplay pa rin ako para sa mga regular na posisyon sa telekomunikasyon sa mga bansang iyon. Sa France, nag-apply ako sa mga pamilyar na kumpanya tulad ng Accenture at Alcatel.

Isinama ko ang UK at Germany sa aking paghahanap ng trabaho dahil gusto kong gamitin ang aking mga kasanayan sa Ingles. Gayunpaman, malabo ko lang isinasaalang-alang ang mga benepisyo sa pananalapi dahil hindi ko lubos na nauunawaan ang mga numero noong panahong iyon. Nang maglaon ay nagkaroon ako ng mas malalim na pag-unawa sa kalayaan sa pananalapi. Ang nakatulong sa akin sa paglalakbay na iyon ay isang kumbinasyon ng pagkamausisa at pagiging mapagkumpitensya. Bagama't hindi ako palaging may malinaw na ideya kung ano ang gusto ko, bukas ako sa pagsubok ng mga bagong bagay. Ang pag-usisa na ito ay naglagay sa akin sa isang posisyon upang matuklasan ang mga hindi inaasahang pagkakataon.

Kung hindi mo itutulak ang iyong sarili sa labas ng iyong comfort zone at mananatiling mausisa, hindi mo malalaman ang tungkol sa mga pagkakataong umiiral. Palagi akong naniniwala na maaari kong ituloy ang anumang opsyon sa karera na gusto ko. Pagkatapos ng lahat, ang mga gumagawa na nito, mayroon ba silang espesyal na bentahe?

Olumide Ogunsanwo: Oo. Naisip mo, "Bakit hindi ko rin magawa iyon?"

Acani Samon Biaou: Sa katunayan, bakit hindi gawin ito at gawin itong mas mabuti?

Pagbabalik sa aking karanasan sa Germany, sumali ako sa Deutsche Telekom Consulting noong 2006 sa edad na 24, at tuwang-tuwa ako sa aking €45,000 na suweldo. Gayunpaman, nakatagpo ako ng ilang mga sorpresa sa daan. Una, ang shock ng mas mataas na pagbubuwis sa Germany kumpara sa France. Nakapagtataka, napunta ako sa halos parehong netong kita o marahil ng kaunti pa. Pangalawa, dalawa o tatlong buwan lamang sa aking bagong trabaho, inalok ako ng pagkakataon para sa isang tatlong buwang internasyonal na proyekto sa South Africa. Ang pagtanggap sa pagtatalaga ay hahantong sa pagtaas ng suweldo, at inaasahan ko ang katamtamang pagtaas mula sa aking paunang netong suweldo na humigit-kumulang €2,000/buwan (€24,000/taon) sa Germany hanggang sa humigit-kumulang €2,500/buwan (€30,000/taon).

Olumide Ogunsanwo: Iyan ay napakababa ng suweldo. €24,000 neto mula sa isang €45,000 na kabuuang suweldo. Nakakabaliw yun.

Acani Samon Biaou: Nagbayad ako ng malaking halaga sa mga buwis, kabilang ang regular na buwis sa kita, isang buwis sa pagkakaisa upang suportahan ang muling pagtatayo ng silangan sa kanlurang Alemanya, at isang opsyonal na buwis sa simbahan. Bilang isang hindi nagsasanay na Kristiyano, pinili kong mag-opt out sa buwis ng simbahan.

Olumide Ogunsanwo: Mula sa isang makatuwirang pananaw, mas mabuting ipahayag na hindi ka kaanib sa simbahan at mag-ambag ng isang porsyento na iyong pinili, sa halip na ang pamahalaan ang magtukoy ng halaga para sa iyo. Parang baliw na gagawin nila yun.

Acani Samon Biaou: Tatlong buwan pagkatapos sumali sa Deutsche Telekom Consulting noong Oktubre 2006, nagsimula ako ng isang internasyonal na takdang-aralin noong Bagong Taon, at ang aking netong suweldo ay halos triple sa €7,000 bawat buwan. Bago matapos ang 2007, nakaipon ako ng mahigit €100,000 na ipon mula sa aking suweldo at bonus. Nagbigay ang kumpanya ng mga tutuluyan sa mga hotel, mga covered rental car para sa mga pagbisita ng kliyente, at pinahintulutan kaming gumastos ng mga gastos sa taxi. Nakaipon ako ng malaking halaga ng pera.

Olumide Ogunsanwo: Gaano ka katagal nanatili sa mga hotel? Lumipat ka ba sa corporate housing?

Acani Samon Biaou: Nag-stay ako sa mga hotel sa South Africa at pagkatapos ay sa Dubai din. Sa Dubai, nagkaroon kami ng allowance na magagamit namin sa pag-upa ng lugar. Ang isang kasamahan at ako ay umupa ng isang 3-silid-tulugan na lugar sa isang kamangha-manghang lugar sa likod na tinatawag na Palm Jumeirah Island.

Walang saysay ang mga bagay sa akin. Ilang buwan lang ang nakalipas, ako ay isang estudyante sa France, isang maunlad na bansa. Pagkatapos ay lumipat ako sa Germany at napagtanto na ang France ay may mas maliit na ekonomiya, na hindi ko alam dahil ang Germany ay bihirang talakayin sa mundo ng francophone. Hindi ito nagcompute para sa akin. Sa Germany, nagsimula ako sa isang kotse ng kumpanya, isang Mercedes C-Class, na ganap na nasakop ang mga gastos sa gasolina. Naglalakbay ako sa South Africa at Dubai, kumikita ng mas maraming pera kaysa sa karaniwang kinikita ng mga tao sa loob ng 20 taon ng kanilang mga karera sa France o Germany. Bakit nangyari sa akin ang lahat ng ito? Ako ay hindi kapani-paniwalang masaya ngunit curious kung paano ito nabuksan.

Olumide Ogunsanwo: Dahil ba sa international hardship allowance ang 3X na pagtaas ng suweldo?

Acani Samon Biaou: Oo, mayroong iba't ibang allowance, kasama ang allowance sa paghihirap. Bukod pa rito, bilang isang empleyado na nakabase sa labas ng Germany sa loob ng higit sa anim na buwan sa isang taon, nagkaroon ako ng kaunting pagtitipid sa buwis dahil hindi ako napapailalim sa buong pagbubuwis sa Germany.

Noong unang taon ko sa Deutsche Telekom, naglakbay ako nang husto, nakilala ko ang maraming bagong tao, at pinagbuti ang aking mga kasanayan sa Ingles. Nasanay akong manatili sa mga mararangyang hotel sa edad na 23. Noong Setyembre 2022 lang ako bumili ng mga muwebles, na lumayo sa mga kalokohang kasangkapan sa unibersidad na ginagamit ko noon.

Olumide Ogunsanwo: Para sa mga nagbabasa ng iyong kwento at iniisip na swerte lang ito, anong mga prinsipyo ang maaari nilang alisin dito?

Acani Samon Biaou: Ang susi ay hindi ihambing ang iyong sariling paglalakbay sa ibang tao at subukang bale-walain ang kanilang mga nagawa bilang swerte. Ang landas ng bawat isa ay natatangi, at maaaring sinimulan ng ilang tao ang kanilang paglalakbay sa pagsasarili sa pananalapi sa bandang huli ng buhay. Ang iba ay maaaring ipinanganak na independyente sa pananalapi dahil ang kanilang mga magulang ay bilyonaryo.

Olumide Ogunsanwo: [Hysterical na pagtawa]

Acani Samon Biaou: Ang mga prinsipyong dapat pagtuunan ng pansin ay pag-usisa at ambisyon. Pagmasdan ang mga bagay na nangyayari sa paligid mo at itulak ang iyong sarili na tuklasin ang mga bagong pagkakataon.

Hindi mo kailangang sundin ang parehong landas tulad ng iba. Manatiling mausisa at mapagkumpitensya, palaging nagsusumikap na malampasan ang iyong sarili. Madaling maging kampante sa iyong kasalukuyang sitwasyon at kapaligiran, ngunit hinihikayat ko ang mga mambabasa na huwag limitahan ang maaari nilang makamit. Iyon ang pangunahing takeaway mula sa aking kuwento.

Olumide Ogunsanwo: Ang matinding tao ay nakakakuha ng matinding resulta. Maaaring hindi ko ilarawan ang aking sarili bilang sukdulan, ngunit may magandang bagay tungkol sa agresibong pagsisikap na gumawa ng positibong pagbabago sa iyong buhay. Kung kontento ka na sa kung nasaan ka, hindi ka maaaring gumawa ng aksyon. Ngunit tulad ng ipinakita sa kuwento ni Samon, ang kanyang pagkamausisa at pagmamaneho ay humantong sa kanya upang sulitin ang mga pagkakataong magagamit niya. Ang pagpapahinga sa iyong mga tagumpay ay malamang na hindi humantong sa kalayaan sa pananalapi.

Ang isang prinsipyo na kinuha ko mula sa iyong kwento ay ang aktibong maghanap ng mga pagkakataon, maging mausisa, at maging handa na kumuha ng mga kalkuladong panganib.

Kung ikaw ay isang batang Caucasian French na lumaki sa Paris, napapaligiran ng mga kaibigang Pranses at nag-aral lamang sa France, maaaring mag-alala kang lumipat sa Saudi Arabia o UAE. Ang kaligtasan at mga panganib ay magiging pangunahing alalahanin. Sa kabaligtaran, ang pagiging isang imigrante ay nag-aalok ng mga natatanging kalamangan upang magamit. Ang paglipat mula sa ibang lugar, nasanay ka sa hindi pamilyar na mga kultura at komportable sa pagsubok ng mga bagong bagay. Halimbawa, si Samon ay isang imigrante na nakaranas na ng buhay bukid sa bukid at urban na pamumuhay sa Benin bago lumipat sa France. Ang background na ito ay naging mas madali para sa kanya na yakapin ang mga internasyonal na proyekto sa South Africa o UAE, dahil siya ay mas flexible at hindi gaanong natatakot sa paggalugad ng mga bagong kapaligiran.

Lahat ng pinagdaanan mo sa buhay mo ay naging dahilan kung sino ka. Yakapin ang iyong nakaraan at gamitin ito upang lumikha ng isang mas magandang kinabukasan. Ang iyong kasaysayan ay ang iyong personal na kalamangan. Ito ang iyong superpower ng uniqueness sa isang mundo na nagpopromote ng murang pagkakapareho.

Kung lumaki ka sa isang kapaligiran kung saan kailangan mong maglakad ng ilang oras papunta sa paaralan araw-araw, maaari mong isipin na ito ay isang kawalan. Gayunpaman, ang isang mas mahusay na pananaw ay upang isaalang-alang ang mga kamangha-manghang benepisyo sa kalusugan ng paglalakad, ang karagdagang oras para sa pagsisiyasat ng sarili, at ang pagkakataong makilala ang mga tao at tuklasin ang iba't ibang bahagi ng bansa. Walang layunin na katotohanan, mayroon lamang ang aming subjective na patuloy na interpretasyon ng buhay. Kaya bakit hindi magpatibay ng isang positibong pananaw sa iyong kwento ng buhay upang bigyang kapangyarihan ang iyong sarili? Ito ay magiging mas kapaki-pakinabang kaysa sa pagrereklamo at pagsisi sa iba para sa iyong mga kalagayan.

Acani Samon Biaou: Sumang-ayon. Gayundin, ang pera mismo ay hindi gaanong mahalaga sa akin noong panahong iyon. Napakahalagang tandaan na kung pera o materyal na pag-aari ang tanging pinagtutuunan mo ng pansin, hinding-hindi ka makukuntento, at mawawalan ka ng kasiyahan sa tunay na halaga na maibibigay ng pera.

Olumide Ogunsanwo: Magdadagdag pa ako ng lasa niyan. Isipin ang isang taong may kasanayan sa personal na pananalapi. Kahit na nagsimula sila sa kanilang kalagitnaan ng twenties, maaari pa ring tumagal ng 10 hanggang 15 taon upang makamit ang kalayaan sa pananalapi. Para sa karaniwang tao, maaaring tumagal pa ito ng 30 hanggang 50 taon. Sa mga taong iyon, mahalagang makahanap ng kagalakan at kasiyahan sa buhay at amoy ang mga rosas.

Samakatuwid, hindi mahalaga kung ikaw ay mahusay sa personal na pananalapi o isang regular na joe na sinusubukang malaman ang mga pangunahing kaalaman, aabutin ng mga taon ng iyong buhay upang maging malaya sa pananalapi! Kung masyado kang nakatutok sa pananalapi, maaaring makaligtaan mo ang mga dekada ng iyong buhay habang naghihintay ng kalayaan sa pananalapi. Ang pera ay hindi dapat ang pangwakas na layunin. Tangkilikin ang PAGLALAKBAY patungo sa kalayaan sa pananalapi dahil ang paglalakbay ay ang iyong buhay.

Acani Samon Biaou: Ako ay naging biktima nito sa maraming paraan. Ipinapalagay ng mga tao na ang kasiyahan sa kanilang buhay ay nangangahulugan ng pag-aaksaya o paggastos ng maraming pera. Hindi ito. Mayroong maraming mga paraan upang makahanap ng kasiyahan at lumikha ng mga hindi malilimutang karanasan sa abot ng iyong makakaya at hindi nalalagay sa panganib ang iyong hinaharap.

Olumide Ogunsanwo: Mayroon bang iba pang kuwento na gusto mong ibahagi na nakaimpluwensya sa iyong personal na pananalapi, kalayaan sa pananalapi, pananaw, o pananaw?

Acani Samon Biaou: Talagang. Mayroon akong isang kuwento mula sa isa sa aking mga pinakaunang negosyong pangnegosyo na gusto kong ibahagi. Nakatulong sa akin ang karanasang ito na maunawaan ang mga pakinabang ng pagkakaroon ng maramihang mga stream ng kita.

Kung maaalala mo, ang aking ama ay kasangkot sa maraming negosyo, kaya palagi kong itinuturing na natural na tuklasin ang iba't ibang mga proyekto at pakikipagsapalaran. Noong 2007, ilang buwan pa lamang sa aking karera, ang aking sahod na kinuha sa bahay ay triple mula €2,500 sa Germany hanggang sa hanay na €7,000 hanggang €9,000 bawat buwan bilang isang expat sa South Africa, Dubai, Malaysia, at iba pang mga lugar. Bukod pa rito, kaunti lang ang gastos ko sa pabahay mula nang ang kumpanya ko ay nagbigay ng tirahan at sinaklaw ang mga singil sa kuryente at tubig. Nagbigay-daan ito sa akin na makatipid ng malaking bahagi ng aking kita, halos pitong beses na higit pa kaysa sa maaari kong gawin sa Germany dahil sa kaunting gastos na nauugnay sa aking kontrata sa dayuhan.

Olumide Ogunsanwo: Hindi kapani-paniwala!

Acani Samon Biaou: Ako ay 27 taong gulang at tatlong taon nang nagtatrabaho sa DT nang magsimula akong mabagot. Naisip ko ang tungkol sa pagpapalawak ng isang micro-entrepreneurship venture na hinabol ko bilang isang mag-aaral sa France noong mga holiday sa paaralan. Noon, dinadala ko ang mga computer mula sa France sa Benin at ibinebenta ito sa tulong ng isang kaibigan. Ako ay nasa UAE at may mas maraming magagamit na kapital, kaya naisip kong maaari ko itong gawing mas malaking negosyo. Sa halip na bumili ng mga laptop mula sa France, nagpasya kaming bilhin ang mga ito mula sa UAE kung saan mas abot-kaya ang mga ito.

Gayunpaman, napaharap kami sa ilang hamon. Ang mga keyboard sa UAE ay QWERTY, habang ang mga French-language na keyboard ay AZERTY. Bukod pa rito, ang mga kable ng kuryente sa UAE ay naiiba sa mga kable sa Benin at France. Kailangan naming maghanap ng mga solusyon sa mga isyung ito bago ibenta ang mga laptop mula sa UAE papuntang Benin.

Sa huli ay nalaman namin ang unit economics ng pagbili ng mga laptop at charging cable ngunit naiwan ang isyu sa layout ng keyboard. Pagkatapos ay iminungkahi ng aking kaibigan na ipinta namin ang mga letrang Pranses sa mga keyboard ng UAE sa Benin!

Olumide Ogunsanwo: [Ngumiti] Niloloko mo ba ako? Parang 100%

nakakabaliw.

Acani Samon Biaou: Sa kalaunan, nagpasya kaming bumili ng mga sticker at ilagay ang mga ito sa mga QWERTY na keyboard bilang isang mas praktikal na solusyon. Sumakay kami at nagsimula ng isang negosyo, na nagsasama ng isang kumpanya na may €20,000 (€10,000 bawat isa). Ang aking tungkulin ay bumili ng mga laptop mula sa UAE at maglakbay sa Benin upang ibenta ang mga ito. Para sa mga order na sensitibo sa oras, ipapadala namin ang mga laptop gamit ang isang bangka. Para ma-optimize ang mga gastos sa flight, lilipad ako sa Nairobi kasama ang Kenya Airways.

Olumide Ogunsanwo: Oh, kabutihan ko. Paano mo pinangangasiwaan ang paglalakbay na may napakaraming laptop? Na-check in mo ba sila? Natatakot ka bang masira sila?

Acani Samon Biaou: Sa una, dinala ko ang karamihan sa mga computer sa aking hand luggage at nag-check in sa mga cable. Habang lumalago ang negosyo, sinimulan kong tingnan ang ilan sa mga laptop, nilagyan ng mga damit ang mga ito upang maprotektahan laban sa pinsala. Mahigpit naming sinusubaybayan ang mga presyo sa iba't ibang lokasyon at magpapadala mula sa France o Dubai depende sa pinakamagandang presyo. Sa kalaunan, nagsimula pa kaming bumili mula sa China. Ang negosyo ay umunlad, na nakabuo ng higit sa $200,000 sa taunang mga benta at nakakaranas ng halos sampung beses na paglago sa mga kita sa loob lamang ng ilang taon.

Natutunan ko na kahit na matagumpay kang kumita sa isang avenue, hindi mo kailangang huminto doon. Maaari kang magpatuloy na matuto at tuklasin ang mga bagong pagkakataon.

Ako ay nasa isang komportableng posisyon, at hindi ko ito ginawa para sa pera. Nakahanap ako ng arbitrage at sinundan ito. Nagawa ko ito hindi lamang sa isang computer ngunit sa mas malaking sukat na may daan-daang mga computer.

Gayunpaman, ang negosyo sa kalaunan ay nahaharap sa mga hamon. Nagkamali kami ng pagiging tapat sa pamamagitan ng paghahain ng buwis at pagbabayad ng social security para sa aming mga empleyado sa Benin. Isang araw, dumating ang mga awtoridad sa buwis at ibinunyag na karamihan sa mga negosyo sa lugar ay nagdeklara lamang ng humigit-kumulang 10% ng kanilang aktwal na benta. Naglabas sila ng tax bill na may kasamang mga rebisyon para sa mga nakaraang taon. Nagulat kami pero nawalan kami ng lakas. Dahil hindi namin kayang labanan ang system, nagpasya kaming likidahin ang imbentaryo at itigil ang negosyo.

Gayunpaman, ang karanasang ito ay naglantad sa akin sa mundo ng entrepreneurship. Kinailangan naming kumuha ng mga empleyado, pamahalaan ang imbentaryo, at i-optimize ang mga gastos sa negosyo. Ito ay isang mahalagang karanasan sa pag-aaral na nangyari bago ako pumasok sa paaralan ng negosyo.

Achani Samon Biaou: Ang moral ng kwento ay maghanap ng mga bagong pagkakataon kapag hindi ka mapakali at ang iyong curve sa pagkatuto ay bumagsak. Huwag maging masyadong komportable at kampante; laging magsikap na magdagdag ng bago. Ang mundo ay puno ng walang katapusang mga posibilidad at pagkakataon. May panloob na kagalakan at kasiyahan na nagmumula sa pag-aaral ng mga bagong bagay at pagbuo ng mga bagong kasanayan, kahit na hindi agad nagreresulta ang mga ito sa mga kita sa pananalapi.

Olumide Ogunsanwo: Maganda. Salamat sa pagbabahagi ng iyong kwento.

4C: Mga Prinsipyo ng Ambisyon at Katapangan

Olumide Ogunsanwo: Ngayong ibinahagi na natin ang ating mga personal na kwento, ilipat natin ang ating pagtuon at suriin ang mga partikular na prinsipyo na maaaring mapabilis ang paglalakbay tungo sa kalayaan sa pananalapi. Sa kabanatang ito, tuklasin natin ang mga prinsipyo ng ambisyon at katapangan, na nahahati sa tatlong seksyon. Una, tutukuyin natin ang mga prinsipyong ito. Pangalawa, tatalakayin natin kung paano sila makakapag-ambag sa pagkamit ng kalayaan sa pananalapi. At panghuli, magbibigay kami ng mga rekomendasyon sa aklat para sa karagdagang paggalugad ng mga prinsipyong ito.

Magsimula tayo sa ambisyon, na isang matinding pagnanais na makamit ang isang bagay na nangangailangan ng determinasyon at pagsusumikap. Paano nauugnay ang ambisyon sa mga prinsipyong napag-usapan natin dati, at paano nito masusuportahan ang paghahangad ng kalayaan sa pananalapi?

Una, pinag-usapan namin ang tungkol sa paniniwala sa sarili at pag-asa sa sarili. Bumubuo ka ng mindset na nag-aalis ng mga paniniwalang naglilimita sa sarili at nagpapatibay ng paniniwala sa iyong kakayahang makamit ang anuman. Inaako mo rin ang tanging responsibilidad para sa iyong buhay. Susunod, ang iyong kuryusidad ay humahantong sa iyo na tuklasin ang mga bagong pagkakataon at mag-isip nang nakapag-iisa, walang takot sa pagkawala (FOMO). Nasasabik ka at nag-usisa kung ano ang maaaring mag-ing buhay.

Susunod, nagkakaroon ka ng nag-aalab na pagnanais na lumikha ng isang buhay na gusto mo, na kinabibilangan ng pagiging malaya sa pananalapi. Ang nag-aalab na pagnanasa ay ambisyon. Ito ay natural na umuusbong mula sa paniniwala sa sarili, pag-asa sa sarili, pagkamausisa, at malayang pag-iisip. Lalo na nagiging mahalaga ang ambisyon para sa mga underdog, tagalabas, expat, nomad, minorya, at imigrante. Bilang isang tagalabas, ang pag-unawa sa iyong bagong kapaligiran at pagkilala sa mga posibilidad ay mahalaga. Ang pagiging ambisyoso ay nagpapahintulot sa iyo na makita at magsikap para sa isang bagong buhay.

Acani Samon Biaou: Lubos akong sumasang-ayon. Sa una, ang halaga na kailangan para sa kalayaan sa pananalapi ay maaaring nakakatakot. Halimbawa, kung kumikita ka ng \$12,000 bawat buwan at naniniwala kang kailangan mo ng isang milyong dolyar para makamit ang kalayaan sa pananalapi, natural na isipin na imposible ito at sumuko nang hindi man lang sinusubukan.

Ang ambisyon ay isang estado ng pag-iisip na nagbibigay-daan sa iyong maniwala sa iyong kakayahang magtakda at makamit ang mga mithiin. Ang ambisyon ay malapit na nauugnay sa malayang pag-iisip at pinalalakas ng pagtatakda ng layunin. Upang lumikha ng isang pangitain para sa iyong buhay na sumasaklaw sa iyong mga pangarap at hangarin, dapat na may kakayahan kang mag-isip nang naiiba sa iba.

Gayunpaman, kung walang mga layunin, ang ambisyon lamang ay walang direksyon at humahantong sa hindi nakatuon na mga pagsisikap. Gayundin, nang walang ambisyon, malamang na magtakda ka ng maliliit na layunin na humahantong sa hindi natutupad na potensyal.

Olumide Ogunsanwo: Mahusay na naipahayag. Ang ambisyon ay nagsisilbing tulay sa pagitan ng malayang pag-iisip mula sa huling kabanata at pagtatakda ng layunin, na tatalakayin natin sa susunod na kabanata. Pinapayuhan ni [1]Robert Kiyosaki ang mga indibidwal na hamunin ang kanilang sarili sa pamamagitan ng paglilipat ng kanilang mindset mula sa "Hindi ko kayang bayaran ito" sa "Paano ko ito kakayanin?". Malawakang mailalapat ang diskarteng ito sa mga pagkakataon at hamon sa pamamagitan ng pag-iwas sa pagsasabi ng "Hindi ko kaya" o "Ito ay hindi posible" Sa halip, naniniwala ang mga ambisyosong indibidwal sa kanilang mga kakayahan at aktibong kumikilos upang magawa ang mga bagay.

Sa pamamagitan ng pagbili ng aklat na ito, naipakita mo na ang iyong interes sa pagkamit ng kalayaan sa pananalapi. Gayunpaman, hindi ito mangyayari sa sarili nitong. Kumilos ngayon, hindi bukas, hindi sa lalong madaling panahon at tiyak na hindi sa "hinaharap". Kumilos ngayon upang itakda ang iyong sarili sa landas tungo sa tagumpay.

Acani Samon Biaou: Kung naghahanap ka upang linangin ang ambisy-

---

1. https://www.goodreads.com/quotes/645564-i-can-t-afford-it-shut-down-your-brain-it-didn-t

on, narito ang ilang mga rekomendasyon sa libro. Upang magsimula, ang "The Power of Ambition [2]" ni Jim Rohn ay isang mahusay na mapagkukunan. Ang aklat na ito ay nagsasaliksik sa paggising sa makapangyarihang puwersa sa loob ng iyong sarili upang maging mas ambisyoso.

Olumide Ogunsanwo: [Ngumiti] Alam mo kung ano ang hindi kapani-paniwala, Samon? Irerekomenda ko ang eksaktong parehong libro. Ito ay hindi kapani-paniwala dahil hindi pa kami nagsabwatan o napag-usapan ang mga rekomendasyon bago ngayon.

Acani Samon Biaou: Oo, talaga. Ito ay isang pambihirang insightful na libro. Sa kanyang akda, muling tinukoy ng may-akda ang ambisyon bilang isang estado ng pag-iisip sa halip na isang gawa lamang. Ipinapangatuwiran niya na ang tunay na ambisyon ay hindi isang panandaliang pagnanais kundi isang disiplinado, sabik, at halos labis na pananabik. Mahalagang magpatibay ng mindset kung saan palagi mong pinag-iisipan ang iyong susunod na makabuluhang tagumpay, sa halip na pag-aayos para sa iyong kasalukuyang mga kalagayan. Kung matagumpay kang magpatakbo ng isang marathon, huwag tumigil doon; layunin para sa isang triathlon.

Olumide Ogunsanwo: Ang kagandahan ng prinsipyo ng ambisyon ay habang madalas nating talakayin ito sa konteksto ng pagsasarili sa pananalapi, mayroon itong malawak na mga aplikasyon sa personal na pag-unlad. Ang ambisyon ay maaaring magbigay ng kapangyarihan sa iyo upang magsimula ng isang negosyo, maghanap ng kasosyo, o makamit ang anumang layunin na itinakda mo sa iyong isip. Ang pag-iisip, mga kasanayan, at pagiging maparaan na nilinang sa paghahangad ng kalayaan sa pananalapi ay palaging dumadaloy sa iba pang mahahalagang domain ng buhay, tulad ng mga relasyon, kalusugan, entrepreneurship, at higit pa.

Acani Samon Biaou: Gaya nga ng kasabihan, ikaw ang kumpanyang pinapanatili mo. Ang pagpapaligid sa iyong sarili ng mga indibidwal na kulang sa ambisyon ay maaaring makahadlang sa iyong sariling pagmamaneho, kahit na natural kang nagtataglay ng matinding pagnanais na magtagumpay. Kung ikaw ay kasalukuyang nag-iisip na gumawa ng isang malaking pagbabago, maaaring maging kapaki-pakinabang na gumugol ng mas maraming oras sa mga kaibigan na nakamit ang mga ambisyosong layunin o aktibong hina-

---

2.   https://www.amazon.com/Power-Ambition-Awakening-Powerful-Within-ebook/dp/
B09FNP7GCX

habol ang mga ito. Ang pagiging kasama ng mga indibidwal na kapareho ng pag-iisip at motibasyon ay maaaring magbigay ng inspirasyon sa iyo, magbigay ng mahahalagang insight, at mag-alok ng suporta habang nagsusumikap kang makamit ang sarili mong mga ambisyon.

Olumide Ogunsanwo: Hulaan kung sino ang nagpasikat ng karaniwang kasabihan, "Ikaw ang karaniwan sa limang taong madalas mong kasama"?

Acani Samon Biaou: Sino?

Olumide Ogunsanwo: [Tawanan] Jim Rohn. Nagulat din ako. Oo, ang parehong Jim Rohn na may-akda ng aklat na iyong inirerekomenda. Ang iyong panlipunang bilog at ang iyong antas ng ambisyon ay magkakaugnay.

Karamihan sa mga prinsipyo ay magkakaugnay. Halimbawa, tinalakay natin ang paniniwala sa sarili ilang kabanata ang nakalipas. Kung mayroon kang mataas na paniniwala sa sarili, mas malamang na gumawa ng matapang na pagkilos. Ngayon, tinutuklasan natin ang ambisyon. Ang pagiging ambisyoso ay kadalasang nangangailangan ng lakas ng loob. Ang mga konseptong ito ay maaaring iharap nang hiwalay sa aklat, ngunit sila ay mga artipisyal na pagkakaiba. Ang aming intensyon ay bigyan ka ng inspirasyon na paunlarin at pangalagaan ang mga katangiang ito at maniwala sa iyong kapasidad na makamit ang isang bagay na kapansin-pansin sa iyong buhay.

Acani Samon Biaou: Talagang. Napakahalagang pag-iba-ibahin ang pagitan ng guwang na ambisyon at determinadong ambisyon, dahil ang huli ay sinamahan ng iba pang mahahalagang katangian tulad ng pagpapatupad. Ang ambisyong hinihimok ng inggit ay maaaring hindi tumutugma sa iyong mga tunay na layunin.

Sa pagsisimula, mahalagang pumili ng isang bagay na tunay na mahalaga sa iyo, dahil kahit na hinahangaan mo ang tagumpay ng ibang tao at naghahangad na gayahin ito, mas mababa ang posibilidad na mamuhunan ka ng kinakailangang pagsisikap kung wala kang tunay na pagnanasa para dito. . Sa madaling salita, kung ang iyong ambisyon ay walang tunay na pagnanasa, maaari kang magpumilit na mapanatili ang pagganyak at pangako sa buong proseso.

Olumide Ogunsanwo: Ang kabanatang ito sa ambisyon ay sumusunod sa isa sa malayang pag-iisip para sa isang dahilan. Sa pamamagitan ng pagninilay-nilay sa nakaraang kabanata at pagyakap sa independiyenteng pag-iisip, mas malamang na maging ambisyoso ka tungkol sa mga bagay na tunay na sumasalamin sa iyo bilang isang indibidwal. Ang pananatiling tapat sa iyong sarili ay karaniwang ang paraan na mas gagana para sa iyo.

Acani Samon Biaou: Kung mayroon kang matinding hilig para sa isang bagay na mahalaga sa iyo, malamang na magtatagumpay ka at makamit ang mga layunin na iyong hinahangad. Sa kabaligtaran, kung hinahabol mo lang ang iyong mga ambisyon dahil naiingit ka sa iba o gusto mo ng pagkilala mula sa iba, maaaring makamit mo ang iyong ninanais na posisyon, ngunit maaaring hindi mo maramdaman ang tunay na katuparan.

Olumide Ogunsanwo: Ganap na, ang iyong mga ambisyosong layunin ay dapat magmula sa loob at magkaroon ng personal na kahalagahan sa iyo. Ngayon, gusto kong gumawa ng ilang rekomendasyon. Sa una ay imumungkahi ko ang "The Power of Ambition," ngunit dahil nabanggit mo na ito, laktawan ko iyon. Sa halip, inirerekomenda ko ang " Tools of Titans [3]", ni Tim Ferriss. Ang libro ay nagpapakita ng mga world-class na performer mula sa iba't ibang larangan. Sa pamamagitan ng kanilang mga kwento, ang mga mambabasa ay makakakuha ng mahahalagang insight, hindi lamang sa pamamagitan ng pagkopya ng kanilang mga aksyon, ngunit sa pamamagitan ng pag-aaral mula sa kanila. Maaari mong simulang mapagtanto na kung ang iba ay nakamit ang magagandang bagay, maaari ka ring magtakda ng mga ambisyosong layunin para sa iyong sarili. Bakit pa tumira sa isang buhay na hindi mo gustong mabuhay kung ang iba ay nabubuhay sa buhay ng kanilang mga pangarap?

Na nagtatapos sa prinsipyo ng ambisyon. Pag-uusapan ba natin ang tungkol sa lakas ng loob?

Acani Samon Biaou: Oo , magpatuloy tayo sa lakas ng loob, isa sa mga paborito kong paksa. Ang tapang ang naghihiwalay sa mahiyaing manok sa matapang na leon sa maraming aspeto ng buhay. Ito ay pinahahalagahan bilang isang kabutihan ng mga tao sa loob ng maraming siglo, at nararapat na gayon. Ang katapangan ay ang lakas ng pag-iisip na nagtutulak sa atin nang higit sa inaasahan, ito man ay nagsasangkot ng pagsisimula ng bago o pagtitiyaga sa mga hamon na maaari nating harapin. Binibigyan tayo nito ng kapangyarihan na harapin ang mga hadlang, panganib, at paghihirap nang direkta, na nagbibigay-daan sa atin na malampasan ang mga ito nang may hindi natitinag na katatagan, kahit na sa harap ng kahirapan.

3.   https://www.amazon.com/Tools-Titans-Billionaires-World-Class-Performers/dp/1328683788

Olumide Ogunsanwo: Makapangyarihan! Ang katapangan ay gumaganap ng isang mahalagang papel sa paglalakbay patungo sa pinansiyal na kalayaan, na puno ng mga tagumpay at kabiguan, mga paglihis, at mga pagurong. Kung walang lakas ng loob, madaling masiraan ng loob at sumuko. Gayunpaman, sa lakas ng loob, malalagpasan mo ang mga hamong ito, manatiling motibasyon, at magpatuloy sa pag-unlad patungo sa iyong mga layunin. Ang katapangan ay ang pagtukoy sa kadahilanan na naghihiwalay sa mga nakakamit ng kalayaan sa pananalapi mula sa mga hindi kailanman nagtangka o umabandona sa pagtugis sa daan. Ito ay nagpapaalala sa akin ng isang quote ni Phil Knight, ang tagapagtatag ng Nike: "Ang mga duwag ay hindi nagsimula, at ang mahihina ay namatay sa daan. Iyon ay umalis sa amin."

Ang layunin namin ay matuklasan mo ang isang buhay na makabuluhan para sa iyo at maging handa sa paglalakbay dahil naniniwala kang sulit ito. Ang tapang ang nagtutulak sa iyo na magtiyaga sa paglalakbay na iyon.

Acani Samon Biaou: Lahat tayo ay nakakaranas ng takot, ngunit ang lakas ng loob ay ang kakayahang kilalanin ang mga damdaming iyon, upang maunawaan kung gaano kalalim ang epekto nito sa atin, at magpatuloy sa kabila ng mga ito.

Olumide Ogunsanwo: Ang takot ay halos hindi maiiwasang bahagi ng paggawa ng mahahalagang bagay. Yakapin ang takot, kahinaan, kawalan ng katiyakan at patuloy na sumulong sa kabila.

Acani Samon Biaou: Mahalagang kilalanin na ang isang matapang na tao ay hindi isang taong hindi nakikita ang panganib, ngunit isang taong nakakakita nito at kinikilala ang takot na maaaring dulot nito. Gayunpaman, nagtataglay sila ng panloob na lakas na nagbibigay kapangyarihan sa kanila na harapin ang hamon sa kabila ng kanilang takot. Hindi mo kailangang maging isang pambihirang indibidwal para maging matapang; kailangan mo lang matutong kontrolin ang iyong mga emosyon at kilalanin ang mga panganib na kasangkot sa pagharap sa isang hamon. Tandaan na ang tanging tunay na kabiguan ay ang hindi pagtatangka, at sa pamamagitan ng pagharap sa iyong mga takot at pagkilos, maaari mong sorpresahin ang iyong sarili sa kung ano ang kaya mong makamit. Kinikilala ko ang hamon na ito. Maaaring matalo ako, ngunit magpapatuloy ako at haharapin ito gayunman.

Hayaan akong magbahagi ng isang anekdota upang ilarawan ang punto:

May isang kumander at ang kanyang mga sundalo na naghahanda upang sakupin ang isang isla. Sumakay sila sa kanilang mga bangka at nakarating sa baybayin, ngunit ang mga sundalo ay napuno ng kagalakan at kawalan ng katiyakan. Pagkatapos ay pinamunuan ng komandante ang mga tropa sa loob ng lupain at iniwan sila doon upang hawakan ang kanilang posisyon. Bumalik siya sa baybayin kasama ang pinakamatapang na mga sundalo at sinunog ang kanilang mga bangka, inalis ang anumang posibilidad na umatras. Pinilit nito ang lahat ng mga sundalo na lumaban nang may di-natitinag na determinasyon. Naunawaan ng kumander na tataas ang tapang ng kanyang mga sundalo kung alam nilang wala silang ibang magagawa kundi ang lumaban.

Olumide Ogunsanwo: Hindi na kami babalik. Pasulong tayo o mamatay tayo! Nakakatawa.

Achani Samon Biaou: Nang masaksihan ng mga tropa ang kanilang nasusunog na mga bangka, ang mga sundalo ay nakaranas ng pagbabago sa isip. Natatakot pa rin sila, ngunit mayroon silang determinasyon na nagmumula sa kalinawan. Lumaban o mamatay. Ang katapangan ay hindi nangangahulugang kawalan ng takot, ngunit sa halip ay ang kakayahang kumbinsihin ang sarili na ito ang tamang landas at sumulong nang may determinasyon.

Olumide Ogunsanwo: Samon, ngayon ay isang perpektong oras upang ipakilala ang isang konsepto mula sa aklat ni MJ DeMarco na " Unscripted [4]", na tinatawag na FTE (Fuck This Event). Nangyayari ito kapag ang isang indibidwal ay umabot sa isang punto kung saan napagtanto niyang naabot na nila ang pinakamababa at kailangan nilang agarang baguhin ang kanilang buhay at ituloy ang ibang direksyon.

Nawalan ako ng maraming trabaho bago ako naging 24. Napagtanto ko kaagad na hindi nasa puso ng mga kumpanya ang pinakamabuting interes ko. Alam kong may kailangan akong gawin sa buhay ko. Ang tanong na kailangang itanong ng karamihan sa mga tao sa kanilang sarili ay: Gusto mo bang maghintay para mangyari ang iyong FTE? Gusto mo bang hintayin na bitawan ka ng iyong kumpanya? Kailangan mo bang maghintay hanggang sa maabot mo ang pinakamababa, o maaari ka bang gumawa ng mga aktibong hakbang <u>NGAYON</u> patungo sa pagkamit ng iyong mga layunin nang walang traumatikong kaganapan sa FTE?

---

4.   https://www.amazon.com/UNSCRIPTED-Life-Liberty-Pursuit-Entrepreneurship/dp/
0984358161

Ang mga FTE ay hindi maiiwasang mangyari. Ang kumpanyang pinagta-trabahuhan mo ay hindi mo pamilya, anuman ang sabihin nila sa iyo. Hindi nila nasa puso ang iyong pinakamahusay na interes. Sisirain ka nila anumang pagkakataon na makuha nila. Ginagamit ka lang nila para sa iyong trabaho.

Acani Samon Biaou: Sa kabila ng sinasabi ng mga kumpanya kung min-san na ang lahat sa kumpanya ay nasa isang shared mission, mahalagang tan-daan na ang bawat indibidwal ay may sariling personal na misyon, at sa huli ay responsable para sa kanilang sariling karera at kapakanan. Bagama't ang mga kasamahan ay maaaring maging magkaibigan dahil sa magkatulad na mga pangyayari, ang lahat ay kakailanganing ituloy ang kanilang sariling lan-das kapag nagbago ang mga pangyayari.

Olumide Ogunsanwo: Ang lakas ng loob ay kinakailangan upang simu-lan ang isang paglalakbay patungo sa iyong mga layunin. Gayunpaman, kung kulang ka nito, sa huli ay pipilitin ka ng isang FTE na gumawa pa rin ng isang bagay. Talakayin din natin ang kahalagahan ng kalkuladong risk-taking. Ang lakas ng loob at pananatili sa iyong comfort zone ay hindi magkatugma. Ang pagsunod sa status quo ay hindi hahantong sa pinansiyal na kalayaan, at ang iyong comfort zone ay malamang na panatilihin kang natigil sa status quo. Ang tapang ay ang lunas.

Achani Samon Biaou: Ang iyong mga salita ay nagpapaalala sa akin ng isang French na tula na nagsasabing: **"A vaincre sans peril, on triomphe sans gloire" (Kung manalo ka nang walang panganib, pagkatapos ay magtatagumpay ka nang walang kaluwalhatian)** . Kapag ikaw ay nasa iy-ong comfort zone, ikaw ay mahalagang panalo sa isang laro kung saan walang hamon.

Olumide Ogunsanwo: Parang kasabihan na, "Maglaro ng mga stupid games at manalo ng mga stupid prizes. " Ang pananatili sa iyong comfort zone ay parang paglalaro ng isang hangal na laro. Maginhawa mong sinusun-od ang iyong ligtas na gawain at paunang natukoy na landas at kumbinsihin ang iyong sarili na ang 3% taunang pagtaas ay katanggap-tanggap at ang iy-ong buhay sa pangkalahatan ay "okay." Ngunit bakit pa manirahan sa isang maayos na buhay kung maaari kang mamuhay ng isang kamangha-manghang buhay?

Kahit na plano mong makamit ang pinansiyal na kalayaan sa pamam-agitan ng 40 at tapusin ito sa pamamagitan ng 48, iyon ay mas mahusay pa rin kaysa sa status quo. Ang status quo ay maaaring nagpapanatili sa iyo na magtrabaho hanggang 75. Ito ay hindi lamang tungkol sa mga numero; ito ay tungkol sa pagtulak sa iyong sarili na maging nasasabik tungkol sa hinaharap at pagiging matapang at sapat na ambisyoso upang likhain ang hinaharap na iyon.

Ang pagkuha ng mga kalkuladong panganib ay mahalaga para sa kalayaan sa pananalapi. Naunang binanggit ni Samon ang papel na ginagampanan ng takot. Maaari kang matakot na galugarin ang mga bagong pagkakataon at ilagay ang iyong sarili doon, ngunit kahit na ang iyong trabaho ay may mga panganib. Nasuri mo ba nang tumpak ang mga panganib na iyon? Ano ang mangyayari kapag nagpasya ang iyong kumpanya na hindi na nila kailangan ang iyong mga serbisyo? Mula sa isang makatuwirang pananaw, makatuwirang protektahan ang iyong mga panganib at manatiling mapagbantay. Sa pamamagitan ng wastong pagsusuri sa mga panganib na nauugnay sa iyong kasalukuyang sitwasyon, maaari kang mahikayat na kumuha ng mas kalkuladong mga panganib.

Acani Samon Biaou: Talagang matatalinong salita. Paano sinusuportahan ng katapangan ang paglalakbay tungo sa kalayaan sa pananalapi? Isipin ang lakas ng loob bilang panggatong na nagtutulak sa iyo sa hagdan ng kalayaan sa pananalapi at nagpapanatili sa iyong umakyat.

Olumide Ogunsanwo: Huwag maghintay para sa isang FTE o panlabas na mga pangyayari upang pilitin kang maging matapang. Paano kung wala kang karangyaan ng isang FTE hanggang sa susunod na buhay? Maaari mong makita ang iyong sarili sa iyong mga ikaanimnapung taon, napagtatanto na kailangan mong seryosohin ang iyong personal na pananalapi at ang pagreretiro ay sampung taon na lang. Sa puntong iyon, maaaring pagsisihan mo ang hindi mo ginawang aksyon nang mas maaga. Magsimula ngayon! Kahit na medyo matanda ka na, hindi pa huli ang lahat para magsimula. Wala ka sa isang karera sa sinuman.

Mas madaling maging matapang kapag naiintindihan mo ang karamihan sa mga panganib. Ang isang matapang na tao ay hindi isang taong walang taros na sumasalakay sa labanan; ito ay isang taong maingat na tinatasa ang mga panganib at pinipili pa rin na sumulong dahil naniniwala sila na ang mga benepisyo ay mas malaki kaysa sa mga gastos. Ngunit upang matukoy kung ang mga benepisyo ay mas malaki kaysa sa mga gastos, kailangan mong buksan ang iyong mga mata, ilarawan sa isip, at unawain ang mga tradeoff sa iyong sitwasyon.

Acani Samon Biaou: Itinaas ni Olumide ang tanong kung paano gagawin itong FTE event sa iyong buhay. Kung gusto mong linangin ang tapang, pag-asa sa sarili, at paniniwala sa sarili sa iyong mga anak, kapaki-pakinabang na bigyan sila ng mga pagkakataong gumugol ng oras na malayo sa iyo at malayo sa kaginhawaan ng kanilang buhay. Tandaan ang anekdota tungkol sa nasusunog na barko na binanggit ko kanina? Isipin na ihahatid ang iyong anak sa isang lugar nang walang anumang paraan ng pagtawag sa iyo para sa tulong. Kailangan nilang malaman kung paano mabuhay nang mag-isa.

Maaaring ituring ito ng ilang tao na isang kahila-hilakbot na ideya dahil maaaring ma-trauma ang bata habang buhay. Ngunit narito ang bagay: sa pamamagitan ng pagprotekta sa kanila mula sa totoong mundo, talagang nagdudulot ka sa kanila ng pinakamalaking trauma ng kanilang buhay. Inaalis mo sa kanila na maranasan ang mundo kung ano talaga ito, na lumilikha ng maling positibong karanasan. Sa pamamagitan ng pagpapahintulot sa mga bata na maranasan ang ilang antas ng kalayaan at harapin ang mga hamon, maaari mong bigyan sila ng mahahalagang pagkakataon para sa paglaki.

Olumide Ogunsanwo: Oo, bumalik lahat sa pagtatasa ng panganib. Ang pagmamaliit sa panganib ng hindi pagbibigay sa kanila ng sapat na kalayaan, pagsasarili, at paniniwala sa sarili ay nagdadala ng mas malaking panganib. Sa pamamagitan ng hindi pagbibigay sa kanila ng mga tool na iyon, maaaring hindi mo ise-set up ang mga ito para sa tagumpay sa hinaharap. Nakakalungkot naman.

Acani Samon Biaou: Isaalang-alang ito—kapag labis mong pinoprotektahan ang iyong mga anak at pinipigilan mo silang makaranas ng mga hamon, talagang itinatakda mo sila para sa kabiguan sa katagalan. Mahalagang hayaan silang harapin ang mga hamon at alamin ang mga bagay sa kanilang sarili.

Halimbawa, isipin ang isang senaryo kung saan ang iyong mga anak ay pumapasok sa merkado ng trabaho ngunit nahihirapang makakuha ng trabaho. Kung magpasya kang lumikha ng trabaho para sa kanila sa loob ng iyong sariling kumpanya, hindi mo sinasadyang hadlangan ang kanilang pangmatagalang tagumpay. Sa paggawa nito, hinahadlangan mo ang kanilang kakayahang linangin ang mga mahahalagang kasanayan at makakuha ng mahalagang karanasang kailangan para sa pagsasarili. At saka, ano ang mangyayari kapag wala ka na para piyansahan sila? Mahalagang payagan silang harapin ang mga hamon at magkaroon ng kalayaan, kahit na nangangailangan ito ng mga pansamantalang pag-urong. Namana man nila ang yaman mo, mas malamang na sayangin nila ito dahil hindi sila natutong maging independent.

Bilang isang may sapat na gulang, ang lakas ng loob ay nangangahulugan ng kakayahang makipag-usap sa iyong amo at itaguyod ang iyong sarili. Halimbawa, maaari mong kumpiyansa na sabihin, "Uy, nakamit ko ang mga bagay na ito, at naniniwala akong karapat-dapat akong ma-promote." Maaari mo ring ipahiwatig na kung ang mga bagay ay hindi gagana, mag-e-explore ka ng iba pang mga pagkakataon. Ang pagkakaroon ng lakas ng loob na itaguyod ang iyong sarili at tuklasin ang mga oportunidad sa trabaho sa labas ng iyong kasalukuyang posisyon ay mahalaga, lalo na kung naniniwala kang ikaw ay kulang sa suweldo, kulang sa halaga, o hindi nagagamit.

Olumide Ogunsanwo: O marahil ay nararanasan ang tatlo nang sabay-sabay! [Tawa]

Acani Samon Biaou: Sa isang panayam sa trabaho, maaari kang makatagpo ng isang tagapanayam na sumusubok sa emosyonal na paggigipit sa iyo. Magkaroon ng lakas ng loob na hamunin ang kanilang mga paniniwala at manindigan para sa iyong sarili. Huwag matakot na sabihin, "Paumanhin, ngunit sa nakikita ko sa matematika dito, tila tama ako. Maaari mo bang ipaliwanag ang pangangatwiran sa likod ng iyong paniniwala?"

Olumide Ogunsanwo: Sa pamamagitan ng paglinang ng ambisyon sa pamamagitan ng maliliit, pang-araw-araw na pagkilos, pinapalakas mo ang iyong kakayahang makamit ang mas malalaking layunin, tulad ng pagkamit ng kalayaan sa pananalapi.

Acani Samon Biaou: Gusto kong irekomenda ang aklat na " Do Hard Things ⁵" ni Steve Magnus. Sinasaliksik nito ang pagtagumpayan ng takot at itinatampok ang halaga ng pagiging matigas sa palakasan at iba pang larangan bilang paraan ng pagharap sa mga hamon. Si Magnus, isang scientist at coach para sa mga high-performance na mga atleta, ay binibigyang-diin ang kahalagahan ng pagtatrabaho sa parehong isip at katawan upang makamit ang pinakamataas na pagganap. Iminumungkahi ni Magnus na tumuon sa pagbuo ng panloob na lakas sa pamamagitan ng ilang mga haligi,

---

5.   https://www.amazon.com/Hard-Things-Resilience-Surprising-Toughness/dp/006309861X

kabilang ang:

- Pagyakap sa katotohanan sa pamamagitan ng pagtanggap sa sit-wasyon kung ano ito at pagbagsak ng anumang harapan.

- Pakikinig sa iyong katawan at alam kung paano ito tumutugon sa stress at mga hamon.

- Pagtugon sa iyong katawan sa halip na pabigla-bigla na tumu-gon sa mga sitwasyon ng takot at paglipad.

- Paglikha ng espasyo upang gumawa ng maalalahanin na aksyon at paglinang ng katatagan at katigasan.

Olumide Ogunsanwo: Ang reaksyon ay awtomatiko, ngunit ang pagtu-gon ay sinadya. Ito ay isang microcosm ng financial independence: Automatic status quo life versus intentional life.

Acani Samon Biaou: Ang huling haligi na tinalakay ni Steve Magnus ay lumalampas sa discomfort. Ang media at advertising ay madalas na nagpo-promote ng kaginhawahan at karangyaan bilang ang pangwakas na layunin, ngunit ang mindset na ito ay maaaring hadlangan ang personal na paglago. Halimbawa, kapag ang isang bata ay bumagsak sa matematika, dapat iwasan ng mga magulang na sabihin sa kanila na sila ay mahusay pa rin.

Olumide Ogunsanwo: [Tawanan] O minsan sinisisi ng mga magulang ang guro.

Acani Samon Biaou: Ang paglampas sa kakulangan sa ginhawa ay mahalaga dahil kung wala ito, hindi mo makakamit ang anumang makabuluhan sa buhay. Minsan hindi natin mararamdaman ang gawain, ngunit kailangan nating magkaroon ng lakas ng loob na magpatuloy.

Olumide Ogunsanwo: Mayroon akong dalawang rekomendasyon sa libro. Una ay ang " Shoe Dog [6]" ni Phil Knight, ang tagapagtatag ng Nike. Ang aklat na ito ay nagbibigay ng isang mapang-akit na salaysay kung paano niya sinimulan ang Nike at ang mga hadlang na kanyang hinarap, kabilang ang mga paghihirap sa pananalapi, mga legal na hindi pagkakaunawaan, at mahigpit na kompetisyon. Matututo tayong lahat sa katapangan at tiyaga

---

6.   https://www.amazon.com/Shoe-Dog-Phil-Knight-audiobook/dp/B01CRJA470

na ipinakita niya sa buong Nike journey. Ang pagnenegosyo ay isa sa mga pinakamahusay na landas tungo sa pagsasarili sa pananalapi, at ang aklat na ito ay nag-aalok ng hilaw na no-makeup na pananaw sa pagbuo ng isang negosyo.

Ang pangalawang rekomendasyon ay ang " The Day That Turns Your Life Around [7]" ni Jim Rohn. Ang aklat ay nagbibigay ng mga halimbawa ng mga indibidwal na naabot ang isang mahalagang sandali sa kanilang buhay kung saan napagtanto nila ang pangangailangan para sa pagbabago. Naabot nila ang pinakamababa at napagtanto na dapat nilang lapitan ang mga bagay sa ibang paraan sa pasulong. Hinarap ko ito noong ako ay 21 at 23 nang mawalan ako ng parehong trabaho, at ang aklat na ito ay nag-aalok ng iba't ibang halimbawa ng mga taong nahaharap sa magkatulad na FTE at mga sandali ng krisis.

Ang layunin namin sa pagsulat ng aklat na ito ay magbigay ng inspirasyon sa iyo na mag-isip nang higit pa sa iyong kasalukuyang sitwasyon at kumilos tungo sa buhay na tunay mong ninanais. Gusto ka naming hamunin na tanungin ang iyong sarili, "Ito ba talaga ang buhay na gusto kong mabuhay?" at gumawa ng pagbabago. Nauunawaan namin na kung minsan ay nangangailangan ng isang masakit na kaganapan upang ma-trigger ang ganitong uri ng pag-iisip, ngunit umaasa kaming ang aming aklat ay maaaring magsilbi bilang isang katalista para sa positibong pagbabago sa iyong buhay. Lumipat nang higit pa sa kasiyahan at patungo sa isang buhay na tunay na nagpapasigla sa iyo. With that, we can close this chapter, see you in the next one.

---

7.   https://www.amazon.com/That-Turns-Your-Life-Around/dp/B01M7VOBM8

5: Mga kwento sa Business School at Mga Prinsipyo ng Pagtatakda ng Layunin at Personal na Pag-unlad

Olumide Ogunsanwo: Mayroon akong magagandang alaala sa aking panahon sa paaralan ng negosyo, at nasasabik akong magbahagi ng mga kuwento at talakayin kung paano ang pagpapalawak ng kapital ng tao ay maaaring magbigay daan patungo sa kalayaan sa pananalapi.

Acani Samon Biaou: Sa kabanatang ito, tutuklasin natin ang ating mga karanasan sa mga taon ng ating pag-aaral sa negosyo, na nagsilbing mga katalista para sa makabuluhang personal na pag-unlad at nagtakda ng bagong kurso para sa ating buhay.

Olumide Ogunsanwo: Bukod pa rito, tatalakayin natin ang mga prinsipyo ng pagtatakda ng layunin at personal na pag-unlad. Pagtatakda ng mga ambisyosong layunin at pagbuo ng iyong sarili upang makamit ang mga layuning iyon. Kahanga-hanga. Tara na!

5A: Kwento ng Olumide's Business School

Acani Samon Biaou: Olumide, sa nakaraang kabanata, tinalakay namin ang iyong maagang karera, kabilang ang mga kapus-palad na pagkawala ng trabaho at ang iyong desisyon na i-reset ang iyong buhay sa pamamagitan ng pag-aaral ng negosyo. Maaari mo bang ibahagi kung paano naganap ang paglalakbay na iyon?

Olumide Ogunsanwo: Talagang. Ang aking pagganyak na ituloy ang paaralan ng negosyo ay nag-ugat sa pagnanais na magkaroon ng higit na kontrol sa aking buhay at itakda ang aking sarili sa isang mas mataas na potensyal na tilapon. Hayaan akong magpinta ng isang larawan upang ipaliwanag ang aking naramdaman noong panahong iyon. Isipin ang iyong sarili sa isang kotse na may 10 tao, bawat isa ay nagbibigay sa iyo ng iba't ibang direksyon at opinyon. Ang ilan ay bahagyang nakakagambala, habang ang iba ay humahadlang sa iyong pagtingin at kahit na itulak at sipain ka. Nagiging mahirap na mag-navigate at kontrolin ang iyong buhay kapag napakaraming panlabas na impluwensya. Ang mga indibidwal na ito ay kumakatawan sa iba't ibang mga panggigipit sa iyong buhay, tulad ng mga boss, kasamahan, o sinumang may impluwensya. Bagama't maaaring ikaw ang driver, ang kotse ay idinisenyo lamang para sa maximum na limang tao, o maaaring dalawa lamang sa kaso ng isang sports car. Sa pagkakatulad na ito, ang pinakalayunin ay imaneho ang kotse nang mahinahon, na may dalawang kamay sa manibela, at mas kaunting mga abala, na nagbibigay-daan sa iyong mabawi ang kontrol sa iyong buhay.

Naghanap ako ng higit pang ahensya, at naniniwala ako na ang paaralang pangnegosyo ay magbibigay ng pag-reset, na magbibigay-daan sa akin na matuto ng mga bagong bagay, kumonekta sa mga tao, at makakuha ng mas mahusay na suweldong trabaho. Narito kung paano lumaganap ang aking paglalakbay sa paaralan sa negosyo:

Context: Noon ay 2009, at ako ay 24 taong gulang. Natagpuan ko ang aking sarili sa isang mapaghamong sitwasyon dahil sa mga hindi magandang pangyayari sa aking dating trabaho, tulad ng nabanggit ko sa nakaraang kabanata. Ipinagpatuloy ko ang aking master's degree sa gabi bilang isang paraan upang manatili sa Amerika.

Pagpili ng paaralan: Naninirahan sa Nigeria hanggang ako ay 17 at pagkatapos ay sa Amerika, gusto kong makaranas ng kakaiba sa pamamagitan ng pamumuhay sa Europa. Habang bumisita ako sa Europa ng ilang beses bago, hindi pa ako tumira doon. Ang pagkakataong pumasok sa isang European business school ay tila kapana-panabik, at nagkaroon din ako ng sentimental na koneksyon sa Oxford dahil ang aking ama ay nag-aral sa unibersidad noong dekada setenta. Pangunahing nakatuon ako sa mataas na ranggo na mga paaralang European tulad ng LBS, Oxford, Cambridge, at INSEAD, na may ilang mga paaralang Amerikano bilang backup.

Mga Aksyon: Isinawsaw ko ang aking sarili sa mga paghahanda sa GMAT, pagkuha ng lahat ng kinakailangang aklat at kurso. Naging structured ang mga araw ko, simula sa paggising, pagligo, at pagpunta sa IIT para maghanda para sa GMAT buong araw, na sinundan ng mga klase sa gabi. Maaaring mukhang monotonous at boring, ngunit nasiyahan ako sa proseso dahil alam kong binabago ko ang aking buhay. Mahusay akong gumanap sa GMAT at natapos ang lahat ng iba pang aspeto ng aplikasyon ng MBA, kabilang ang mga liham ng rekomendasyon at sanaysay.

Kinalabasan: Malinaw kong natatandaan na nakatanggap ako ng email mula sa Oxford noong Disyembre 11, 2009, na may hindi tiyak na linya ng paksa na "Oxford MBA Program 2010/11." Pagbukas ko ng email, nakita ko ang admission offer. Nababalot ako ng emosyon at halos maluha luha sa tuwa. Sumayaw ako sa paligid ng aking silid (bilang ang pagsasayaw ay isa sa aking mga interes, tulad ng nabanggit sa nakaraang kabanata). Ito ay isang maluwalhati at pagbabago ng buhay na sandali! Alam kong hindi na magiging pareho ang buhay ko.

Ang aking paglalakbay sa pag-aaplay sa paaralan ng negosyo ay halos isang solong pagsisikap. Hindi ko ipinaalam sa aking mga magulang ang tungkol sa aking mga planong mag-aplay, at hindi rin ako nakibahagi sa pag-aaral ng grupo o ibinahagi ang aking mga sanaysay sa aplikasyon sa sinuman para sa feedback. Hindi rin ako humingi ng payo kung saang business schools mag-a-apply. Siyempre, hindi ito ganap na solo, kailangan ko ng mga sulat ng rekomendasyon mula sa mga dati kong katrabaho at mga propesor ko (shoutout sa lahat ng sumulat ng mga sulat ng rekomendasyon sa paaralan ng negosyo). Hindi ko irerekomenda ang diskarteng ito sa sinuman ngayon. Ginawa ko ito dahil wala akong kakilala na dumaan sa proseso o may MBA noong panahong iyon, dahil karamihan sa mga kaedad ko ay nasa early 20s at nagsisimula ng kanilang mga karera.

Sa pagmumuni-muni sa karanasang ito pagkaraan ng ilang taon, pinag-isipan ko kung ang aking pagpili ng mga paaralan sa Europa ay hinihimok ng aking pagnanais na manirahan sa Europa o ng aking kawalang-kasiyahan sa sistema ng Amerika. Nasasaktan pa rin ako sa mga pangyayaring nakapal-ibot sa pagkawala ng trabaho ko at naramdaman kong binigo ako ng siste-mang Amerikano. Samakatuwid, ang aking desisyon na lumipat sa Europa ay maaaring bahagyang pagtakas mula sa Amerika sa halip na isang partikular na atraksyon sa Europa.

Acani Samon Biaou: Maraming dapat i-unpack dito. Balikan natin ang iyong desisyon na ituloy ang business school. Nabanggit mo ang pakiramdam na nabigo ng sistema ng Amerika, ang pagnanais na manirahan sa Europa, at ang emosyonal na koneksyon sa alma mater ng iyong ama, ang Oxford. Gayunpaman, hindi mo tahasang binanggit ang pagsasarili sa pananalapi bi-lang isang kadahilanan sa pagmamaneho. Maaari mo bang ipaliwanag ang iy-ong mga iniisip tungkol sa kalayaan sa pananalapi sa panahong iyon?

Olumide Ogunsanwo: Nagkaroon na ako ng interes sa personal na pananalapi mula noong bata pa ako. Nagpatuloy ito pagkatapos kong makuha ang aking unang trabaho kung saan nagsimula akong bumuo ng mga spreadsheet upang hulaan ang aking mga ipon at nagsaliksik sa mga personal na blog sa pananalapi sa pagitan ng 2006 at 2010. Nagbasa ako ng maram-ing blog tulad ng Get Rich Slowly [1](JD Roth), Early Retirement Extreme [2](Jacob Lund Fisker) at My Money Blog (Jonathan Ping) [3]. Nagbasa din ako ng iba pang mga website na ngayon ay hindi aktibo, tulad ng thesimpledol-lar.com, allfinancialmatters.com, netbanker.com, bargaineering.com, at higit pa. Ang kilusang FIRE (Financial Independence and Retire Early) ay medyo maliit noong panahong iyon, at ang termino mismo ay hindi malawak na kinikilala. Dahil dito, mas itinuring ko ang mga blog na ito bilang mga per-sonal na mapagkukunan ng pananalapi kaysa sa tahasang mga mapagkuku-

---

1.   http://getrichslowly.org

2.   http://earlyretirementextreme.com

3.   https://www.mymoneyblog.com/

nang nauugnay sa FIRE.

Acani Samon Biaou: Ano ang nag-akit sa iyo sa mga personal na blog sa pananalapi sa partikular na oras na iyon?

Olumide Ogunsanwo: Nasiyahan ako sa pagbabasa tungkol sa personal na pananalapi at pagtuklas ng mga paraan upang maging mas mahusay sa pera bago ang business school. Noong sinimulan ko ang proseso ng pag-aaplay sa paaralan ng negosyo, ang aking mga pangunahing layunin ay lumipat upang maging mas nakatuon sa pagkuha ng pinakamahusay na posibleng trabaho na may pinakamataas na kita. Ang kalayaan sa pananalapi ay hindi tahasang nasa isip ko; Mas nag-aalala ako sa pag-maximize ng aking potensyal na kita.

Achani Samon Biaou: Kaya, para lang linawin para sa aming madla, noong nawalan ka ng trabaho at nagsimula kang mag-aplay sa business school habang hinahabol na ang isa pang master's program, ang iyong pangunahing motibasyon ay upang mabawi ang kontrol at baguhin ang iyong buhay. Habang mayroon kang interes sa personal na pananalapi, ang pagkamit ng kalayaan sa pananalapi ay hindi isang partikular na layunin para sa iyo kapag pumapasok sa paaralan ng negosyo.

Olumide Ogunsanwo: Tama iyan. Ang pagsasarili sa pananalapi ay hindi isang bagay na aktibong hinangad ko o kahit na lubos kong naiintindihan noong panahong iyon. Kung tinanong mo ako tungkol dito noong 2009, hindi ko maiintindihan ang konsepto. Bagama't alam ko kung ano ang ibig sabihin ng yumaman, ang ideya ng pagsasarili sa pananalapi ay hindi gaanong tinatalakay o laganap noon.

Acani Samon Biaou: Kumusta ang iyong karanasan sa paaralan ng negosyo?

Olumide Ogunsanwo: Napakaganda! Natutunan ko ang dalawang aralin sa pagsasarili sa pananalapi noong panahon ko sa business school.

Una, ang pagtaas ng iyong human capital ay mahalaga para sa pagpapalakas ng iyong potensyal na kita. Hindi mo kailangang pumunta sa paaralan ng negosyo o makakuha ng master's degree, ngunit mahalagang tumuon sa personal na pag-unlad at palawakin ang iyong kaalaman upang mapahusay ang iyong kita.

Ang ikalawang aralin ay ang kahalagahan ng paglalantad ng iyong sarili sa mga bagong tao at mga bagong pananaw upang palawakin ang iyong mga abot-tanaw. Ang dalawang aral na ito ay magkakaugnay dahil ang pagpapalawak ng iyong pananaw sa mundo ay nagpapataas ng iyong kapasidad para sa personal na paglago, na siya namang nagpapalaki sa iyong potensyal na kita. Habang ang pagtaas ng iyong human capital ay maaaring makamit sa pamamagitan ng iba't ibang paraan (halimbawa, maaari mong gamitin ang YouTube, Coursera, atbp), ang pakikipagtagpo sa mga tao at pagkakaroon ng mga bagong karanasan ay isang mahusay na paraan upang palawakin ang iyong pananaw sa mundo at mga pagkakataon sa kita. Iyan ang dalawang pangunahing aral para sa mga taong interesado sa pagsasarili sa pananalapi mula sa kuwentong ito. Ito ang dalawang pangunahing takeaway para sa mga interesado sa pagsasarili sa pananalapi mula sa aking kuwento. Kahit na hindi ka pumapasok sa business school, ang mga prinsipyong ito ay maaaring ilapat sa maraming iba't ibang paraan.

Acani Samon Biaou: Magaling ang sinabi.

Olumide Ogunsanwo: Ngayon, sumisid tayo sa ilang partikular na detalye tungkol sa aking mga karanasan sa Oxford at MIT.

Hindi tulad ng karamihan sa mga mag-aaral na nagtapos na may malaking agwat sa pagitan ng kanilang undergraduate at graduate na pag-aaral, nagsimula ako sa Oxford noong ako ay 25 lamang, apat na taon lamang pagkatapos makumpleto ang aking undergraduate degree. Ito ay halos nadama na tulad ng isang extension ng aking undergraduate na karanasan dahil ako ay napakabata.

Sa Oxford, gumawa ako ng malay na desisyon na huwag ulitin ang mga pagkakamaling nagawa ko bilang isang undergraduate, kung saan nakatuon lang ako sa akademya. Sa halip, nilalayon kong maging mas mahusay at samantalahin nang husto ang lahat ng pagkakataong iniaalok ng business school. Dahil dito, aktibong lumahok ako sa iba't ibang pamahalaan, club, at grupo ng mga mag-aaral.

Nahalal ako bilang Kinatawan ng Klase ng MBA para sa Seksyon C, isa sa tatlong seksyon sa aming programang MBA na binubuo ng 80 estudyante bawat isa. Bukod pa rito, nagsilbi ako bilang Co-President ng Africa Group at Vice President ng Marketing/External Relations. Kung ikukumpara sa aking mga undergraduate na araw sa IIT, ako ay labis na kasangkot sa maraming mga aktibidad at palaging abala. Para akong bata sa isang tindahan ng kendi, ito ay isang kamangha-manghang karanasan at nagustuhan ko ito!

Mula sa background ng engineering, limitado ang pagkakalantad ko sa mga konsepto ng negosyo tulad ng pananalapi, ekonomiya, at marketing. Desidido akong sulitin ang oras ko sa Oxford, hanggang sa dadalo ako sa parehong mga klase nang maraming beses sa isang araw (dahil ang mga lektura ay itinuro nang hiwalay sa iba pang dalawang seksyon ng MBA sa magkaibang oras). Nakita ko ito bilang isang pagkakataon na sumipsip ng maraming kaalaman hangga't maaari. Sa isang punto, ang aking propesor sa macroeconomics ay nagtanong pa kung bakit ako kumukuha ng parehong klase nang maraming beses. Ipinaliwanag ko na gusto kong samantalahin ang mga pagkakaiba sa pag-iiskedyul at makuha ang bawat bit ng kaalaman na magagamit. Higit pa rito, napansin kong nagkaroon ng pagkakataon ang mga mag-aaral ng Executive MBA (EMBA) na kumuha ng mas maraming klase sa panahon ng tag-araw, kaya nag-audit ako ng ilang klase sa EMBA. Ang pag-aaral, paglaki, at pakikipag-ugnayan sa mga tao sa Oxford ay isang kapana-panabik na karanasan para sa akin.

Mayroon akong hindi mabilang na masasayang alaala ng aking oras doon. Isang mabilis na halimbawa ay noong napagtanto ko na ang iba't ibang programa ng Oxford business school—MBA, MFE (MSc of Finance), EMBA, at Executive Education—ay medyo nakahiwalay sa isa't isa. Nagsimula akong mag-organisa ng isang kaganapan kung saan maaaring magsama-sama ang mga mag-aaral mula sa lahat ng mga programang ito. Ito ay isang gabi ng bar, at nagkaroon kami ng magandang oras!

Hindi lang ako isang estudyante sa Oxford; Ako ay malalim na nakatanim sa MBA ecosystem, aktibong nakikilahok at kumokonekta sa isang magkakaibang network ng mga tao na dumadaan sa mga karanasan sa pagbabago.

Ang mga estudyante sa Oxford ay nakatira sa mga kolehiyo, anuman ang kanilang programa. Dahil maaga akong nag-apply para sa MBA program, marami akong mapagpipilian sa kolehiyo. Ang pangunahing pokus ko ay ang paghahanap ng isang abot-kayang pagpipilian, kaya hindi ko binigyang pansin ang iba pang mga kadahilanan. Sa kalaunan, pinili ko ang Worcester College dahil mayroon itong partikular na uri ng silid na budget-friendly. Ito ay isang maliit na attic sa tuktok ng isang bahay, kung saan halos mahawakan ko ang magkabilang gilid kapag nag-unat ako. Walang aparador, kaya bumili ako ng nakatayong aparador mula sa Argos bago magsimula ang paaralan.

Sa kabila ng maliit na espasyo, ang Worcester ay naging isang hindi kapani-paniwalang kolehiyo na may magandang lawa at mga pato. Noong Christmas break, nag-organisa pa ako ng mga tour sa Worcester para sa mga kapwa ko MBA students. Mahal na mahal ko si Worcester.

Acani Samon Biaou: Maraming dapat i-unpack. Paano at kailan dumating ang MIT sa larawan?

Olumide Ogunsanwo: Habang nag-aaral ako sa Oxford, ang una kong plano ay magtapos at agad na magsimula ng trabaho. Gayunpaman, noong ikaapat na quarter ng 2010, nakipag-usap ako kay Michael Sun, na nakilala ko sa pamamagitan ng student government council. Sinabi niya sa akin ang tungkol sa isang taong programa ng MIT MSMS (MS in Management Studies), na maaaring ituloy pagkatapos makumpleto ang aming programa sa Oxford. Sa karamihan ng mga kaso, ang mga programang MBA na hindi US ay tumatagal ng isang taon, habang ang mga American business school ay karaniwang may dalawang taong programa. Upang matugunan ang mga internasyonal na estudyante ng MBA, idinisenyo ng MIT ang programang ito upang mag-alok sa kanila ng karagdagang taon ng edukasyon sa negosyo sa MIT. Naintriga ako sa ideya, ngunit hindi ako lubos na kumbinsido dahil naisip kong magtatapos ako sa Oxford at makakahanap ng trabaho sa Europa.

Sa kabila ng aking mga pagdududa, nagpasya akong mag-aplay pa rin dahil wala akong masyadong mawawala, at palagi akong makakagawa ng desisyon sa susunod. At saka, wala pa akong natatanggap na anumang alok sa trabaho dahil tatlong buwan pa lang ako sa Oxford (Sumali ako sa Oxford noong Setyembre 2010 at nag-apply sa MIT noong Disyembre 2010).

Achani Samon Biaou: Ang iyong pangunahing motibasyon sa pag-aaral sa paaralan ng negosyo ay upang makahanap ng trabaho na magbabago sa landas ng iyong buhay at magbibigay sa iyo ng higit na kontrol. Paano nagkasya ang MIT dito, lalo na kung isasaalang-alang ang iyong pagkabigo sa sistema ng edukasyon sa Amerika?

Olumide Ogunsanwo: Iyan ay isang magandang tanong. Maraming salik ang may papel sa aking desisyon na dumalo sa MIT.

Una, bilang isang dating inhinyero, ako ay natural na naakit sa MIT, ngunit hindi ko nais na maging masyadong nasasabik tungkol dito. Nag-apply ako at nagpasya na tasahin ang sitwasyon kung nakatanggap lang ako ng alok. Naniniwala ako na pinakamahusay na gumastos ng enerhiya sa pag-iisip sa pagsusuri ng mga opsyon na mayroon ka sa halip na mag-isip-isip o maghangad ng mga opsyon na maaaring hindi matutupad.

Pangalawa, ang pagpunta sa MIT ay nagsilbing isang bakod para sa aking paghahanap ng trabaho. Ang mga mag-aaral sa isang taong programa ng MBA, tulad ng sa Oxford, ay nahaharap minsan sa mga hamon sa paghahanap ng mga trabaho dahil mayroon silang kalahating oras kumpara sa mga nasa dalawang taong programa sa Amerika. Bukod dito, ang mga degree ng MBA ay hindi gaanong pinahahalagahan sa labas ng Estados Unidos, at ang isang taong MBA na mga mag-aaral ay karaniwang walang pagkakataon para sa mga internship sa tag-init. Sa pamamagitan ng pagdalo sa MIT pagkatapos ng Oxford, maaari kong pagaanin ang mga isyung ito, bagama't mangangahulugan ito ng pagiging walang trabaho para sa isang karagdagang taon.

Pangatlo, nakatanggap ako ng scholarship mula sa MIT, na gumawa ng malaking pagkakaiba. Kung wala ang pinansyal na suportang iyon, hindi ako sigurado kung tatanggapin ko ang alok. Natuwa ako sa pagkakataong bumuo ng isa pang network ng mga kaibigan sa isang bagong bansa at maging bahagi ng dalawang kamangha-manghang unibersidad.

Sa pagbabalik-tanaw ngayon, noong 2023, makalipas ang labindalawang taon, ang pagdalo sa MIT ay isa sa pinakamagagandang desisyon na ginawa ko. Nakilala ko ang maraming magagandang tao at nagtayo ng pangalawang network ng negosyo ng alumni. Sa Oxford, mayroon kaming pandaigdigang komunidad ng mga mag-aaral, na may higit sa 90% ng mga tao ay mga internasyonal na hindi UK na mag-aaral. Sa kabaligtaran, sa MIT, ito ay higit na nakatuon sa Amerika, na may mas mababa sa 40% ng mga mag-aaral sa business school na mga internasyonal na hindi US na indibidwal. Ang Oxford Saïd Business School (SBS) ay ganap na isinama sa Oxford at bahagi ng isang makina habang ang MIT Sloan ay malinaw na hiwalay at karamihan ay independyente sa MIT. Binigyang-diin ng Oxford ang kadalisayan ng akademiko, habang ang MIT ay kumuha ng mas holistic na diskarte sa edukasyon. Halimbawa, sa Oxford, ang paglahok sa klase ay hindi nakaapekto sa aking pangkalahatang mga marka, ngunit sa maraming mga klase sa MIT Sloan, ito ay may malaking bahagi (30-50%) ng aking mga marka. Ang mga gastos sa MIT ay mas mataas, kabilang ang matrikula, mga libro, at ang aking upa sa pabahay sa MIT Tang Hall ($800) kumpara sa Worcester College sa Oxford (£275 o $440).

Pakiramdam ko ay may pribilehiyo na dumalo sa parehong Oxford at MIT, sila ay hindi kapani-paniwalang mga karanasan! Dati sinasabi ko na ang oras ko sa Oxford ang pinakamagandang taon ng buhay ko, ngayon sinasabi ko na bawat taon na tinitirhan ko ngayon ay ang pinakamagandang taon ng buhay ko.

Sa kasamaang palad, ang mga gastos na nauugnay sa mga paaralang pangnegosyo sa Amerika ay tumaas sa mga nakaraang panahon, mula $150,000 hanggang $250,000 para sa dalawang taong programa. Ang mabigat na tag ng presyo na ito ay malamang na hindi makatwiran para sa karamihan ng mga tao. Nag-aral ako sa business school dahil mababago nito ang buhay ko, ngunit sa tingin ko ngayon ay isang scam ito at hindi sulit para sa karamihan ng mga tao. **Hindi** ko ipapayo ang karamihan sa mga tao na pumunta sa paaralan ng negosyo maliban kung mayroon silang malinaw na dahilan at ang return on investment ay may katuturan.

Acani Samon Biaou: Iyan ay kawili-wili. Noong nag-aral ako sa business school, gusto ko ring sulitin ang karanasan. Nagpasya akong magtapos ng master sa edukasyon dahil nagbabayad na ako para sa isang MBA, at walang karagdagang gastos. Going back to your story, nabanggit mo na gustong "magbago ng buhay mo." Maaari ka bang magbahagi ng higit pa tungkol sa iyong mindset sa oras mo sa Oxford at MIT?

Olumide Ogunsanwo: Noong nagsimula ako sa paaralang pangnegosyo, mayroon akong dalawang pangunahing layunin: upang makuha ang pinakamahusay na trabaho na posible at matuto hangga't kaya ko mula sa aking mga klase. Ang pagbuo ng isang network at pakikipagkilala sa mga tao ay wala sa aking radar sa simula.

Sa katunayan, kung kailangan kong pumili sa pagitan ng pagpunta sa isang late-night bar o pag-aaral para sa paparating na mga pagsusulit sa Oxford, pipiliin kong mag-aral ng 80% ng oras. Sa pagbabalik-tanaw, napagtanto ko na maaaring hindi ito ang pinakamahusay na diskarte, ngunit ito ay gumana nang maayos sa huli. Ang dahilan kung bakit nakipagpulong ako sa napakaraming kamangha-manghang mga tao ay dahil nagsimula akong maging napaka-social at nakikilahok sa mga party at kaganapan sa Oxford (bago tuluyang umatras para mag-aral pa). Bukod pa rito, ang aking aktibong pakikilahok sa pamahalaan ng mag-aaral ay isang magandang paraan upang makihalubilo at makakilala ng mas maraming tao.

Ang MIT ay iba sa Oxford dahil pinili kong maging mas kaunti sa mga grupo dahil marami na akong nagawa sa Oxford. Sa MIT, mas nakatuon ako sa paghahanap ng trabaho at nakikibahagi lamang sa mga pangkat na makabuluhan sa akin, tulad ng pagtulong sa pag-aayos ng MIT Sloan 2012 Africa Conference.

Acani Samon Biaou: Ano ang nagtulak sa iyong matinding pagnanais na mag-network? Sinadya ba itong diskarte?

Olumide Ogunsanwo: Walang networking plan. Gusto ko lang maging bahagi ng lahat ng nangyayari sa paligid ko. Iyon ang dahilan kung bakit sumali ako sa napakaraming grupo sa Oxford at sumali sa iba't ibang aktibidad. Halos mabaliw ito. Hindi ko ito ginawa sa "network," ginawa ko ito dahil gusto kong magkaroon ng mahusay na karanasan at sulitin ang aking oras sa isang espesyal na lugar tulad ng Oxford. Ito ay nagpapaalala sa akin ng isang kuwento tungkol sa kahalagahan ng pagiging totoo sa sarili.

Kinailangan kong magsulat ng thesis sa MIT dahil ang aking programa ay isang MSc degree. Ang una kong diskarte ay ang pumili ng paksang makakatulong sa akin na makakuha ng trabaho. Naisip ko na ang pagtuon sa sektor ng langis at gas, dahil sa aking background bilang isang chemical engineer sa isang refinery, ay magiging "mas madaling" paraan upang makahanap ng trabaho sa sektor ng enerhiya. Sinimulan kong isulat ang aking thesis tungkol dito, gayunpaman, naiinip ako sa thesis, at natagpuan ko ang aking sarili na nakatitig sa screen nang ilang linggo. Sa bandang huli, sinabi ko "screw this!" at nagpasya na baguhin ang kurso at magsulat tungkol sa isang bagay na tunay na interesado sa akin: mga operating system ng smartphone. Ang pagkakaiba ay kaagad at malinaw at ang bawat sandali na ginugol sa aking thesis ay naging masaya. Masigasig akong nagsaliksik ng mga bagong lugar at natuto ako ng higit pa tungkol sa mobile ecosystem. Mababasa mo talaga ang thesis ko dito [4]kung interesado ka.

Hindi ko dapat sinayang ang oras ko sa pagsulat ng thesis sa sektor ng enerhiya. Ang thesis ay malamang na bastos pa rin. Alam ko sa kaibuturan ko na hindi ko gusto ang sektor ng langis at gas. Gustung-gusto ko ang teknolohiya at mga smartphone, ngunit sinusubukan kong mag-optimize para sa isang trabaho.

---

4.   https://dspace.mit.edu/handle/1721.1/72854?show=full

Ibinabahagi ko ngayon ang kuwentong ito para i-highlight ang mga pak-inabang ng pagtanggap sa iyong natatangi, kakaiba, makulay na sarili at paglabanan ang pagnanasang sumunod sa mura, murang kayumanggi, middle-of-the-road na karaniwang pamantayan ng pangunahing lipunan. Kanina sa libro sinabi ko: **Be yourself and make yourself better every day**. Nais kong pahusayin ngayon ang pahayag na iyon sa pamamagitan ng pagsasama ng mga prinsipyong naobserbahan namin: **Maniwala ka sa iyong sarili, maging iyong tunay na sarili, magtakda ng mga ambisyosong layunin na hinihimok ng mga pinahahalagahan at paunlarin ang iyong sarili araw-araw upang makamit ang iyong mga layunin.**

Kailangan mong gumawa ng mga aksyon na naaayon sa iyong mga natatanging halaga, layunin at interes. Ang buhay ay masyadong maikli para hindi masiyahan.

Acani Samon Biaou: Talagang pinahahalagahan ko ang nuance na dinala mo sa dulo. Ang ilang mga mambabasa ay maaaring makaramdam ng pagkabalisa sa pagitan ng kanilang sarili at pagiging bukas sa mga bagong karanasan. Ang iyong paglilinaw ay mahalaga dahil hindi ka nagpapayo laban sa pagiging bukas sa mga bagong bagay, ngunit sa halip ay binibigyang-diin ang kahalagahan ng paggawa ng mga bagay na nagdudulot sa iyo ng kagalakan. Doon ka tunay na umunlad at makakamit ang pinakamataas na pagganap at mga resulta.

Olumide Ogunsanwo: Ganap, iyon ang kakanyahan ng aklat na ito. Nabanggit na namin noon na ang FIREDOM ay hindi lamang tungkol sa pananalapi, ngunit sa halip ay tungkol sa pamumuhay sa buhay na talagang gusto mo. At paano mo mabubuhay ang buhay na iyon kung hindi mo kayang gawin ang mga bagay na gusto mo? Ito ang dahilan kung bakit napakahalaga ng kalayaan sa pananalapi. Kapag umabot ka sa punto kung saan mayroon kang sapat na pera para tumagal sa natitirang bahagi ng iyong buhay, mas marami kang pagkakataon na gawin ang gusto mo. Kung walang kalayaan sa pananalapi, gugugol mo ang iyong lakas sa pag-iisip at oras sa pagsisikap na kumita ng pera at gawin ang sinasabi ng ibang tao na gawin mo.

Ang pinakamahalagang aral sa FI mula sa kabanatang ito ng aking buhay ay ang dagdagan ang iyong human capital upang mas maunawaan kung paano gumagana ang mundo at dagdagan ang iyong potensyal na kita. Ilantad ang iyong sarili sa mga bagong tao at ideya. Maging adventurous at lumabas sa iyong comfort zone para sumubok ng mga bagong bagay. Madali kong pinili na manatili sa Chicago at pumasok sa business school sa University of Chicago Booth o Northwestern Kellogg. Ngunit nasaan ang saya at pakikipagsapalaran diyan? Mas nakakapanabik na pumunta sa Oxford, magsuot ng aking subfusc (Oxford examination suit), at isulat ang aking mga pagsusulit sa magandang gusali ng Examination Schools.

Maaari akong kumuha ng trabaho sa London, ngunit ito ay higit na kapanapanabik na sumali sa MIT at makaranas ng isang ganap na bagong kapaligiran. Hindi pa ako nakapagtapos sa Oxford noong nagsimula ako sa MIT. Lumipad ako sa MIT para sa matrikula, bumalik sa Oxford upang makapagtapos, at pagkatapos ay lumipad pabalik sa MIT upang magsimula ng mga klase. Ito ay maluwalhati. Hindi ako tumira sa makamundong, pinili ko ang pakikipagsapalaran.

Kinailangan kong maging adventurous at subukan ang iba't ibang mga bagay upang maibalik ang aking buhay. Gayunpaman, hindi mo kailangang madama ang pangangailangan na baguhin ang iyong buong buhay upang yakapin ang pakikipagsapalaran. Kahit na mayroon ka nang matatag na trabaho o matagumpay na negosyo, maaari mo pa ring paunlarin ang iyong sarili at piliin ang pakikipagsapalaran sa pamamagitan ng pagtuklas ng mga pagkakataon sa labas ng iyong comfort zone.

Achani Samon Biaou: Salamat sa pagbabahagi ng isang kamanghamanghang kuwento. Ikaw o ako ay hindi naghabol ng mga MBA na may tanging layunin na makamit ang kalayaan sa pananalapi. Nagkaroon kami ng panloob na drive na maging excel, lumago nang personal, at galugarin ang mga bagong posibilidad. Nais mong baguhin ang takbo ng iyong buhay. Sa halip na manatili sa Chicago at patuloy na mag-aplay para sa mga trabaho, umaasang bubuti ang mga bagay, ginawa mo ang matapang na desisyon na lumabas sa iyong comfort zone at gumawa ng isang bagay na medyo dramatiko.

Olumide Ogunsanwo: Ang pag-alis sa US ay nagsasangkot ng malaking panganib dahil wala akong green card o US passport. Pero handa akong makipagsapalaran dahil gusto kong baguhin ang buhay ko. Minsan, kailangan mong maging handa sa mga panganib.

Acani Samon Biaou: Mukhang ang determinasyon ay isang pangkaraniwang thread sa kabuuan ng iyong kwento. Mayroon kang ganyang motibasyon at apoy, at hindi ka sumuko. Kahit na ang mga prospect ng trabaho ay hindi nagtagumpay, nakapasok ka sa Oxford at determinado kang lumampas sa pagtutok lamang sa akademya. Ang ilang mga tao ay maaaring magkaroon ng pagnanais na magbago, ngunit maaaring hindi sila handang maglagay ng kinakailangang pagsisikap. Ang pagsunod sa checklist ng ibang tao ay maaaring hindi tumutugma sa iyong sariling mga layunin, at kahit na mangyari ito, kailangan ang personal na lakas na iyon upang maisakatuparan ito.

Olumide Ogunsanwo: Ang panimulang kislap at pagganyak na iyon ay mahalaga para isulong ang iyong sarili. Naaalala ko na tinanong ako ng isang ka-date kung bakit ako determinado maraming taon na ang nakararaan. Natigilan ako dahil akala ko iyon ang gusto ng lahat. Gusto kong gumawa ng mga hindi kapani-paniwalang bagay. Gusto kong gumawa ng pagkakaiba. Gusto kong mamuhay ng isang buhay na ipinagmamalaki ko kung saan ako totoo sa sarili ko.

Samon, tama ka. Napakahalaga na magkaroon ng panloob na apoy, ang pagganyak na mapabuti ang iyong sarili at gumawa ng isang bagay na makabuluhan sa iyong buhay. Hanapin ang kislap na iyon sa loob mo at gamitin ito upang himukin ang iyong sarili patungo sa iyong mga layunin at hilig. Huwag magpakatatag para sa isang hindi kasiya-siyang buhay; isipin ang buhay na gusto mo at gawin kung ano ang kinakailangan upang malikha ito. See you sa susunod na kabanata!

5B: Kwento ng Samon's Business School

Olumide Ogunsanwo: Samon, nasasabik akong magsalita tungkol sa iyong paglalakbay sa paaralan sa negosyo. Magsimula tayo sa simula. Ano ang nagpasya sa iyo na ituloy ang paaralan ng negosyo sa unang lugar?

Acani Samon Biaou: Una kong sinimulan na isaalang-alang ang paaralan ng negosyo habang nagtatrabaho ako sa Deutsche Telekom Consulting sa Germany at naglalakbay sa iba't ibang bansa para sa mga proyekto sa pagkonsulta. Napagtanto ko na ang gawaing teknikal na ginagawa ko ay hindi kasing halaga ng inaasahan ko. Ang aking tungkulin ay kasangkot sa pagbuo ng mga kaso ng negosyo at pagdidisenyo ng mga network ng radyo para sa mga bagong operator ng telecom noong panahon na ang mga bansa ay nagdaragdag ng mga bagong mobile operator.

Bagama't sopistikado ang aking teknikal na gawain, napagtanto ko na wala ako sa mga silid kung saan ginawa ang mahahalagang desisyon. Ang mga "management consultant" ang nagkaroon ng pribilehiyong iyon, habang ang trabaho ko ay suportahan sila. Nais kong magkaroon ng upuan sa mesa kung saan ginagawa ang mga desisyon.

Olumide Ogunsanwo: Nakuha ko. Ikaw ay bahagi ng teknikal na koponan ngunit nadama na ang pangkat ng negosyo ay gumawa ng mas kawili-wiling gawain.

Acani Samon Biaou: Eksakto. Sa panahon ng aking mga proyekto sa mga bansa tulad ng South Africa, Libya, at UAE, napansin ko ang dalawang dynamics na nakaimpluwensya sa aking desisyon na ituloy ang isang MBA. Una, sa loob ng mga koponan ng Deutsche Telekom, mayroong mga "Technical Consultant" at "Commercial Consultant." Nabibilang ako sa pangkat na "Technical Consultant," responsable para sa mga pagsusuri ng software at pagbibigay ng mga input sa "Commercial Consultant" na nagtrabaho sa mga financial projection. Ang "Commercial Consultant" ay madalas na nakikipag-ugnayan sa mga lider sa panig ng kliyente, na isang antas o dalawa sa ibaba ng CEO.

Pangalawa, madalas kaming nakatagpo ng "mga consultant ng pamamahala" mula sa mga kumpanya tulad ng BCG at McKinsey na kung minsan ay nagtatrabaho para sa parehong mga kliyente. Ang mga management consultant na ito mula sa BCG at McKinsey ay pangunahing makikipag-ugnayan sa CEO ng aming kumpanya ng kliyente at susuriin ang gawaing isinumite ng aming Deutsche Telekom na "Commercial Consultant," na nag-aalok ng payo sa mga pangunahing desisyon.

Sa isang paraan, naramdaman kong doble ang inalis ko sa proseso ng paggawa ng desisyon at nagtaka ako tungkol sa tunay na epekto ng aking trabaho sa mas malaking larawan. Ang terminolohiyang pangnegosyo na ginamit ng mga koponan ng BCG/McKinsey o maging ng aming "Commercial Consultant" ng Deutsche Telekom ay hindi pamilyar sa akin. Hindi ko maiwasang madama na ang aking mga kontribusyon ay hindi tunay na mahalaga.

Ito ay humantong sa akin na tanungin kung kailangan ko ng karagdagang pagsasanay upang umunlad sa aking karera. Inisip ko kung dapat ba akong makakuha ng karagdagang kaalaman tungkol sa mga konsepto ng negosyo at pananalapi. Magbasa na lang ba ako ng mga libro? Noong 2010, natuklasan ko ang konsepto ng isang MBA at ang potensyal nito na mapahusay ang aking mga kasanayan at magbukas ng mga bagong pagkakataong propesyonal. Pagkalipas ng ilang buwan, seryoso kong pinag-isipang mag-aplay para sa programa. Naniniwala ako na ang pagpupuno sa aking teknikal na kadalubhasaan na may matatag na pag-unawa sa negosyo ay magbibigay-daan sa akin na mas mahusay na suportahan ang mga kliyente at gumawa ng mas makabuluhang epekto.

Olumide Ogunsanwo: Samon, kunin natin ang isang mabilis na diversion mula sa iyong kuwento at pag-usapan ang tungkol sa personal na pagunlad. Ang paaralan ng negosyo ay mahalaga para sa amin, ngunit maaaring hindi ito ang tamang landas para sa karamihan ng mga tao. Ang ilang mga tao ay maaaring pumili ng mga alternatibong paraan para sa personal na paglago.

Nasa panahon tayo kung saan natututo ang mga tao mula sa mga platform tulad ng YouTube, Udemy, edX, Coursera, Tik Tok at marami pang MOOC (napakalaking bukas na mga online na kurso) at mga website. Paano dapat magpasya ang isang kabataan sa pagitan ng pagkuha ng mga libreng kurso, pagbabayad para sa mga online na kurso, o pag-enrol sa isang opisyal na programa sa degree upang mapahusay ang kanilang mga kasanayan at kaalaman? Sa napakaraming iba't ibang opsyon sa pag-aaral na magagamit, paano nila magagawa ang trade-off at matutukoy ang pinakaangkop para sa kanilang mga pangangailangan?

Acani Samon Biaou: Ang payo ko sa isang kabataan ay magsimula sa pamamagitan ng pagtatakda ng layunin at pagkatapos ay tukuyin ang mga kasanayan at network na kailangan upang makamit ang layuning iyon. Ngayon, pag-usapan natin ang iyong tanong. Sa aking kaso, gusto kong magkaroon ng epekto at magbigay ng mga serbisyo sa pagpapayo sa mga kliyente, kaya natanto ko na ang pagkonsulta sa pamamahala ay ang malinaw na landas. Nalaman ko na karamihan sa mga management consulting firm ay nangangailangan ng MBA. Ang proseso ng pag-iisip na ito ay dapat mag-iba para sa lahat depende sa kanilang mga kalagayan. Halimbawa, kung ang isang tao ay mayroon nang Oxford undergraduate degree, maaari niyang gamitin ang kanilang alumni network upang makakuha ng trabaho nang hindi kumukuha ng MBA at sa halip ay makakuha ng mga kasanayan sa pamamagitan ng mga platform tulad ng Udemy.

Ang pagpapaunlad ng kasanayan ay isang patuloy na kasanayan, hindi lamang isang beses na pagkuha ng kaalaman. Mayroong iba't ibang mga paraan upang bumuo ng mga kasanayan at pagbutihin ang iyong sarili:

Una, magkaroon ng hands-on na karanasan sa pamamagitan ng pagtatrabaho sa isang kumpanya na dalubhasa sa lugar na gusto mong maging excel. Kung gusto mong maging master ang mga balance sheet, magtrabaho sa isang kumpanya na may kinalaman sa mga balance sheet.

Pangalawa, isaalang-alang ang pag-enroll sa isang degree program tulad ng isang MBA o isang cohort-based na kurso, kung saan maaari kang makipag-ugnayan sa mga guro at kapantay at matuto mula sa kanilang mga karanasan.

Panghuli, maaari kang pumili ng self-paced, non-interactive na mga kurso o gumamit ng iba pang magagamit na mapagkukunan sa pag-aaral.

Olumide Ogunsanwo: Ang personal na pag-unlad ay isang natatanging paglalakbay para sa bawat indibidwal, at mahalagang matukoy kung aling paraan ng pag-aaral at pagpapabuti sa sarili ang pinakaangkop sa iyong partikular na mga kalagayan. Tandaan na ikaw ang may pananagutan sa iyong pag-unlad, hindi ang iyong kumpanya, hindi ang iyong boss at tiyak na hindi ang iyong mga guro o tagapagturo. Walang pakialam sa iyo ang iyong kumpanya at anumang materyal sa pag-aaral na ibibigay nila ay makakatulong sa iyong maging mas mabuting empleyado, hindi para tulungan kang makamit ang iyong mga layunin sa buhay at mamuhay ng malaya.

Kaya, kailangan mong magtakda ng mga ambisyosong layunin (ang paparating na kabanata, 5C, ay magbibigay ng mas komprehensibong impormasyon kung paano epektibong magtakda ng mga layunin) at lumikha ng personal na plano sa pag-unlad upang makamit ang mga layuning iyon. Ang planong ito ay magsasangkot ng mga pang-araw-araw na aksyon, na bumubuo ng isang ugali ng pagpapabuti ng sarili. Sa kabutihang palad, hindi mo kailangang pumili sa pagitan ng iba't ibang mga opsyon sa pag-aaral dahil hindi sila eksklusibo sa isa't isa. Maaari kang maglaan ng oras sa maraming mga opsyon nang sabay-sabay, tulad ng panonood ng mga video sa YouTube habang kumukuha ng mga kurso sa edX o pagpupursige ng master's program at pagdaragdag sa iyong pag-aaral sa Coursera.

Ang magandang balita ay ang maraming mga pagpipilian sa pag-aaral ay nagiging mas abot-kaya, at sa katunayan, maraming mga kurso ang libre. Gayunpaman, ang mga degree sa unibersidad tulad ng MBA ay maaaring magastos, kaya mahalagang isaalang-alang ang mga alternatibo at ang return on investment bago ituloy ang mga ito.

Ang masamang balita ay kailangan mong matuwa at mag-udyok na matuto ng mga bagong kasanayan at bumuo ng iyong kakayahan bilang tao. Ang rate ng pagkumpleto para sa mga MOOC ay karaniwang mababa, mula 5% hanggang 15%. Iyon ang dahilan kung bakit binigyang-diin namin ang pagtatakda ng mga ambisyosong layunin at paglikha ng isang pangitain para sa hinaharap na buhay na nakakaganyak sa iyo. Kapag ikaw ay tunay na nasasabik tungkol sa iyong potensyal na hinaharap, ikaw ay mas malamang na nakatuon sa personal na pag-unlad sa araw-araw.

Anyway, with that, Samon, balik tayo sa kwento mo.

Acani Samon Biaou: Nagsimula akong magsaliksik at maghanda para sa GMAT at nag-apply sa ilang mga paaralan sa Amerika. Nakatanggap ako ng sulat ng pagtanggi mula sa MIT, na isa sa aking mga nangungunang pagpipilian dahil sa reputasyon nito sa engineering. Ito ay isang matigas na suntok. Gayunpaman, nakatanggap ako ng sulat ng pagtanggap mula sa Stanford, na parang isang pagpapatunay dahil ang parehong mga paaralan ay may malakas na mga programa sa engineering.

Dalawang mahalagang takeaways mula sa aking karanasan sa pag-apply sa business school ay:

Una, nanatili akong mausisa at binigyang pansin ang ginagawa ng iba. Ang aking pag-uusisa tungkol sa "mga komersyal na consultant" sa Deutsche Telekom at ang mga tagapayo sa pamamahala mula sa BCG at McKinsey ay nagdulot ng aking interes sa mga programang MBA. Madalas kong subukang dumalo sa mga pagpupulong ng pamamahala kung saan nagtatanghal si McKinsey o BCG sa mga kliyente para lamang obserbahan ang kanilang mga pagsusuri at mga slide. Sabik akong malaman ang hindi ko alam na hindi ko alam. Marami sa aking mga kaibigan mula sa paaralan ay walang ganoong antas ng kuryusidad.

Pangalawa, mahalaga na laging magsikap para sa pinakamahusay at magkaroon ng kumpiyansa na makakamit mo ang anumang bagay. Hindi ko nakita ang mga consultant ng McKinsey o BCG bilang nasa mas mataas na antas o naniniwala na ang kanilang mga karera ay hindi maabot para sa akin. Ito ay isang bagay lamang kung masasabik ako sa trabahong ginawa nila. Kung nakita ko itong kapana-panabik, gagawa ako ng paraan para makasali sa mga kumpanyang iyon. Ang paniniwala sa sarili ay mahalaga.

Olumide Ogunsanwo: Mahalagang magsanay ng pasasalamat at magpasalamat sa kung ano ang mayroon ka, ngunit hindi ito nangangahulugan na dapat kang maging kampante. Dapat kang magpatuloy sa paghahanap ng mga pagkakataon upang mapabuti ang iyong sitwasyon. Samon, ang iyong kuwento ay naglalarawan nito nang mabuti. Mayroon kang magandang trabaho sa Deutsche Telekom, naglakbay sa mundo, at nakakuha ng magandang kita. Nagpapasalamat ka sa karanasan, ngunit mayroon ka pa ring pagnanais na umunlad at umunlad. Ang pagbabalanse ng pasasalamat sa paggalugad ng pagkakataon ay mahalaga. Ang pagpapahayag ng pasasalamat nang hindi nagsasaliksik ng mga pagkakataon ay humahantong sa pagwawalang-kilos, habang ang paggalugad ng mga pagkakataon nang walang pasasalamat ay humahantong sa kawalang-kasiyahan at mga reklamo.

Acani Samon Biaou: Lubos akong sumasang-ayon. Nagkaroon ako ng tinatawag kong "underdog mentality." Hindi ako naging komportable sa isang posisyon kung saan hindi ako ang underdog. Patuloy akong naghahanap ng mga hamon at itinulak ang aking sarili na umakyat nang mas mataas at malampasan ang aking mga limitasyon. Sa aking paglalakbay sa paaralan ng negosyo, natutunan ko ang ilang mahahalagang bagay:

Ang pagtatakda ng mga layunin ay mahalaga kapag nagsisimula ng bago. Kung nahihirapan kang tukuyin ang iyong mga layunin, tumuon sa pag-aaral o paggalugad ng mga paksang tunay na interesado sa iyo. Para sa akin, ang layunin ko ay maapektuhan ang paggawa ng desisyon, at sa oras na iyon, hindi ang pera ang aking pangunahing priyoridad. Kahit na kumikita ako nang maayos sa Deutsche Telekom, alam kong kailangan kong i-level up ang aking kaalaman. Gayunpaman, natanto ko na ang layuning ito ay medyo malawak. Sa pagbabalik-tanaw, natuklasan ko na ang mga tao ay pumapasok sa paaralan ng negosyo para sa tatlong pangunahing dahilan: akademiko, pagsulong sa karera, at mga pagkakataon sa networking.

Olumide Ogunsanwo: Oo, sa sandaling nagsimula ka sa paaralan ng negosyo, napagtanto mo na mayroong isang madiskarteng diskarte sa paglalakbay ng MBA. Maaari mong piliing tumuon sa akademya, pag-secure ng trabaho, o pagbuo ng network. Ito ay nagpapaalala sa akin ng konsepto ng adaptive na pagtatakda ng layunin na tinalakay mo habang isinusulat ang aklat na ito.

Acani Samon Biaou: Oo, pag-usapan natin ang adaptive goal setting. Kapag humihingi ng payo mula sa iba na dumanas ng katulad na karanasan sa kung ano ang iyong sisimulan, mahalagang maunawaan ang konteksto at mga layunin na mayroon sila noong panahong iyon. Kapag humihingi ng payo tungkol sa pagpili sa pagitan ng isang tanggapan sa Kanluran o Middle Eastern para sa BCG, palagi kong sinisikap na maunawaan kung ano ang ino-optimize ng tao kapag pinili nila.

Olumide Ogunsanwo: Huwag kumuha ng payo nang hindi nauunawaan ang pangangatwiran sa likod nito at nang hindi iniangkop ito sa iyong natatanging sitwasyon. Maaaring hindi nauugnay sa iyo ang kanilang mga partikular na sitwasyon.

Acani Samon Biaou: Oo, nakipag-usap ako sa mga tao upang maunawaan kung anong mga layunin ang mayroon sila mula sa paaralan ng negosyo. Nais kong maunawaan kung paano tumugma ang kanilang mga aksyon sa paaralang pangnegosyo sa kanilang mga plano sa paaralan pagkatapos ng negosyo.

Olumide Ogunsanwo: Sa pagtatapos ng araw, mahalagang tandaan na ito ang iyong buhay, at ikaw ang kailangang gumawa ng mga desisyon na naaayon sa iyong mga partikular na layunin at halaga. Ngunit dapat mong gawin ang mga desisyong iyon batay sa isang komprehensibong pag-unawa sa buong konteksto.

Halimbawa, kapag pumipili ng pagkain, hindi ka lang pupunta sa unang restaurant at random na pumili ng ulam. Ie-explore mo ang mga menu mula sa iba't ibang restaurant, isaalang-alang ang iyong mga interes, at pipili ng pagkain na naaayon sa iyong mga kagustuhan. Tinitiyak ng diskarteng ito na gagawa ka ng matalinong desisyon sa pamamagitan ng pagsasaalang-alang sa lahat ng magagamit na mga opsyon, sa halip na pag-aayos para sa isang hindi gaanong pinakamainam na pagpipilian batay sa limitadong impormasyon.

Acani Samon Biaou: Noong sinimulan ko ang programa ng MBA, hindi ako sigurado kung paano uunahin ang iba't ibang pagkakataon sa Stanford. Humingi ako ng payo sa mga kaklase na mukhang walang problema. Nagsimula ako sa pagtatanong tungkol sa kanilang mga layunin sa pag-aaral sa Stanford at sa mga pagpipiliang nagawa na nila sa ngayon. Mula sa aming mga talakayan, nakuha ko ang mga sumusunod na pananaw:

Una, ipinapayong bumuo ng mga relasyon sa mga propesor at miyembro ng faculty. Kahit na hindi ka sigurado kung ano ang maaaring lumabas sa mga koneksyong iyon, matalinong makipag-ugnayan sa kanila sa pamamagitan ng pagdalo sa mga oras ng opisina o pag-aayos ng mga pulong sa kape.

Pangalawa, kapaki-pakinabang na samantalahin ang mga pagkakataon upang galugarin ang iba't ibang mga landas sa karera. Natuklasan ko na ang ilan sa aking mga kapantay ay naghahabol ng mga internship sa mga kumpanya ng venture capital (VC) kasama ng kanilang mga pag-aaral sa MBA. Naintriga ako dito, nag-apply ako at natanggap ako para sa isang VC internship. Bagama't ang una kong pokus ay sa pagkuha ng isang management consulting job, nanatili akong bukas sa paggalugad ng ibang mga lugar.

Olumide Ogunsanwo: Nakuha mo ang pagkakataong iyon dahil na-curious ka. Napag-usapan na natin ang kahalagahan ng pagkamausisa para sa pagkamit ng kalayaan sa pananalapi noon. Gusto kong bigyang-diin muli kung gaano kahalaga na tuklasin ang mga bagay na lampas sa iyong agarang pagtuon. Ang isang diskarte upang maging mas mausisa ay ang makipag-ugnayan sa maraming tao na gumagawa ng mga kawili-wiling bagay.

Acani Samon Biaou: Alam ng ilang tao kung ano mismo ang gusto nila, ngunit kung hindi ka sigurado, mahalagang maging mapagpakumbaba sa iyong nalalaman at hindi mo alam. Matapos makumpleto ang aking MBA, ang layunin ko ay pumasok sa larangan ng pagkonsulta sa pamamahala, ngunit nanatiling bukas ako sa iba pang mga pagkakataon na makakatulong sa akin na makamit ang aking pangwakas na layunin ng pagiging nasa mga tungkulin sa paggawa ng desisyon.

Halimbawa, sa panahon ng aking internship sa VC, nakakuha ako ng exposure sa industriya ng Venture Capital. Nalaman ko na ang pag-secure ng mga kanais-nais na posisyon sa mga startup ay kadalasang kasama sa pagtatrabaho bilang isang VC associate at pagkatapos ay paglipat sa isa sa mga matagumpay na portfolio firm. Kung wala ang pagkakalantad na iyon, hindi ko malalaman ang tungkol sa landas na ito. Sa huli, hindi nito binago ang aking kurso, kahit na mayroon akong mga alok mula sa pagkonsulta, big tech, at VC. Gayunpaman, salamat sa kaalamang iyon, matimbang ko nang maayos ang mga alok.

Olumide Ogunsanwo: Iyan ang kumpletong kuwento kung paano ka nagmula sa pag-iisip na mag-apply sa Stanford hanggang sa aktwal na pag-apply, pagtanggap, at pag-istratehiya para masulit ang iyong oras doon. Ngayon, maaari mo ba kaming gabayan sa pagtatapos ng kabanatang ito ng iyong buhay? Paano mo natapos ang iyong oras sa Stanford? Ano ang nangyari sa huling bahagi ng iyong karanasan sa paaralan ng negosyo, at ano ang naging dahilan upang piliin mo ang alok sa pagkonsulta sa BCG?

Acani Samon Biaou: Hayaan akong magbahagi ng isa pang mabilis na kuwento tungkol sa simula ng business school. Nagpasya akong ituloy ang magkasanib na degree sa Edukasyon para mapakinabangan ang halaga ng aking puhunan. Ang tuition fee sa Stanford ay humigit-kumulang 200 beses na mas mataas kaysa sa kabuuang tuition na binayaran ko para sa aking buong undergraduate na edukasyon. Nagbayad ako ng mahigit $100,000 sa tuition mag-isa sa Stanford, habang ang tuition ko sa France ay hindi kailanman lumampas sa ilang daang euro sa average.

Olumide Ogunsanwo: Oh, Diyos ko!

Achani Samon Biaou: Nais kong sulitin ang aking oras sa Stanford, kaya nang makatanggap ako ng email tungkol sa opsyon na magtapos ng magkasanib na degree, nakita ko ito bilang isang perpektong pagkakataon upang ituloy din ang isang degree sa edukasyon, isinasaalang-alang ang aking mga plano sa hinaharap na pagtatayo ng mga paaralan. Ang ilan sa aking mga kaklase ay nagpayo na huwag kumuha ng labis at posibleng makasira sa aking karanasan sa MBA, ngunit magalang kong ipinaliwanag na ang aking layunin ay hindi lamang upang tamasahin ang karanasan ngunit upang palawakin ang aking mga pagpipilian para sa hinaharap.

Ngayon, lumipat sa huling bahagi ng aking paglalakbay sa paaralan ng negosyo. Kumuha ako ng dalawang makapangyarihang kurso sa Stanford. Ang isa sa mga ito ay tinawag na "Interpersonal Dynamics," kung saan nagkaroon kami ng mga kumpidensyal na talakayan sa maliliit na grupo upang makakuha ng mga insight sa kung paano kami nakikita ng iba. Ang isa pang kurso ay "Managing Growing Enterprises," na gumamit ng mga simulation para magturo ng mga kasanayan tulad ng pagwawakas ng mga empleyado, pagre-recruit ng mga bagong staff, at pagbibigay ng negatibong feedback.

Kapansin-pansin, ang dalawang kursong ito ay naging pinakamahalaga sa mga tuntunin ng pag-aaral, kahit na higit pa sa mga klase sa pananalapi. Napagtanto ko na maaari kong natutunan ang pananalapi at mahirap na mga kasanayan sa aking sarili, ngunit ang mga malambot na kasanayan na nakuha ko mula sa dalawang kursong iyon ay hindi mabibili ng salapi.

Ang aral na natutunan ko mula sa karanasang ito ay kapag pumapasok sa isang bagong kapaligiran, mahalagang magkaroon ng malinaw na mga layunin at gumawa ng mga aksyon na naaayon sa mga layuning iyon. Maghanap ng iba na kapareho ng iyong mga layunin at matuto mula sa kanilang mga karanasan upang maiwasan ang mga blind spot.

Olumide Ogunsanwo: Ang iyong kuwento ay talagang nagpapakita ng iyong pagmamahal sa pag-optimize. Nakarating ka sa isang bagong sitwasyon sa Stanford Business School at agad na nagsimulang mag-isip kung paano i-optimize ang iyong oras doon para masulit ito.

Upang makamit ang kalayaan sa pananalapi, mahalagang tumuon sa pag-optimize ng iyong buhay. Gayunpaman, maaari lang itong mangyari pagkatapos mong magtakda ng mga layunin na magpapasigla sa iyo at kumilos upang malaman kung ano ang kailangang baguhin o i-optimize para maabot ang mga layuning iyon. Ang unang ugali sa kahanga-hangang aklat na "The Seven Habits of Highly Effective People" ay pagiging maagap - isang katangian na katulad ng pag-optimize. Ang alternatibo ay ang pagtanggap ng buhay kung ano ito, na maaaring maging mas mahirap na makamit ang kalayaan sa pananalapi.

Acani Samon Biaou: Sa kasamaang palad, madalas na hinihikayat tayo ng lipunan na iwasan ang paggawa ng mga desisyon, na humahantong sa kasiyahan. Halimbawa, ang mga algorithm tulad ng ginagamit ng Amazon ay nagrerekomenda ng mga aklat at restaurant batay sa aming mga nakaraang kagustuhan. Ang mindset na ito ay nagpapahirap sa atin na magsikap na kinakailangan upang makamit ang ating mga layunin, dahil lalo tayong umaasa sa iba upang gumawa ng mga desisyon para sa atin.

Gayunpaman, sa pamamagitan ng pag-aampon ng mindset na ito, nanganganib na mawala ang ating pakiramdam ng pag-usisa at maging umaasa sa iba para sa ating kaligayahan. Sa huli, nasa atin ang gumawa ng sarili nating mga desisyon at managot para sa ating sariling buhay.

Olumide Ogunsanwo: Alam mo kung ano ang pinakamahusay para sa iyong buhay dahil mas naiintindihan mo ang iyong sarili kaysa sa sinumang nagpapataw ng kanilang mga pananaw sa iyo. Kung patuloy kang naghahanap ng panlabas na pagpapatunay at suporta, maaaring mas malayo ka sa gusto mong marating.

Maraming magagandang prinsipyo sa iyong kwento. Napag-usapan namin ang pagtatakda ng layunin, at magdaragdag din ako ng personal na pag-unlad dahil hindi lahat ay gustong pumasok sa paaralan ng negosyo o ituloy ang mga karagdagang degree. Ang kabanatang ito ay tungkol sa paaralan ng negosyo, ngunit ito ay sa huli ay tungkol sa pagpapataas ng iyong human capital, mga kasanayan, at network upang makamit ang iyong mga layunin sa buhay.

Acani Samon Biaou: Ang ilan sa aking mga kaibigan sa Stanford ay gustong sumali sa mga startup, habang ako ay interesado sa pagkonsulta sa pamamahala, VC, o malalaking tech na tungkulin tulad ng Google at Microsoft. Kapansin-pansin, marami sa mga indibidwal na itinuturing kong may malinaw na kahulugan ng direksyon ay hindi naghahabol ng mga posisyon sa malalaking korporasyon. Sa halip, nilalayon nilang magsimula ng sarili nilang mga startup o sumali sa mga kumpanya sa maagang yugto.

Doon ko nalaman ang konsepto ng "triple hundred." Ang triple hundred ay isang panuntunan upang matulungan kang pumili kung aling startup ang sasalihan para sa mas mataas na pagkakataong kumita ng maraming pera sa maikling panahon. Ang panuntunan ay upang i-target ang mga startup na may taunang kita na lumalaki ng 100% o higit pa bawat taon, sa track na maabot ang mga kita na $100 milyon, at may mas kaunti sa 100 empleyado.

Kung sasali ka sa naturang kumpanya sa antas ng pangangasiwa o mas mataas na may makatwirang equity, maaari kang magkaroon ng equity na nagkakahalaga ng milyun-milyon sa loob ng 5-7 taon kung ang kumpanya ay nakuha o naging pampubliko. Marami sa aking mga kaklase sa business school ay nakatuon sa paglalapat ng prinsipyong ito at aktibong nagre-recruit para sa mga tungkulin sa mga naturang startup.

Olumide Ogunsanwo: Ang buhay ay hindi sumusunod sa isang paunang natukoy na landas. Naglalahad ito nang probabilistically sa halip na deterministiko. Mula sa iyong paglalarawan ng triple hundred, ito ay talagang isang mas mataas na panganib na diskarte na may potensyal na mas mataas na mga reward kumpara sa pagsali sa isang malaking kumpanya ng teknolohiya.

Acani Samon Biaou: Hindi ko natutunan ang tungkol sa triple hundred dahil hindi pa ako nakakausap ng sapat na mga tao upang maunawaan ang kanilang mga layunin sa pananalapi at kung paano nila naisip na makakamit nila ang mga ito. Hindi ko tinanong ang mga tanong na iyon dahil limitado ang aking pananaw. Kapag gusto mong malaman, maaari kang maghanap ng mga paraan upang mangalap ng impormasyon na maaaring hindi halata, ngunit nangangailangan ito ng ilang pag-iisip.

Olumide Ogunsanwo: Sa katunayan, ang aklat na ito ay para sa sinumang mausisa at gustong simulan o pabilisin ang kanilang paglalakbay patungo sa kalayaan sa pananalapi. Kami ni Samon ay mga imigrante sa Africa, kaya ipinapalagay ko na marami sa mga mambabasa ay maaaring mga imigrante, minorya, expat, o tagalabas, bagaman ang mga prinsipyo ay naaangkop sa lahat. Bilang mga tagalabas, maaari tayong makinabang nang malaki sa paglinang ng pagkamausisa dahil ang ibang mga miyembro ng ecosystem ay mahusay na konektado at pamilyar sa isa't isa. Nasa atin ang pag-aaral kung paano nilalaro ang laro, na maaaring maging hamon. Gayunpaman, sa pamamagitan ng pagiging mausisa at pagtatanong, maaari tayong magkaroon ng mas malalim na pag-unawa sa ecosystem at mga gawain nito, na sa huli ay makakatulong sa ating magtagumpay.

Acani Samon Biaou: Sa mga huling buwan ko sa business school, gumugol ako ng maraming oras sa pagmumuni-muni sa kung ano ang maaari kong gawin nang mas mahusay at paglalaan ng oras upang makapagpahinga at bumuo ng mga pagkakaibigan.

Olumide Ogunsanwo: Samon, mayroon kang dalawang layunin: ang short-to-mid-term na layunin ng pagiging consultant sa pamamahala at ang pangmatagalang layuning pang-edukasyon ng pagbuo ng mga paaralan.

Acani Samon Biaou: Oo, sa simula ang layunin ko ay maging isang consultant sa pamamahala. Ngunit habang isinusulat ko ang aking application essay, nagsimula akong mag-isip tungkol sa mga mithiin ko sa buhay, na nagbunsod sa akin na bumuo ng pangalawang layunin ng pagtatayo ng mga paaralan at magkaroon ng positibong epekto sa edukasyon. Ang pagsasakatuparan na ito ay nagbigay inspirasyon sa akin na ituloy ang pangalawang master's degree sa edukasyon, na sa tingin ko ay magbibigay sa akin ng mga kinakailangang kasanayan upang makamit ang aking mga layunin.

Gayunpaman, habang papalapit ako sa pagtatapos ng aking paglalakbay sa paaralan ng negosyo, nagsimulang magbago ang aking mga priyoridad. Napagtanto ko na ang talagang gusto ko ay nasa posisyon kung saan makakagawa ako ng mga makabuluhang desisyon kaysa sa pagpapayo sa iba. Sa pagtatanong kung bakit ang pagkonsulta ang tanging paraan upang magkaroon ng epekto, naunawaan ko ang pangangailangang bumuo ng sarili kong mga kasanayan upang lumikha ng pagbabago. Kaya, nakita ko ang pagkonsulta bilang isang lugar ng pagsasanay kung saan maaari kong makuha ang mga kinakailangang kasanayan upang makagawa ng pagbabago sa edukasyon. Sa pagtatapos ng aking MBA, ang pagkakaroon ng tatak ng Stanford ay naging mas mahalaga sa akin kaysa sa pagdaragdag ng tatak ng BCG sa aking resume.

Hindi ko na naramdaman ang pangangailangan para sa panlabas na pagpapatunay. Kontento na ako sa kinaroroonan ko at nagpapasalamat sa mga pagkakataong dumating sa akin. Itinuro sa akin ng paglalakbay na ito na unahin ang epekto at tumuon sa paglikha ng makabuluhang pagkakaiba sa mundo.

Olumide Ogunsanwo: Samon, maaari ba naming tuklasin ang sinabi mo tungkol sa pagpapatunay? Feeling ko may therapy session kami ngayon. Ano ang ibig mong sabihin sa pagpapatunay ng tatak?

Acani Samon Biaou: Minsan, ang pagkakaiba sa pagitan ng mga nakakamit ng mga bagay at ng mga hindi nagsisinungaling hindi lamang sa kanilang kakulangan ng kaalaman kundi pati na rin sa kanilang kawalan ng tiwala. Marami sa aking mga kaibigan ang naniniwala lamang na maaari silang makapasok sa Stanford pagkatapos kong gawin ito. Wala silang tiwala noon.

Ang mga tatak ng unibersidad ay nagbibigay ng isang tiyak na antas ng kumpiyansa. Gayunpaman, sa palagay ko ay hindi iyon ang tamang uri ng kumpiyansa dahil umaasa ito sa panlabas na pagpapatunay. Ang tunay na anyo ng pagtitiwala ay nagmumula sa pag-alam na ikaw ay kumpleto at sapat sa loob ng iyong sarili. Habang lumalaki ka at nagsusumikap patungo sa iyong mga layunin, napagtanto mo na walang ibang mas mahusay kaysa sa iyo, at maaari kang maging anumang nais mong maging.

Olumide Ogunsanwo: Iyan ay napakatalino. Habang binabasa mo ang aklat na ito at ginalugad ang aming mga profile, maaaring matakot ka sa aming mga panlabas na marker tulad ng background ni Samon sa Stanford at BCG o sa aking pag-aaral sa Oxford at MIT. Gayunpaman, mahalagang tandaan na ang paniniwala sa sarili at pagpapahalaga sa sarili ay nagmumula sa loob, hindi sa panlabas na pagpapatunay.

Ang aklat na ito ay tungkol sa pagkamit ng kalayaan sa pananalapi, ngunit tulad ng nabanggit namin kanina, ito ay tungkol din sa personal na pag-unlad. Ang personal na paglago ay nagsisimula sa pagsisiyasat ng sarili at paglinang ng isang malakas na pag-iisip. Ang paniniwala sa sarili at pagpapahalaga sa sarili ay maaaring mukhang abstract, ngunit ang mga ito ay mahalaga para sa personal na pag-unlad. Kung hindi ka naniniwala sa iyong sarili, malamang na makatagpo ka ng mga hadlang habang natuklasan mo ang iyong sarili at nagtatakda ng mga layunin. Dapat kang magkaroon ng pananampalataya sa iyong sarili upang simulan ang paglalakbay. Habang ang paghingi ng tulong at suporta ay mahalaga, kailangan mong angkinin ang iyong pag-unlad sa sarili at maniwala sa iyong kakayahang makamit ang iyong mga layunin.

Acani Samon Biaou: Ang pinakamahalagang aral na natutunan ko mula sa aking karanasan sa business school ay ang pagkakaroon ng kumpiyansa, sa simula sa pamamagitan ng external validation ngunit kalaunan ay sa pamamagitan ng internal validation. Habang tumatanda ako, sinimulan kong makita ang lahat bilang pantay-pantay. Ang mindset na ito ay nagpapahintulot sa akin na magtakda ng mga pangmatagalang layunin, tulad ng pagkamit ng kalayaan sa pananalapi at pagtatayo ng mga paaralan sa Africa. Gayunpaman, hindi ko nais na umasa sa iba upang makamit ang mga layuning ito. Ang kumpiyansa na binuo ko ay nagpaunawa sa akin na ako ay sapat na mahalaga upang matukoy ang aking sariling landas sa karera. Ibinalik nito ang pakiramdam ng kalayaan na mayroon ako bilang isang bata, na nagbibigay sa akin ng kakayahang ituloy ang anumang gusto ko.

Olumide Ogunsanwo: Ito ang kinalabasan na nakamit ni Samon sa pamamagitan ng kanyang paglalakbay sa paaralan sa negosyo. Gayunpaman, mahalagang tandaan na ang pag-aaral sa business school o pagkuha ng master's degree ay hindi kinakailangan upang maabot ang resultang ito. Ang susi ay upang maunawaan ang iyong pagpapahalaga sa sarili, kilalanin ang iyong potensyal bilang isang tao, at gamitin iyon upang makamit ang iyong mga layunin at hangarin sa buhay. Magkita-kita tayong lahat sa susunod na kabanata!

5C: Mga Prinsipyo ng Pagtatakda ng Layunin at Personal na Pag-unlad

Olumide Ogunsanwo: Maglipat tayo ng mga hakbang at talakayin ang mga partikular na prinsipyo na maaaring mapabilis ang paglalakbay tungo sa kalayaan sa pananalapi. Tatalakayin natin ang mga prinsipyo ng pagtatakda ng layunin at personal na pag-unlad sa tatlong seksyon. Una, tutukuyin natin ang mga prinsipyong ito. Pangalawa, tutuklasin natin kung paano nila mapapabilis ang landas tungo sa kalayaan sa pananalapi. At pangatlo, magrerekomenda kami ng ilang aklat kung saan maaari kang matuto nang higit pa tungkol sa pagbuo at pagsasabuhay ng mga prinsipyong ito.

Magsimula tayo sa pagtatakda ng layunin. Ang pagtatakda ng layunin ay ang proseso ng pagtukoy ng isang bagay na gusto mong makamit at paglikha ng isang madiskarteng roadmap upang ipakita ang iyong mga adhikain. Tinalakay namin ang mga alituntunin tulad ng paniniwala sa sarili, pagtitiwala sa sarili, pag-usisa, pag-iisip ng sarili, ambisyon, at katapangan. Nahawakan din namin ang konsepto ng FTE kapag ang isang indibidwal ay umabot sa pinakamababa at kinikilala ang pangangailangan para sa agarang pagbabago. Ngayon, oras na para i-channel ang iyong mindset at lakas ng loob na lumikha ng malawak na pananaw, magtakda ng mga partikular na ambisyosong layunin, at magsagawa ng mga pang-araw-araw na aksyon tungo sa pagkamit ng mga layuning iyon.

Ang pangitain ay isang malinaw at nakakahimok na mental na imahe ng kung ano ang gusto mong hitsura ng iyong hinaharap. Ang inaasam na estadong ito sa hinaharap ay nagbibigay inspirasyon at nag-uudyok sa iyo na kumilos tungo sa pagkamit ng iyong mga layunin. Upang lumikha ng isang pangitain, kailangan mong tanungin ang iyong sarili ng mga tanong tungkol sa buhay na gusto mo. Halimbawa:

Anong uri ng pamumuhay ang gusto mo? Anong mga katangian ang hinahanap mo sa isang kapareha? Saan mo gustong tumira? Anong uri ng komunidad ang gusto mong maging bahagi? Ano ang gusto mong trabaho?

Sino ang gusto mong makatrabaho? Anong uri ng mga karanasan at pakikipagsapalaran ang gusto mong ituloy? Anong mga pagkakataon sa pag-aaral at personal na pag-unlad ang hinahanap mo?

Ang pangitain sa hinaharap ay ang malaking larawan ng gusto mo. Susunod, kailangan mong lumikha ng mga pangmatagalang layunin upang maabot ang pananaw na ito. Maglaan tayo ng ilang oras sa malalim na pagsisid sa pinansyal na bahagi ng iyong mga pangmatagalang layunin. Isasama sa mga pangmatagalang layunin na ito ang iyong target na halaga ng financial independence (FI) at isang timeline na kailangan para maabot ang target. Maaari mong tantyahin ang target at timeline na ito sa pamamagitan ng paggamit ng mga online retirement calculators (gaya ng Empower Personal Dashboard (dating kilala bilang personalcapital.com). Halimbawa, ang iyong target ay maaaring makaipon ng $2M sa loob ng 20 taon. Tandaan, ang halimbawang ito ay arbitrary lang, dahil ang iyong target at timeline ng FI ay nakasalalay sa iyong kasalukuyang mga gawi sa paggastos at ang iyong kakayahang ayusin ang iyong paggastos sa pagreretiro sa hinaharap upang tumugma sa iyong pananaw sa mga lugar tulad ng lokasyon, mga buwis, laki ng pamilya, mga kagustuhan sa pabahay, mga ari-arian, at mga gastos sa medikal at iba pa. LeanFIRE (Ang Lean Financial Independence / Retire Early) na mga miyembro ng kilusan, halimbawa, ay may mas mababang mga target sa FI mula $300k hanggang $600k.

Ang mga calculator sa pagreretiro ay nag-aalok ng komprehensibo at tumpak na diskarte sa pagtukoy ng iyong target sa FI. Gayunpaman, kung naghahanap ka ng magaspang na pagtatantya, maaari mo ring gamitin ang 3%-4% rule of thumb (at ang katumbas na 25X-33X multiple) bilang isang mas simpleng paraan. Habang ang mga calculator sa pagreretiro ay nagbibigay ng higit na katumpakan, ang 3%-4% na panuntunan ng hinlalaki ay nag-aalok ng mabilis at maginhawang paraan upang makakuha ng paunang pagtatantya ng iyong target na FI.

Ang 3%-4% rule of thumb ay nagbibigay ng gabay sa isang ligtas na withdrawal rate (SWR) mula sa isang retirement investment portfolio. Tinatantya nito kung magkano ang maaaring i-withdraw bawat taon sa panahon ng pagreretiro upang mabawasan ang panganib na maubusan ng pera. Ayon sa panuntunang ito, sa unang taon ng pagreretiro, maaari kang mag-withdraw ng 3-4% ng halaga ng iyong portfolio. Halimbawa, sa isang $1 milyon na portfolio, aabot ito sa $30k-$40k. Bawat kasunod na taon, inaayos mo ang halaga ng iyong withdrawal para sa account para sa inflation. Sa ikalawang taon, babawiin mo ang halaga ng nakaraang taon kasama ang bahaging nababagay sa inflation, na tinitiyak na ang iyong mga withdrawal ay makakasabay sa pagtaas ng mga presyo. Bagama't malawak na kilala ang 4% na panuntunan, mas gusto kong tukuyin ito bilang 3-4% rule of thumb dahil mas nagsisilbi itong gabay kaysa sa isang mahigpit na panuntunan. Gayundin, orihinal itong idinisenyo para sa 30-taong pagreretiro, kaya para sa mga nakakamit ng kalayaan sa pananalapi sa isang maagang edad at may mas mahabang pagreretiro na sumasaklaw sa 40-60 taon, ang isang mas maingat na diskarte ay maaaring maipapayo, tulad ng pagsasaalang-alang sa rate ng pag-withdraw na 3% hanggang 3.5%.

Ang 25X-33X multiple ay hinango mula sa 3%-4% na mga rate ng withdrawal at ginagamit upang tantyahin ang target na laki ng portfolio ng pamumuhunan na kailangan para sa FI. Kinakatawan nito ang kabaligtaran ng mga rate ng pag-withdraw, na nagpapahiwatig ng halagang kailangan para sa FI kung ipagpalagay na ang taunang pag-withdraw ng 3% hanggang 4% mula sa portfolio pagkatapos noon. Upang kalkulahin ang maramihang, kinukuha namin ang kabaligtaran ng 3% rule of thumb, na 1 na hinati sa 3% (1/3% = 33X), at para sa 4% na rule of thumb, ito ay 1 na hinati ng 4% (1/4% = 25X).

Ang kabaligtaran ng 3%-4% na panuntunan ng hinlalaki ay ang kadalian ng paggamit nito. Halimbawa, ang talahanayan sa ibaba ay nagpapakita ng iba't ibang mga target ng FI na kailangan upang masakop ang iba't ibang antas ng paggasta sa pagreretiro.

Pagreretiro inaasahang paggasta		Pinansyal na Independence Investment Portfolio target ($ kailangan para tumagal sa buong buhay)	
Buwan ($/buwan)	Taon-taon ($/taon)	Mababang pagtatantya gamit ang 25X maramihang (4% panuntunan ng thumb)	Mataas na pagtatantya gamit ang 33X multiple (3% rule of thumb)
$1,700	$20k	$0.5M	$0.7M
$3,300	$40k	$1.0M	$1.3M
$6,700	$80k	$2.0M	$2.7M
$10,000	$120k	$3.0M	$4.0M
$13,300	$160k	$4.0M	$5.3M
$16,700	$200k	$5.0M	$6.7M

Gayunpaman, may mga downsides sa paggamit ng 3%-4% rule of thumb. Una, ito ay partikular na idinisenyo para sa mga portfolio ng pamumuhunan na may hindi bababa sa 50% equities (mga stock) at hindi dapat ilapat sa real estate, cash, o iba pang mga klase ng asset sa iyong net worth na hindi na-invest sa stock market. Pangalawa, hindi nito isinasaalang-alang ang mga darating na taon kung kailan maaaring magkaroon ka ng pansamantalang mas mataas na paggastos, tulad ng mga gastos para sa matrikula ng mga bata sa kolehiyo.

Bilang buod, ang paglikha ng isang pananaw at pagtatakda ng mga pang-matagalang layunin ay mga mahahalagang hakbang sa landas tungo sa kalayaan sa pananalapi. Gumagamit ka man ng mga retirement calculators o ang 3%-4% rule of thumb, ang mga paraang ito ay makakatulong sa iyong tantiyahin ang iyong target, gabayan ang iyong pagpaplano at bigyan ka ng nagniningning na north star habang naglalakbay ka patungo sa FI.

Susunod, kailangan mong lumikha ng mas maikling mga layunin na makakatulong sa iyong maabot ang iyong target at timeline ng FI. Halimbawa, maaari mong layunin na mamuhunan ng isang tiyak na halaga bawat taon, tulad ng $50k sa unang taon at $60k sa ikalawang taon. Makakatulong ang mga calculator sa pananalapi sa pagtatantya ng taunang halagang kailangan sa halaga ng mga pamumuhunan na kailangan upang maabot ang iyong target.

At panghuli, mahalagang hatiin ang mga mas maikling layuning ito sa **pang-araw-araw na pagkilos** na makakatulong sa iyong makamit ang mga ito.

Ang buong prosesong ito ng paglikha ng iyong pananaw, pangmatagalan at panandaliang mga layunin, at pagsasagawa ng mga pang-araw-araw na aksyon ang ibig naming sabihin sa pagtatakda ng layunin. Kailangan ang ambisyon upang maitakda ang tamang uri ng mga layunin, at kailangan ang lakas ng loob upang madaig ang mga hamon sa paglalakbay.

Acani Samon Biaou: Isipin ang pagtatakda ng layunin tulad ng asukal—nagbibigay ito sa amin ng pagmamadali at emosyonal na kasiyahan. Kapag nagsasagawa tayo ng mga mapaghamong gawain o umalis sa ating nakagawiang gawain, maaaring maging mahirap na manatiling patuloy na motibasyon. Kunin ang Usain Bolt, halimbawa. Kung tumakbo siya araw-araw para lang dito, baka mahirapan siyang mapanatili ang motibasyon. Ngunit sa kaalaman na ang Olympics ay anim na buwan na lang at ang kanyang pananaw ay manalo ng ginto, ang layuning iyon ay nag-aapoy sa loob niya at nagpapanatili sa kanya ng pagsasanay.

Mahalagang makilala ang pangmatagalan at panandaliang pagtatakda ng layunin. Maraming tao, kabilang ang aking sarili, ang nagkamali na tumuon lamang sa mga pangmatagalang layunin nang walang pang-araw-araw na aksyon o mas maikling mga layunin. Ngunit iyon ay madalas na humahantong sa pagkabigo sa pagkamit ng mga ito.

Olumide Ogunsanwo: Kailangan mong pagsamahin ang mga layunin at aksyon. Hindi mo makukuha ang isa kung wala ang isa. Kung walang mga layunin, mabilis kang nagmamaneho sa wala. At kung walang mga pang-araw-araw na aksyon, hindi matutupad ang iyong mga layunin dahil hindi ka nagsasagawa ng mga pare-parehong pagkilos na pinagsama-sama at sinusubaybayan ang iyong pag-unlad. Mas mahusay kaming gumaganap kapag sinusubaybayan at sinusukat namin ang mga bagay.

Acani Samon Biaou: Eksakto. Kapag nagtakda ka ng pangmatagalang layunin, kailangan mong hatiin ito sa mga maaabot na hakbang na maaari mong gawin araw-araw. Ang diskarte na ito ay may dalawang benepisyo. Una, malalaman mo na ang mga pang-araw-araw na pagkilos na kinakailangan ay kadalasang mas maliit at hindi gaanong napakalaki kumpara sa pangkalahatang pananaw. Pangalawa, napakahalaga na magkaroon ng paraan para sukatin ang iyong pag-unlad at pagsisikap.

Olumide Ogunsanwo: Kaya naman mahalagang isaalang-alang ang mga prinsipyong ito sa isang partikular na pagkakasunud-sunod. Ang pagtatakda ng mga layunin at paggawa ng mga kinakailangang pang-araw-araw na aksyon nang walang paniniwala sa sarili, malayang pag-iisip, tapang, at ambisyon ay maaaring maging mahirap. Kung ang iyong pananaw ay hindi naaayon sa iyong mga halaga at hangarin, maaaring hindi ito mapanatili.

Acani Samon Biaou: Ang pagtatakda ng layunin ay tumutulong sa amin na malutas ang problema nang epektibo. Bigyan kita ng isang halimbawa. Bilang isang management consultant na madalas maglakbay, nakaipon ako ng mga puntos sa iba't ibang credit card at loyalty program. Gayunpaman, hanggang sa magtakda ako ng isang partikular na layunin na maging isang panghabang buhay na miyembro ng Platinum sa isang airline na natanto ko ang mga partikular na pang-araw-araw na hakbang na kinakailangan upang makamit ito. Kinakalkula ko kung gaano karaming mga flight ang kailangan kong kunin bawat buwan at tinantya ko ang oras na aabutin upang maabot ang status na iyon. Mula roon, bumuo ako ng diskarte sa pamamagitan ng pagbibigay-priyoridad sa mga proyekto at aktibidad na nagpapakinabang sa aking paglalakbay, tulad ng pagsasagawa ng mga panayam sa halip na pagsasanay. Nag-target din ako ng mga partikular na rehiyon, tulad ng US, para sa mas mahahabang flight. Sa pamamagitan ng paghahati-hati sa tila nakakatakot na layunin na ito sa maliliit na mapapamahalaang aksyon, nakamit ko ang panghabambuhay na Platinum status sa loob ng limang taon.

Olumide Ogunsanwo: Pagkatapos gawin ang iyong pananaw, pangmatagalan at panandaliang layunin, at pang-araw-araw na pagkilos, maaaring mabigla ka sa dami ng pera na kailangan mong i-save bawat buwan. Kung nagdudulot ito ng takot at pag-aalala, kailangan mong suriin muli ang iyong ambisyon at tapang. Tunay mo bang pinagkadalubhasaan ang mga katangiang ito at aktibo mong isinasabuhay ang mga ito? Kung gayon, dapat ay walang problema dahil mayroon kang malinaw na pananaw sa kung ano ang gusto mo sa buhay, at maaari kang bumuo ng lakas ng loob na kailangan upang makamit ito.

Ang isa pang puntong dapat isaalang-alang ay walang perpektong plano. Isang sapat na magandang panimulang plano ang kailangan mo. Gumawa ng plano, isagawa ito, suriin ito, ayusin ito, at ulitin. Huwag maghintay para sa perpektong plano dahil ito ay hindi umiiral. Ang pinakamahalagang bagay ay magsimula. Maaari kang palaging gumawa ng mga pagsasaayos sa ibang pagkakataon. Ito ay hindi tungkol sa matinding katumpakan ngunit tungkol sa kaguluhan at pagpapatupad. Bilang isang taong may background sa agham at engineering, naiintindihan ko ang pagkiling sa katumpakan, ngunit sa kasong ito, ang excitement, momentum, execution, at flexibility ang pinakamahalaga.

Acani Samon Biaou: Gusto kong magbahagi ng ilang mga kasanayan na makakatulong sa mga bata na magtakda ng mga layunin. Halimbawa, mayroon akong anim na inaanak, at kapag binisita ko ang kanilang mga magulang nang matagal, nagpapatupad ako ng pang-araw-araw na pagsasanay sa isa sa kanila. Sinisimulan natin ang araw sa pamamagitan ng pagtatakda ng mga layunin para sa ating sarili. Nagtatanong siya tungkol sa mga layunin ko, at nagtatanong ako tungkol sa kanya. Sa gabi, tinatalakay namin ang pag-unlad na ginawa namin, kung ano ang nakatulong sa amin na makamit ang aming mga layunin, at ang mga hadlang na aming hinarap.

Ang pagsasanay sa pagtatakda ng layunin ay naging isang masayang ritwal sa pagitan namin at nakatulong sa akin na magkaroon ng mas malapit na ugnayan sa aking inaanak. Hindi lang ako ang nagtatanong tungkol sa kanyang mga layunin; interesado rin siyang malaman ang akin. Kung minsan ay mapaglaro niyang pinapaalalahanan ako na manatili sa landas sa aking mga layunin, at nasisiyahan din siya sa pananagutan sa akin. Pagkaalis ko, hiniling niya sa papa niya na ituloy ang practice.

Olumide Ogunsanwo: Sa palagay mo, posible bang maging malaya sa pananalapi nang hindi nagtatakda ng mga layunin?

Acani Samon Biaou: Malamang hindi.

Olumide Ogunsanwo: Napakahirap maging malaya sa pananalapi nang walang mga layunin. Kahit na kahit papaano ay magkaroon ka ng maraming pera, madali mong mawala ang lahat. Ang pagiging FI at pananatiling FI ay magkaibang hanay ng kasanayan.

Acani Samon Biaou: Maaari mong panatilihin ang kayamanan na iyon kung ikaw ay mapalad. Mayroon akong mga kaibigan na nagtapos ng pagaaral nang walang malinaw na direksyon at natitisod sa isang startup. Hindi sila aktibong naghahanap ng trabaho, at ang pagkakataong sumali sa startup ay dumating sa kanila sa pamamagitan ng pagsusumikap ng ibang tao. Sa kalaunan ay naging matagumpay ang startup, at biglang may dumaloy na pera sa lahat ng kasangkot. Ang isa sa aking mga kaibigan ay mapalad na nakapagasawa ng isang asawang matalino sa pananalapi. Gayunpaman, mahalagang tandaan na ang senaryo na ito ay bihira. Ang hindi mabilang na iba ay mabilis na nakakuha ng kayamanan, ngunit nawala ito nang kasing bilis.

Olumide Ogunsanwo: Malamang na mas mahusay na tumuon sa mga median (makatotohanan) na mga senaryo kaysa sa mga outlier na senaryo. Ang pagsasarili sa pananalapi ay nangangailangan sa iyo na gumawa ng iba't ibang mga micro action, maunawaan ang mga trade-off, pamahalaan ang mga panganib, at maiwasan ang pagiging biktima ng FOMO. At kahit na natitisod ka sa isang windfall nang hindi nagsusumikap, malamang na ang pera na iyon ay hindi magtatagal dahil hindi ka pa nagkakaroon ng mga kasanayan upang pamahalaan at pahalagahan ito. Tulad ng sinabi ni Jim Rohn, ang layunin ay dapat na yumaman hindi lamang para sa pera, ngunit para sa taong naging ikaw sa proseso.

Acani Samon Biaou: Maaaring magtaltalan ang ilang tao na kung kumikita ka ng maraming pera, mas madaling maging independyente sa pananalapi nang hindi nagtatakda ng mga partikular na layunin. Nakikiusap ako na mag-iba. Ang problema ay kapag kulang ka sa disiplina, habang tumataas ang iyong kita, tumataas din ang iyong mga gastos. Kung hindi isang mahusay na tagapagtakda ng layunin, malamang na hindi mo makakamit ang kalayaan sa pananalapi.

Ang patuloy na pagkilos araw-araw ay maaaring maging napakalakas. Naranasan ko ito noong nagpasya akong mag-aral ng Mandarin. Nagtakda ako ng tunguhin na matuto ng isang bagong ekspresyon sa wika araw-araw, at bago ko pa ito alam, marami na akong nasabi. Sa tuwing may makakasalubong akong Chinese sa elevator, nakikipag-usap ako at madalas magkaroon ng mga bagong kaibigan. Iyan ang kapangyarihan ng mga gawi—maaari silang humantong sa mga hindi inaasahang resulta. Ang pinagsama-samang epekto ng mga pang-araw-araw na aksyon ay maaaring humantong sa karunungan, na nagbibigay-daan sa iyo na lumampas sa iyong paunang layunin.

Olumide Ogunsanwo: Hindi mo maaaring maliitin ang pananabik na nagmumula sa pagsubaybay sa iyong pag-unlad patungo sa kalayaan sa pananalapi. Nakaramdam ako ng lakas nang makita ko kung gaano kalaki ang pag-unlad ko. Siguro medyo baliw ako, pero sinusubaybayan ko talaga kung paano lumalaki ang net worth ko para maabot ang FI target ko araw-araw.

Acani Samon Biaou: [Ngumiti] Kamangha-manghang. Ang pag-imagine lang na sinusubaybayan mo ay nagdudulot ng ngiti sa aking mukha.

Olumide Ogunsanwo: Nakaramdam ako ng hindi kapani-paniwala.

Acani Samon Biaou: Minsan iniisip ng mga tao na ang pagtatakda ng mga layunin para sa kalayaan sa pananalapi ay nangangahulugan na kailangan mong mamuhay ng miserableng buhay. Baka mabasa nila ito at isipin na naghihirap ka. Ngunit sabihin ko sa iyo, si Olumide ay hindi malungkot. Siya ay talagang umiibig sa pag-optimize.

Olumide Ogunsanwo: Talagang! Naging masaya ako sa buong proseso, at tiyak na hindi ako miserable. Lahat ito ay tungkol sa pag-optimize at pamamahala ng iyong paggastos batay sa iyong mga halaga, na higit nating pag-uusapan sa Kabanata 6C.

Acani Samon Biaou: Ang sarap pakinggan! Ngayon, iniisip ko kung maaari kang magbahagi ng ilang tip, kasanayan, rekomendasyon sa libro, o anumang iba pang payo para sa aming mga mambabasa na interesado sa kalayaan sa pananalapi.

Olumide Ogunsanwo: Oo, mayroon akong dalawang rekomendasyon sa libro.

Una, " The Slight Edge [1]" ni Jeff Olson. Ang libro ay kahanga-hanga at maganda. Ito ay nagsasalita tungkol sa pag-convert ng lahat ng iyong mga layunin sa buhay sa pang-araw-araw na pagkilos. Ang iyong mga layunin ay maaaring mga layunin sa pananalapi, mga layunin sa kalusugan, mga layunin sa relasyon, mga layunin ng komunidad, mga layunin sa karera. Isa ito sa mga aklat na nagpabago sa aking buhay dahil dati akong gumagawa ng mga layunin, ngunit hindi ko kailanman naunawaan ang kahalagahan ng pagsasagawa ng pare-parehong pang-araw-araw na pagkilos. Ang paggawa ng isang bagay araw-araw ay talagang nagbabago sa iyong pag-iisip at nakakatulong sa iyong umunlad. Halimbawa, halos dalawa at kalahating buwan na kaming nagtatrabaho ni Samon sa aklat na ito, at sinisigurado kong gagawin ko ito araw-araw. Malaki ang pagkakaiba nito sa dami ng pag-unlad na maaari kong gawin sa pamamagitan ng paggawa ng kaunti araw-araw.

Mukhang halata ang pagbuo ng mga gawi sa pamamagitan ng paggawa ng mga aksyon araw-araw ngunit hindi ko talaga ginawa ito hanggang sa nabasa ko ang libro. Talagang nakita ko ito salamat sa isang napakalakas na rekomendasyon mula sa Gen Y Finance Guy Blog [2].

---

1. http://www.amazon.com/Slight-Edge-Jeff-Olson/dp/1935944312

Ang pangalawang libro ay " Atomic Habits [3]" ni James Clear. Ito ay katulad ng "The Slight Edge" at binibigyang-diin ang kahalagahan ng pagsasagawa ng mga pang-araw-araw na aksyon, paghahati-hati ng mga layunin sa mas maliliit na hakbang, at paggawa ng mga ito sa mga awtomatikong gawi. Hayaan akong magbigay sa iyo ng isang halimbawa: Nagpupunta ako sa gym halos araw-araw, at hindi ako nagdadalawang isip tungkol dito. Parte lang yan ng daily routine ko, like toothbrush. Ito ay naging isang ugali na hindi ko kailangang aktibong magpasya na gawin. Ito ay bahagi ng aking iskedyul magpakailanman. Hinihikayat ko ang mga tao na basahin ang mga aklat na ito at pag-isipan ang tungkol sa mga pang-araw-araw na gawi para makuha sila kung saan nila gusto.

Acani Samon Biaou: Isang mahalagang aspeto ng pagtatakda ng layunin ay ang kakayahang mag-pivot. Minsan, kapag ang iyong kasalukuyang landas ay hindi humahantong sa iyo patungo sa iyong ninanais na mga resulta o kapag nagbabago ang mga pangyayari, maaaring kailanganin mong gumawa ng makabuluhang pagbabago sa iyong karera, mga layunin, o direksyon sa buhay. Ang pagkilos na ito ng pagbabago ng direksyon upang iayon sa iyong mga layunin ay tinatawag na pivoting.

Olumide Ogunsanwo: Ang pag-pivot ay nangangahulugan ng pagiging bukas sa pagbabago ng iyong direksyon upang maabot ang iyong mga layunin. Maaari itong maging isang malaking pagbabago o isang maliit na pagsasaayos; hindi mahalaga ang laki ng pagbabago. Ang mahalaga ay sapat na kakayahang umangkop upang makilala kung kailan kailangan ang pagbabago at maging komportable sa paggawa ng pagbabagong iyon. Ang kakayahang umangkop ay isang mahalagang tool sa iyong paglalakbay patungo sa kalayaan sa pananalapi. Kung ikaw ay masyadong mahigpit at lumalaban sa pagbabago, magiging mahirap na makamit ang kalayaan sa pananalapi dahil hindi mo mahuhulaan kung paano magbubukas ang hinaharap.

Acani Samon Biaou: Pag-usapan natin ang praktikal na epekto ng pag-pivot sa iyong paglalakbay sa pagsasarili sa pananalapi. Maraming tao na nag-aral ng negosyo ang nagtatapos sa pagpapalit ng mga karera. Maaari pa nilang baguhin ang kanilang propesyonal na pagkakakilanlan. Halimbawa, ako ay isang telecom engineer bago pumasok sa business school, ngunit sa pana-

2.   https://www.genyfinanceguy.com/

3.   https://jamesclear.com/atomic-habits

hon ko doon, ako ay nag-pivote at pumasok sa larangan ng management consulting. Ang pagbabagong ito ay isang pivot sa aking buhay. Ang susi ay ang magtakda ng mga layunin at aktibong magtrabaho patungo sa paghahanap ng mga solusyon upang makamit ang mga layuning iyon.

Olumide Ogunsanwo: Habang nagsisimula kang bumalangkas ng mga plano, mahalagang maunawaan na ang mga planong gagawin mo ay malamang na magbago. Dito pumapasok ang pag-pivot. Dapat kang maging komportable sa kalabuan at pagbabago dahil ang buhay ay patuloy na umuunlad. Habang nagbabago ang mga bagay-bagay, kailangan mong maging sapat na madaling ibagay upang sumabay sa daloy, dahil maaaring manatiling pareho ang iyong pananaw sa pinakamataas na antas, ngunit maaaring magbago ang pang-araw-araw na plano. Sinabi ni Carl Richards (mula sa behaviorgap.com), "Huwag maging nakatuon sa plano, maging nakatuon sa proseso ng pagpaplano." Pinasikat ni Jeff Bezos ang pariralang "Develop a bias for action". Si Brian Tracy, isang kamangha-manghang may-akda ng personal na pag-unlad, ay nagsabi: "Ang tagumpay ay nasa malayong bahagi ng kabiguan."

Ang pagsasama-sama ng mga ideyang ito ay nangangahulugan ng pagkilos habang bukas sa pagbabago, at hindi panghinaan ng loob kapag ang mga bagay ay hindi naaayon sa plano. Patuloy na sumulong, subukan ang iba't ibang diskarte, i-pivot kung kinakailangan, at palaging isaisip ang iyong pangmatagalang pananaw at layunin. Ito ay tungkol sa pagsasaayos at pagbabago ng iyong mga diskarte habang nananatiling nakatutok sa mas malaking larawan.

Acani Samon Biaou: Iyan ay nagbibigay-liwanag. Para sa mga rekomendasyon, may ilang mga libro tungkol sa pagtatakda ng layunin na sa tingin ko ay makapangyarihan. Ang mga aklat na ito ay nasa konteksto ng pagbabago sa karera, ngunit sa tingin ko ay naaangkop ang mga ito sa iba pang aspeto ng buhay, gaya ng kalusugan, fitness, pag-ibig, at mga relasyon. Ang isang aklat ay tinatawag na " Pivot [4]" ni Adam Markle. Nag-aalok ang aklat ni Adam Markle ng roadmap para sa mga indibidwal na lumilipat ng mga karera at naghahangad na maabot ang kanilang buong potensyal habang nakikitungo sa mga pagkabalisa tungkol sa mga panganib at pagkabigo. Ang aklat na ito ay nagsisilbing praktikal na gabay para sa mga indibidwal na nagna-navigate sa mga paglipat ng karera at nagsusumikap na maabot ang kanilang buong

---

4.   https://www.amazon.com/Pivot-Science-Reinventing-Your-Career/dp/1476779473

potensyal, na tinutugunan ang mga kabalisahan na nakapalibot sa mga panganib at kabiguan. Nagbibigay ito ng serye ng sunud-sunod na pagsasanay at mga senyas upang mapadali ang pagmumuni-muni sa sarili at tulungan ang mga mambabasa na matukoy at malampasan ang mga hadlang na maaaring makahadlang sa kanilang pag-unlad. Sa pamamagitan ng pagtatatag ng isang malinaw na pananaw, pagharap sa mga hadlang nang direkta, at paggawa ng mapagpasyang aksyon tungo sa kanilang mga layunin, ang mga indibidwal ay maaaring magbigay daan sa pagkamit ng kanilang buong potensyal.

Olumide Ogunsanwo: Samon, paano kung makita ng isang FIREDOM reader na masyadong abstract ang konsepto ng paglikha ng isang vision at nagdududa sa pagiging kapaki-pakinabang nito? Ano ang sasabihin mo sa isang taong nag-iisip na ang setting ng paningin ay masyadong "malambot" at hindi praktikal?

Acani Samon Biaou: Ang isang pangitain ay kapaki-pakinabang dahil nagbibigay ito ng panimulang punto para sa iyong ninanais.

Olumide Ogunsanwo: Ito ay tungkol sa pagkakaroon ng nag-aalab na pagnanais at pagkuha ng kontrol sa iyong buhay. Walang ibang makakapagtakda nito para sa iyo.

Acani Samon Biaou: Kung naramdaman ng isang tao na ang kanyang paningin ay masyadong malabo o squishy, maaaring hindi pa ito ang tamang pangitain. Mahalagang pinuhin at linawin ang iyong paningin hanggang sa ito ay sumasalamin sa iyo at ma-excite ka.

Olumide Ogunsanwo: Ang mga layunin ay kadalasang hindi isang tuwid na linya. Ito ay isang paliko-likong paglalakbay kung saan mo malalaman kung ano ang pinakamahusay para sa iyo. Tandaan, walang ganap na pinal na plano si Samon para sa kanyang destinasyon noong sinimulan niya ang Deutsche Telekom. Nakilala niya ang pagkakataon sa pagkonsulta sa pamamahala at gumawa ng isang pivot upang ituloy ito.

Acani Samon Biaou: Upang magbigay ng praktikal na halimbawa, sabihin nating nagtakda ka ng layunin na makamit ang kalayaan sa pananalapi sa edad na 35 noong ikaw ay 30. Kasalukuyan kang nagtatrabaho bilang isang abogado at bagama't gusto mo ang larangan at ito ay mahusay na binabayaran, hindi ito kinakailangan. ang iyong hilig. Isang araw, binigyan ka ng isang kaibigan ng isang kamangha-manghang ideya para sa isang software ng medikal na aparato sa industriya ng pangangalagang pangkalusugan. Sa una, hindi ka sigurado kung ang pagkakataong ito ay naaayon sa iyong mga kakayahan bilang isang abogado. Gayunpaman, habang natututo ka ng higit pa tungkol sa ideya at potensyal nito, nasasabik ka tungkol sa posibilidad. Nagpasya kang ituloy ang pagkakataon at gumawa ng isang karera na pivot mula sa batas patungo sa industriya ng pangangalagang pangkalusugan. Ang pagbabagong ito ay kumakatawan sa isang makabuluhang pagbabago sa iyong landas sa karera.

Olumide Ogunsanwo: Ang pagkuha ng pivot na iyon ay nangangailangan ng tapang at ambisyon upang maunawaan kung ano ang tunay na mahalaga sa iyo.

Acani Samon Biaou: Kahit na sa pinakamasamang sitwasyon, kung ang bagong pagkakataon ay hindi gagana, nalaman mo na sa loob ng dalawang taon. Upang mabawasan ang panganib, maaari kang makipag-ayos ng suweldo sa startup na 80% ng iyong ginagawa bilang isang abogado. Maaari mo ring ayusin ang iyong mga gastusin upang makaipon ka pa rin ng parehong halaga habang nagtatayo ng equity na posibleng lumaki sa milyon-milyon kung magiging maayos ang lahat.

Olumide Ogunsanwo: Kung ang isang tao ay nakikinig sa kabanatang ito at sa una ay nahanap na ang mga konsepto ng pagtatakda ng pananaw at pagtatakda ng layunin ay masyadong abstract o hindi praktikal, hinihimok ko silang tandaan ang prinsipyo ng pag-usisa. Maging sapat na malaman upang maunawaan kung bakit namin ito binibigyang-diin. Nakamit namin ni Samon ang kalayaan sa pananalapi sa edad na thirties, at iyon ang dahilan kung bakit naniniwala kami na ito ay mahalaga. Isantabi ang anumang mga pagdududa at maging bukas sa pagsubok sa pagtatakda ng layunin. Walang masama kung subukan mo ito. Magtakda ng isang pangitain para sa isang bagay at magtatag ng mga pang-araw-araw na layunin upang makita kung ano ang mangyayari.

Gustung-gusto ko ang mga eksperimento, kaya hinihikayat kita na tingnan ito bilang isang eksperimento. Ano ang kailangan mong mawala? Kapag nakatagpo ka ng mga ideyang hindi mo sinasang-ayunan, lapitan sila nang may pagkamausisa at eksperimento upang makita kung gumagana ang mga ito para sa iyo. Huwag awtomatikong i-dismiss ang impormasyon mula sa mga mapagkukunang may kaalaman dahil lang sa hinahamon nito ang iyong kaakuhan o mga naunang ideya.

Acani Samon Biaou: Kilalanin ang pinagsama-samang katangian ng mga pagkilos na ito. Kung nakagawian mong subukan ang mga eksperimento bilang isang bata, mas malamang na ipagpatuloy mo ang pag-eksperimento bilang isang may sapat na gulang. Kung nakaranas ka ng mga pivot sa panahon ng iyong pagkabata, tulad ng pagpapalit ng mga paaralan o paggawa ng mga bagong libangan, mas malamang na maging komportable ka sa paggawa ng mga pivot bilang isang may sapat na gulang.

Sa mga magulang, nais kong bigyang-diin na ang pagbabago ay hindi dapat tingnan bilang kalaban kundi bilang isang pagkakataon upang linangin ang katatagan ng inyong mga anak sa pamamagitan ng mga mapanghamong karanasan. Maraming mga magulang ang naniniwala na ang pagbibigay ng isang matatag na kapaligiran ay pinakamainam para sa kanilang mga anak at na ang paglipat sa ibang bansa, halimbawa, ay malito at malilito sa kanila.

Gayunpaman, maaaring hindi ito ang pinakamainam na pananaw. Ang iyong tungkulin bilang isang magulang ay ihanda ang iyong mga anak para sa katatagan sa pamamagitan ng paglalantad sa kanila sa mga karanasang humahamon sa kanila. Ang mga karanasang ito ay bumubuo ng tiwala sa sarili, pag-asa sa sarili, lakas ng loob, at pagkamausisa sa iyong mga anak. Kapag nahaharap ang mga bata sa mga bagong kapaligiran, bumuo sila ng mga diskarte sa pagharap na maaaring makinabang sa kanila sa mga sitwasyon sa hinaharap. Halimbawa, kung ang isang pamilya ay kailangang lumipat sa isang bagong bansa dahil sa pagkawala ng trabaho at mga isyu sa visa, ang isang bata na nakaranas na ng gayong mga pagbabago ay magiging mas mahusay na magagamit upang umangkop sa bagong kapaligiran. Ang pagtatanggol sa mga bata mula sa pagbabago ay maaaring hindi sapat na naghahanda sa kanila para sa mga hindi maiiwasang pagbabagong makakaharap nila sa buhay. Ang pagbabago ay maaaring maging positibong puwersa sa pag-unlad ng iyong anak. Makakatulong ito sa kanila na matuto at lumago sa mga bagong paraan.

Olumide Ogunsanwo: Gusto ko iyan. Napakaganda nito. Salamat dito, Samon.

Acani Samon Biaou: Noong ako ay 26 taong gulang, binigyan ako ng isang tagapayo ng hindi makatuwiran ngunit kapaki-pakinabang na payo sa pagtatakda ng layunin sa karera. Kakasimula ko pa lang sa Deutsche Telekom, at tinanong ako ng aking mentor, "Anong kumpanya ang susunod mong sasalihan?"

Nagulat ako sa tanong dahil kamakailan lang ako nagsimula at naniniwala na masyadong maaga para isipin ang susunod na hakbang. Sinabi niya: "Ang pinakahuling dapat mong simulan ang paghahanda ng iyong susunod na paglipat ay ang araw na makakuha ka ng isang alok sa iyong kasalukuyang kumpanya." Ang mas malawak na punto ng aking tagapagturo ay tungkol sa kahalagahan ng pagtatakda ng layunin. Naniniwala siya na ang pagkakaroon ng isang malinaw na larawan ng mga potensyal na susunod na hakbang ay makakatulong sa pagtukoy ng mga personal na layunin sa karera at mga inisyatiba para sa kasalukuyang trabaho. Noong panahong iyon, wala pa akong karanasan at hindi ko lubos na nauunawaan kung paano ilalapat ang kanyang payo. Ngunit mula noon, ginawa ko itong bahagi ng aking pagtuturo sa mga nakababatang koponan, at hindi bababa sa tatlong indibidwal ang matagumpay na nailapat ito.

Halimbawa, isa sa aking mga mentee ay sumali sa isang food tech startup, at hinikayat ko siyang linawin ang kanyang mga layunin para sa susunod na dalawa hanggang tatlong taon at higit pa. Naghangad siyang maging COO sa isang mas mature na kumpanya sa Europe o US. Kasunod ng aking payo, nagsimula siyang agresibong mag-publish ng mga playbook kung paano magpatakbo ng food tech startup sa loob lamang ng isang buwan ng pagsisimula ng kanyang trabaho. Dumalo siya sa mga kumperensya, nakipag-network sa mga COO at tagapagtatag, at panloob na nagtataguyod para sa pagbabago ng titulo sa Pinuno ng Operasyon. Pagkalipas ng dalawang taon, nang handa na siyang magpatuloy, nag-set up lang siya ng isang tawag, at sa loob ng isang linggo, mayroon siyang dalawang alok sa trabaho.

Olumide Ogunsanwo: Mahusay. Lumipat tayo sa personal na pag-unlad. Sa seksyong ito, tatalakayin natin kung paano mapabilis ng personal na pag-unlad ang kalayaan sa pananalapi at magbigay ng ilang mga rekomendasyon. Ang personal na pag-unlad ay tumutukoy sa proseso ng pagpapabuti ng sarili sa pisikal at mental upang makamit ang higit na katuparan, kaligayahan, at tagumpay sa buhay. Nalalapat ito hindi lamang sa personal na pananalapi kundi pati na rin sa kalusugan, karera, negosyo at iba pang mga layunin sa buhay. Bagama't ang aklat na ito ay pangunahing nakatuon sa pagsasarili sa pananalapi at personal na pananalapi, mahalagang kilalanin kung paano maaaring mapabilis ng personal na pag-unlad ang iyong mga layunin. Ang proseso ng pagpapabuti sa sarili ay batayan at naaangkop sa la-hat ng larangan ng buhay. Sa nakaraang bahagi ng kabanatang ito, tinalakay natin ang pagtatakda ng layunin. Kapag naitakda mo na ang iyong mga layunin, ang natural na susunod na hakbang ay ang pagsisikap na pahusayin ang iyong sarili upang makamit ang mga ito. Ito ay isang tuluy-tuloy na pagli-pat.

Achani Samon Biaou: Upang simulan ang ating talakayan sa personal na pag-unlad, tuklasin natin ang konsepto ng sinasadyang pagsasanay. Ang sinasadyang pagsasanay ay isang nakatuong diskarte sa pag-aaral at pagpa-pabuti ng isang kasanayan o kakayahan. Kabilang dito ang paghahati-hati ng mga kumplikadong gawain sa mas maliliit na bahagi, pagtukoy sa mga lugar na nangangailangan ng pagpapabuti, at paggamit ng mga naka-target na diskarte sa pagsasanay upang matugunan ang mga lugar na iyon. Ang sinadyang pagsasanay ay binubuo ng tatlong pangunahing bahagi.

Una, mahalagang ilantad ang iyong sarili sa mga halimbawa ng namu-mukod-tanging pagganap. Ang nakakaranas ng pambihirang pagganap ay nagpaparamdam sa iyong utak at nagbibigay sa iyo ng isang bagay na hangarin o pagsusumikap. Susunod, kailangan mo ng mekanismo ng feed-back upang masuri ang iyong sariling pagganap. Karaniwan, ang isang taong nakamit o kumikilala ng kahusayan ay maaaring magbigay ng mahalagang feedback sa pamamagitan ng pagtukoy ng mga partikular na lugar kung saan maaaring kulang ka. Panghuli, kapag nagsasagawa ng sinasadyang pagsasanay, mahalagang magkaroon ng kamalayan sa iyong sariling mga bias at magtatag ng mga partikular na layunin sa pagpapabuti. Magsanay, obserbahan ang iy-ong pagganap, at magpatuloy sa paggawa nito hanggang sa makabisado mo ang pagsasanay.

Maaari ding ilapat ang sinasadyang pagsasanay upang maging mas mahusay sa paggastos na nakabatay sa mga halaga (na muling pag-align ng paggastos batay sa iyong mga natatanging halaga at higit pa kaming mag-deepdive sa kabanata 6C). Magsimula sa pamamagitan ng pag-unawa kung ano ang hitsura ng huwarang paggastos na nakabatay sa mga halaga at hu-manap ng pagkakalantad sa mga nauugnay na halimbawa. Halimbawa, nabuhay ako sa $800 bawat buwan sa Dubai, habang in-optimize ni Olumide ang kanyang upa sa California sa pamamagitan ng pagkakaroon ng mga kasama sa kuwarto at nakatira malapit sa trabaho. Ipinapakita nito ang nakatutok na katangian ng tunay na paggasta na nakabatay sa mga halaga.

Pagnilayan ang iyong sariling buhay at unahin ang isang aspeto upang mapabuti. Gumawa ng personalized na diskarte para sa iyong sarili sa halip na kopyahin ang iba. Halimbawa, kung ang paggasta na nakabatay sa mga halaga ay nangangahulugan ng pagbabawas ng mga gastos sa transportasyon sa zero, magtakda ng layunin at mag-isip ng diskarte, gaya ng pagpili na gamitin ang libreng serbisyo ng bus. Maaaring maging mahirap ang unang araw habang nag-a-adjust ka sa paggising sa isang partikular na oras at papasok sa iyong paglalakbay sa bus. Pagmasdan ang iyong sarili habang naglalakad ka papunta sa istasyon ng bus at habang sumasakay ka sa bus. Tandaan kung ano ang nangyayari at ang mga emosyon na iyong nararanasan. Tukuyin kung aling mga positibong damdamin ang dapat yakapin at kung aling mga negatibong damdamin ang dapat pagtagumpayan. Magtakda ng layunin na umulit at gumawa ng mga pagsasaayos sa susunod na araw. Sa pamamagitan ng pag-ulit at pagmumuni-muni, maaari mong patuloy na pagbutihin ang iyong mga kasanayan sa paggastos na batay sa mga halaga.

Olumide Ogunsanwo: Salamat, Samon, sa pagbabahagi ng mahalagang insight na iyon. Dahil nagbigay ka ng halimbawa tungkol sa personal na pag-unlad at mga gastos, hayaan mo akong magbigay ng isang halimbawa kung paano ang pagpapabuti ng sarili ay maaaring tumaas ang kita. Ipagpalagay na ikaw ay 35 taong gulang at naglalayong makamit ang kalayaan sa pananalapi sa edad na 50, na may target na netong halaga na $3M, simula sa simula.

Kung talagang nasasabik ka tungkol sa pangmatagalang layunin na iyon, maaari kang magpatuloy sa susunod na hakbang: pagtatatag ng mga panandaliang agarang layunin. Ipagpalagay natin na kailangan mong makatipid ng $100,000 bawat taon sa ika-3 taon, ngunit sa kasalukuyan ay nag-iipon ka lamang ng $3,000. Maliwanag, may agwat sa pagitan ng iyong kasalukuyang sitwasyon at ninanais na resulta. Upang matugunan ang agwat na iyon, dapat mong tukuyin ang mga partikular na aksyon na maaari mong gawin araw-araw, buwanan, at regular na batayan upang mapabuti ang iyong sitwasyon sa pananalapi.

Sa yugtong ito, nagiging mahalaga ang personal na pag-unlad, habang nagsisimula kang bumuo ng mga paraan upang mapahusay ang iyong mga kasanayan, palakihin ang iyong negosyo o kumita ng mas mataas na suweldo. Ang mga diskarte sa personal na pag-unlad ay maaaring may kasamang paglikha ng isang mastermind group ng negosyante, kung saan ang mga kapwa may-ari ng negosyo ay maaaring makipagtulungan at makipagpalitan ng mga ideya. Maaari rin itong mangahulugan ng pagsasamantala sa mga platform ng pag-aaral tulad ng Coursera, edX, o Udemy upang makakuha ng mga bagong kasanayan para sa mas magandang mga prospect ng trabaho.

Ang personal na pag-unlad ay nagsisilbi sa iba't ibang layunin, tulad ng pagtaas ng potensyal na kumita, pagpapabuti ng mga gawi sa paggastos na nakabatay sa mga halaga, o pagpapahusay ng mga kasanayang panlipunan upang mapaunlad ang mga relasyon at bumuo ng mga komunidad. Bukod pa rito, mahalagang kilalanin na ang personal na pag-unlad ay maaaring gawing mas kaibig-ibig ka at makatulong sa iyong palawakin ang iyong network, na maaaring maging napakahalaga sa pagkamit ng mga personal at propesyonal na layunin.

Acani Samon Biaou: Isaalang-alang ang iyong network bilang bahagi ng iyong pangkalahatang pagpapahalaga. Maaari kang magtakda ng target na kumonekta sa 500 tao sa Google sa loob ng susunod na dalawang taon. Hatiin ito sa mas maliliit na layunin, tulad ng pagkikita ng limang bagong tao bawat linggo. Patuloy na tasahin ang iyong pag-unlad sa pamamagitan ng pagtatanong sa iyong sarili kung gaano karaming mga koneksyon ang ginagawa mo at kung anumang mga relasyon ay nawawala. Pag-isipan kung ano ang hindi naging maganda sa mga nakaraang pakikipag-ugnayan at gamitin ang kaalamang iyon bilang pundasyon para sa mas magagandang koneksyon sa hinaharap. Patuloy na umulit at pinuhin ang iyong diskarte.

Olumide Ogunsanwo: Binigyang-diin namin ang kahalagahan ng kuryusidad at ambisyon bilang mahahalagang prinsipyo. Nilalabanan nila ang kasiyahan at ang paniwala na naabot na ng isa ang kanilang buong potensyal sa buhay. Kung walang pag-uusisa, walang drive na tuklasin at matuto nang higit pa, at kung walang ambisyon, walang motibasyon na magtakda ng mga layunin at magsikap patungo sa kanila.

Maaaring naniniwala ang ilang indibidwal na kapag nakamit na nila ang ilang partikular na milestone, gaya ng pagtatapos sa unibersidad, hindi na nila kailangang ipagpatuloy ang pagpapabuti ng kanilang sarili. Gayunpaman, ang personal na pag-unlad ay isang patuloy na proseso na umaabot sa buong buhay ng isang tao. Palaging may puwang para sa paglago at pagpapabuti sa iba't ibang aspeto ng buhay. Kung makikita mo ang iyong sarili na nagsasabi,

"Nagtapos ako sa unibersidad. Bakit ako dapat tumuon sa pagpapabuti ng sarili?" tapos nawawala ka sa punto. Ang personal na pag-unlad ay hindi lamang tungkol sa edukasyon o pagkuha ng isang degree. Sinasaklaw nito ang pagpapahusay ng iyong kapasidad ng tao at potensyal na makamit ang iyong mga layunin. Habang ang aklat na ito ay may kasamang isang kabanata sa paaralan ng negosyo, ang personal na pag-unlad ay maaaring magkaroon ng iba't ibang anyo at magbibigay-daan sa iyo na maabot ang susunod na antas.

Derek Sivers once stated, "If more information were the answer, we would all be billionaires with six-pack abs." Ang personal na pag-unlad ay higit pa sa pagkuha ng bagong impormasyon; ito ay nagsasangkot ng panloob at patuloy na paglalapat ng kaalamang iyon sa paglipas ng panahon. Dapat mo ring isama ito sa iyong pang-araw-araw na buhay at gawin itong isang nakagawiang bahagi ng iyong gawain upang mangyari ang tunay na personal na paglago.

Binabasa mo ang aklat na ito dahil gusto mong malaman ang tungkol sa kalayaan sa pananalapi. And guess what? Nagawa mo na ang unang hakbang sa isang paglalakbay ng personal na pag-unlad! Ang aklat na ito ay tungkol sa pagsasarili sa pananalapi, ngunit higit pa rito. Ito ay tungkol sa pagtanggap ng personal na paglago sa bawat aspeto ng iyong buhay. Ang personal na pag-unlad ay parang isang superpower. Ito ay tungkol sa patuloy na pag-level up at ang walang katapusang paghahangad na maging mas magandang bersyon ng iyong sarili araw-araw. Madarama mo ang isang pakiramdam ng katuparan at pagtaas ng pagpapahalaga sa sarili habang patuloy mong pinapabuti ang iyong sarili at aktibong nagtatrabaho patungo sa mga layunin na naaayon sa iyong mga halaga at hilig.

In love ako sa concept na ito. Naglalaan ako ng isang oras bawat araw para sa personal na pag-unlad sa mga lugar na mahalaga sa akin. Sinanay ko ito bago pa man makamit ang kalayaan sa pananalapi, at patuloy kong gagawin ito sa natitirang bahagi ng aking buhay.

Achani Samon Biaou: Natutuwa ako sa ibinahagi ni Olumide. Narito kung paano ko ito ipapatupad sa aking buhay. Napagtanto ko na ang aking kaligayahan ay nakasalalay sa pakiramdam ng isang tagumpay, habang ang kalungkutan ay nagmumula sa pagwawalang-kilos o pakiramdam na natigil. Matapos makamit ang kalayaan sa pananalapi, nagpasya akong hamunin ang aking sarili sa pana-panahon sa pamamagitan ng pag-aaral ng mga bagong wika.

Simple lang ang aking routine: Gumising ako, inilunsad ang aking libreng app sa pag-aaral ng wika, at sinisimulan ang aking araw dito. Naglalaan ako ng humigit-kumulang 15 minuto upang makumpleto ang isang yunit. Ang aking personal na hamon ay magdagdag ng isa o dalawang bagong wika bawat taon hanggang ako ay maging 50, depende sa iba ko pang mga pangako. Ito ay nagsisilbing isang paglalarawan ng personal na pag-unlad. Ako ay mahilig sa mga wika, kaya ang pananabik sa pag-aaral ng mga bago ay nagpapanatili sa akin ng motibasyon.

Olumide Ogunsanwo: Lubos akong nagpapasalamat na nabubuhay sa panahong ito kung saan maraming online learning platform ang nag-aalok ng mga libreng kurso (hal., YouTube) o may mga libreng bahagi (tulad ng Coursera at Udemy). Ang pera at pagkakaroon ay hindi na hadlang; ang tunay na hamon ngayon ay nasa ating kahandaang matuto. Ang pagpapayag na ito ay pinalakas ng pananabik, kaya naman binibigyang-diin namin ang mahalagang hakbang ng paglikha at pagkasabik tungkol sa isang pananaw para sa iyong buhay.

Ang mga tao mula noong 1960s at 1970s ay pumatay para sa mga pagkakataong mayroon tayo ngayon. Ang kailangan mo lang gawin ay mag-ukit ng oras, linangin ang kaguluhan, at kumilos. Isaalang-alang ang hindi kapani-paniwalang kuwentong ibinahagi ni Samon. Ginagamit niya ang Duolingo nang libre upang matuto ng maraming wika. Anong excuse mo?

Acani Samon Biaou: Oo. Kapag naglalakbay ako, mas gusto ko ang mga airline na nagbibigay ng mga pelikula sa kanilang orihinal na wika, na nagpapahintulot sa akin na sanayin ang aking mga kasanayan sa wika. Sa ngayon, madalas kong pinipiling lumipad kasama ang Emirates, kahit na nangangahulugan ito ng mas mahabang ruta, dahil nag-aalok sila ng magkakaibang seleksyon ng mga "etniko" na pelikula. Halimbawa, ang aking paglalakbay mula California patungong UAE ay tumatagal ng humigit-kumulang 14 na oras, at pagkatapos ay mayroon pa akong 6 na oras o higit pa depende sa aking huling destinasyon. Dahil madalas akong naglalakbay, ginagamit ko ang oras ng paglipad ko sa pamamagitan ng panonood ng mga pelikula at pagsasanay sa aking mga kasanayan sa wika. Kabilang dito ang panonood ng pelikulang may mga subtitle, pag-rewind ng mga bahagi, at panonood muli sa mga ito. Minsan ay gumugugol ako ng hanggang apat na oras sa isang pelikula dahil madalas akong huminto para magsanay ng malakas na pagbigkas ng mga pangungusap. At kapag hindi masyadong masikip ang byahe, I even pause and speak sentences loud.

Olumide Ogunsanwo: Hindi kapani-paniwala! Mahigpit kong hinihimok ang lahat na yakapin ang ambisyon, magtakda ng malinaw na pananaw, magtatag ng mga layunin para sa kanilang buhay, at magsimula sa walang katapusang paglalakbay ng personal na pag-unlad. Ito ay may kapangyarihang baguhin ang iyong buong buhay. Narito ang ilang mga rekomendasyon na naglilinang ng isang mind-set ng personal na pag-unlad:

Una: " Isang Taon na Tagumpay na Plano [5]" ni Jim Rohn. Ang programang ito ay kapansin-pansin at maaaring baguhin ang iyong buhay. Ito ay isang taon na personal na paglalakbay sa pag-unlad na puno ng mga pagsasanay. Sa kasamaang palad, ang orihinal na bersyon ay hindi na magagamit, ngunit maaari mong subukan ang na-update na bersyon [6], kahit na hindi ko magagarantiya ang kalidad nito dahil ginawa ko ang orihinal.

Pangalawa: " Paano ko natagpuan ang kalayaan sa isang hindi malayang mundo [7]" ni Harry Browne. Ang libro ay sumasalamin sa paniwala ng kalayaan, na malapit na umaayon sa mga tema ng pagsasarili sa pananalapi at kalayaan na ginalugad sa FIREDOM. Sinasaliksik ni Browne ang mental framework na kinakailangan upang matukoy at madaig ang mga hadlang na pumipigil sa atin, na nagbibigay ng mga insight kung paano kumilos at makamit ang tunay na kalayaan. Tatlong beses ko na itong nabasa at mas gusto ko ito sa bawat pagbabasa.

Acani Samon Biaou: Salamat sa pagbabahagi ng mga rekomendasyong iyon. Gusto kong mag-alok ng hack na maaaring magsimula sa iyong personal na paglalakbay sa pag-unlad. Mayroon akong malakas na pag-ayaw sa pagpapabaya sa iba, at ang katangiang ito ay may mahalagang papel sa aking buhay. Kapag nagtakda ako ng layunin para sa aking sarili, lumilikha ako ng pakiramdam ng pagkaapurahan o krisis na nagtutulak sa akin na manatiling nakatuon. Ang isang epektibong diskarte ay ang makipag-ugnayan sa isang taong alam kong mananagot sa akin at makaramdam ako ng kahihiyan kung hindi ko maabot ang aking layunin. Halimbawa, noong nagpasya akong mag-

5.   https://www.amazon.com/Rohn-Year-Success-Plan-Workbook/dp/B003OYMDKY

6.   https://store.jimrohn.com/the-new-jim-rohn-one-year-success-plan.html

7.   http://www.amazon.com/How-Found-Freedom-Unfree-World/dp/0965603679

aral ng Arabic, ipinaalam ko ang mga nakatataas na pinuno sa rehiyon ng Gulpo na ginagawa ko ang pagsisikap na ito at nilayon kong magbahagi ng mga regular na update sa Arabic. Ang pressure na ibinibigay nito sa akin ay napakalaki, ngunit ito ay nagsisilbing isang malakas na motivator upang sundin. Maaari kang lumikha ng iyong sariling hack batay sa iyong personalidad at kung ano ang pinakamahusay sa iyo.

Olumide Ogunsanwo: Oo, ang diskarte sa "pampublikong pangako" o "kasosyo sa pananagutan" ay maaaring palakasin ang iyong pagganyak at pagpupursige sa pagtugis ng iyong mga layunin. Sa pamamagitan ng pampublikong pagdedeklara ng iyong mga intensyon o pagkuha ng suporta ng isang pinagkakatiwalaang kasosyo sa pananagutan, lumikha ka ng isang malakas na network ng suporta.

Sa buong taon, nakakalap ako ng isang koleksyon ng mga inspirational quotes. Habang tinatapos natin ang kabanatang ito, buong pagmamahal kong pinagsama-sama ang mga ito dito, umaasa na sila rin ang magpapasiklab sa loob mo. Sinubukan kong magbigay ng wastong mga pagpapatungkol, bagama't maaaring may mga pagkakataon kung saan ang ilang mga quote ay mali ang pagkakaugnay. Sana mahanap mo silang mahalaga. See you sa susunod na kabanata!

" *Upang magkaroon ng higit pa, dapat kang maging mas marami* " (Jim Rohn)

" *Maaari mong gugulin ang iyong buhay sa paraang gusto mo ngunit maaari mo lamang itong gugulin nang isang beses* " (Lillian Dickson)

" *Maaari kang magkaroon ng kahit anong gusto mo kung tutulong ka lang ng sapat na ibang tao makuha ang gusto nila* " (Zig Ziglar)

" *Huwag mong hilingin na mas madali, sana mas mabuti ka* " (Jim Rohn)

" *Hindi ako biktima, ako ay isang survivo* r" (Elizabeth Edwards)

" *Ang tagumpay ay hindi isang bagay na hinahangad mo. Ang tagumpay ay isang bagay na naaakit mo sa taong naging ka* " (Jim Rohn)

" *Magsimula sa dulo sa isip* " (Steve Covey)

" *Huwag kalimutang maging kahanga-hanga* " (John Green)

" *Mag-isip tulad ng isang kampeon* " (Zig Ziglar)

" *Ang mga problema ay nalulusaw* " (David Deutsch mula sa "The Beginning of Infinity")

" *Simple lang ang pagkapanalo. Gumising araw-araw at gawin ang mga bagay na iniiwasan ng iba* " (Jim Rohn)

" *Mag-ingat sa mga paa mong inaapakan ngayon dahil maaaring konekta-do ito sa pwet na kailangan mong halikan bukas* " (Unknown)

" *Ang tagumpay ay nasa malayong bahagi ng kabiguan* " (Brian Tracy)

" *Bumuo ng bias para sa aksyon* " (Jeff Bezos)

" *Ang pinakamalaking kalaban ng isang magandang plano, ay ang pangarap ng isang perpektong plano* " (Carl von Clausewitz)

" *Takasan ang kumpetisyon sa pamamagitan ng pagiging tunay* " (Naval Ravikant)

" *Be your unapologetically weird self* " (Chris Sacca)

" *When the Facts Change, I Change My Mind. What Do You Do, Sir?* " (John Maynard Keynes)

" *Parang ang tagal na ng panahon, fam. Simula nung araw na naisip ko yung tusong planong yun. Isang araw nagkaroon ako ng panaginip, sinubukan kong habulin ito. Ngunit wala akong patutunguhan, tumatakbong tao. Alam ko na baka balang araw ay mauunawaan ko. Subukan mong baguhin ang isang sampu sa isang daang grand. Lahat ay bata na walang pakialam. Kailangan mong panatilihin sumisigaw hanggang marinig ka nila* " (Tinie Tempah)

" *Katulad ng pagkontrol sa paggastos ay mas mahirap gawin kapag mas marami kang kinikita, ang pagkontrol sa iyong ego ay mas mahirap gawin kapag ikaw ay nagiging matagumpay* " (Sam Dogen aka Financial Samurai)

" *Suriin ang iyong gasolina, ito ang nagdala sa iyo kung saan mo gustong pumunta* " (John Galt character mula sa Ayn Rand book na "Atlas Shrugged")

" *Sa tingin ko ay mali na i-proyekto ang aking mga halaga at inaasahan sa buhay sa ibang tao* " (Wayne Dyer)

" *Ang mga duwag ay hindi nagsimula at ang mahina ay namatay sa daan. Iyon ay umalis sa amin* " (Phil knight)

" *Kahapon ang deadline para sa lahat* ng mga reklamo" (Bryan Tracy)

" *Ang disiplina sa sarili ay ginagawa kung ano ang dapat mo, kung kailan mo dapat gawin kung gusto mo o hindi* " (Bryan Tracy)

" *Ang elevator patungo sa tagumpay ay wala sa ayos ngunit ang hagdan ay laging bukas* " (Zig Ziglar)

" *Huwag kang maging nakatuon sa plano, maging nakatuon sa proseso ng pagpaplano* " (Carl Richards)

" *Ang Resolve ay nangangako sa iyong sarili na hinding hindi ka bibigyan* " (Jim Rohn)

" *Ang tunay na pagmamahal sa pagbabasa mismo, kapag nalilinang, ay isang napakalakas. Ang mga paraan ng pag-aaral ay sagana—ito ay ang pagnanais na matuto na mahirap makuha* " (Naval Ravikant)

" *Kung magiging mahirap ka sa iyong sarili, magiging madali ang buhay sa iyo, ngunit kung pipilitin mong maging madali sa iyong sarili, magiging mahirap ang buhay sa iyo* " (Zig Ziglar)

" *Ang kaligayahan ay paglutas ng mga problema. Ang paglutas ng mga problema ay humahantong sa paglikha ng mga bagong problema* " (Mark Manson)

" *Dapat mong turuan ang mga lalaki sa paaralan ng halimbawa dahil hindi sila matututo sa iba* " (Albert Schweitzer)

" *Naparito ako para sa cake hindi sa mga mumo* " (Katie Stanton)

" *Ang pag-unawa at pagtanggap na ako ang problema ay nagbibigay-daan sa akin na maging solusyon* " (Hindi alam)

" *Maraming kumpetisyon sa karaniwan ngunit kakaunti sa pambihirang* " (Robin Sharma)

" *Pagdating mo sa dulo ng iyong lubid, buhol dito at kumapit ka* " (Hindi alam)

" *Walang mga pakana ng yumaman kundi ang yumaman sa iyo* " (Naval Ravikant)

" *Ang kaswal na paraan ng pagsasagawa ng mga gawain ay hindi nakaakit sa akin.* " (John D Rockefeller)

" *Ang inspirasyon ay masisira, kumilos kaagad.* " (Naval Ravikant)

" *The more you learn, the less you fear. "Learn" not in the sense of academic study, but in the practical understanding of life. The more you know about how the world works, the less you will be afraid of it. You makikita na walang dapat katakutan, maliban sa kamangmangan .*" (Julian Barnes)

" *Gamitin ang mga pakinabang ng kabataan kapag mayroon ka nito, at ang mga pakinabang ng edad kapag mayroon ka na. Ang mga pakinabang ng kabataan ay lakas, oras, optimismo, at kalayaan. Ang mga pakinabang ng edad ay kaalaman, kahusayan, pera, at kapangyarihan. Sa pagsisikap maaari mong makuha ang ilan sa huli kapag bata at panatilihin ang ilan sa nauna kapag matanda.*" (Paul Graham)

" Hindi ang kritiko ang mahalaga, hindi ang tao na nagtuturo kung paano natitisod ang malakas na tao, o kung saan ang gumagawa ng mga gawa ay maaaring gawin ang mga ito ng mas mahusay. sa pamamagitan ng alikabok at pawis at dugo na nagsusumikap nang buong tapang; na nagkamali, na paulit-ulit na nagkukulang, dahil walang pagsisikap na walang pagkakamali at pagkukulang" (Theodore Roosevelt)

6: Mga kwento at Prinsipyo ng Late Career ng Pag-maximize ng Kita at Paggastos na Batay sa Mga Halaga

Olumide Ogunsanwo: Maligayang pagdating sa kapana-panabik na kabanatang ito, kung saan kami ay sumisiyasat sa adventurous na paglalakbay na sumunod sa aming karanasan sa business school. Samahan kami habang inilalahad namin ang mga landas na tinahak namin sa aming mga karera sa aming paghahangad ng kalayaan sa pananalapi.

Achani Samon Biaou: Ibinigay namin ang aming mahalagang oras at pera sa pagkuha ng mga pinagnanasang degree sa business school. Panahon na ngayon upang muling pumasok sa propesyonal na mundo at dagdagan ang ating pag-unlad tungo sa pagsasarili sa pananalapi.

Olumide Ogunsanwo: Aalisin din namin ang dalawang pangunahing prinsipyo: pag-maximize ng kita, pagkita ng mas maraming pera hangga't maaari, at paggastos na nakabatay sa halaga, paggastos ng bawat dolyar na pinaghirapan upang iayon sa iyong mga halaga at pananaw. Ang mga prinsipyong ito ay mahalaga dahil halos kinakatawan ng mga ito ang kasukdulan ng iyong mga pagsisikap tungo sa pagkamit ng kalayaan sa pananalapi.

6A: Ang kuwento ng Late Career ni Olumide

Acani Samon Biaou: Olumide, balikan natin ang pagtatapos ng iyong business school at ang simula ng iyong bagong karera. Anong karera ang pinili mo at paano naging salik ang pagsasarili sa pananalapi sa desisyong iyon?

Olumide Ogunsanwo: Tulad ng naaalala mo mula sa huling kabanata, nag-aral ako sa Oxford at MIT para sa paaralan ng negosyo mula 2010 hanggang 2012. Bago iyon nagtrabaho ako bilang isang inhinyero at wala pa akong narinig na pagkonsulta sa pamamahala. Karamihan sa mga kaibigan ko ay mga inhinyero din, at iyon ang mundong alam ko. Ngunit pagkatapos ay natuklasan ko ang larangang ito na tinatawag na pagkonsulta sa pamamahala, sa mga kumpanyang tulad ng McKinsey, Bain, at BCG. Nakasuot sila ng magagarang terno at nagbigay ng payo sa mga kumpanya, at nakita kong nakakaintriga ito.

Noong bata pa ako sa Nigeria, binilhan kami ng nanay ko ng computer, at nagsimula akong mag-explore sa Internet bago ako lumipat sa Amerika. Ang maagang pagkakalantad na ito ay nagdulot ng aking interes sa mga kumpanya ng teknolohiya. Sa panahon ng paaralan ng negosyo, itinakda ko ang aking mga pananaw sa isang karera sa alinman sa pagkonsulta sa pamamahala o tech, ngunit nagkaroon ako ng mas malakas na hilig sa industriya ng tech.

Bago ang business school, nakakuha ako ng taunang suweldo sa pagitan ng $50,000 at $60,000, at pagkatapos ng business school, ito ay inaasahang nasa pagitan ng $110,000 at $130,000 batay sa median na suweldo ng mga nakaraang estudyante ng MIT Sloan. Ito ay mahalagang pagkakataon na doblehin ang aking kita. Dumaan ako sa proseso ng pag-aaplay ng trabaho sa MIT at nakatanggap ng mga alok mula sa malalaking kumpanya ng teknolohiya, na nagpasaya sa akin. Pero nilapitan ako ni McKinsey Lagos. Hindi ito isang bagay na una kong isinasaalang-alang, dahil nakatuon ako sa McKinsey sa San Francisco, Boston, o New York. Gayunpaman, nakita kong kawili-wili ito nang magsimula akong makipag-usap sa kanila. Ang Nigeria ay tila dumaan sa isang pagbabago sa sitwasyong pampulitika, inflation, at halaga ng palitan ay halos nasa ilalim ng kontrol.

Nang umalis ako sa Nigeria noong 2002 at ngayon ay nasa 2012 na, hindi ako sigurado kung ang paglipat pabalik ang gusto ko. Gayunpaman, ang kaakit-akit na alok mula sa McKinsey Lagos, na may suweldo na maihahambing sa iba pang mga lokasyon at mas mababang mga buwis at mga gastos sa pabahay, kasama ang pagpapabuti ng mga kondisyon ng macro, ang nagbunsod sa akin na magpasya na talikuran ang mga alok sa teknolohiya at bumalik sa Nigeria.

Noong panahong iyon, hindi ko lubos na nauunawaan ang konsepto ng pagsasarili sa pananalapi. Ngunit mabilis kong nalaman na ang pagkonsulta sa pamamahala ay isang kapaki-pakinabang na papel para sa paggawa at pag-save ng pera. Ito ay isang simpleng formula para sa akin: gumanap nang maayos sa aking trabaho upang makakuha ng mga bonus at promosyon na nauugnay sa aking pagganap, at makatipid hangga't maaari. Sa management consulting, maraming pagkakataon para makatipid ng pera. Halimbawa, ang isa sa aking mga kaibigan ay walang apartment sa loob ng dalawang taon niya sa bukid. Ako naman, nagrenta ako ng murang apartment sa halagang $700-$800/month. Madalas din akong bumiyahe, nag-iipon ng mga puntos na natutunan ko kung paano gamitin.

Natutunan kong i-maximize ang mga benepisyong ibinigay ng McKinsey. Ang pag-unawa sa kung anong mga benepisyong pinansyal at hindi kapaki-pakinabang ang inaalok ng iyong kumpanya ay napakahalaga.

Acani Samon Biaou: Nagpasya kang tanggihan ang mga alok sa teknolohiya at ituloy ang pagkonsulta sa pamamahala sa Lagos. Ano ang pumasok sa isip mo? Itinuring mo ba itong isang panandaliang detour?

Olumide Ogunsanwo: Noong panahong iyon, hindi ko talaga alam kung paano magtakda at sumubaybay ng mga pangmatagalang layunin, at wala akong anumang partikular na plano tungkol sa lokasyon o karera. Nakatuon ako sa sulitin ang pagkakataong McKinsey at gumawa ng mga desisyon batay sa kung paano nangyari ang mga bagay. Sa panahon ko sa McKinsey, ako ay mas panandaliang nakatuon, na naglalayong makamit ang pinakamataas na pagsusuri sa pagganap habang pinapaliit ang aking mga gastos. Ang mindset na ito ay hindi hinimok ng aking pag-unawa sa pagsasarili sa pananalapi, na hindi ko pa ganap na naisaloob noon. Sa halip, nag-ugat ito sa katotohanang mahigit tatlong taon akong walang trabaho mula noong 2009. Bilang resulta, ang kahusayan at pag-optimize ay pinakamahalaga sa akin.

Ang aking karanasan sa Lagos ay hindi kapani-paniwala dahil na-optimize ko ang aking paggasta upang maiayon sa aking mga pangunahing halaga at mahanap ang pinakamataas na kasiyahan sa pinakamababang posibleng gastos, sa halip na bawasan ang mga gastos sa pinakamababa. Ang prinsipyong ito, na kilala bilang paggastos na nakabatay sa mga halaga, ay susuriin pa sa kabanata 6C. Tandaan, ang layunin ay hindi basta-basta na bawasan ang mga gastos sa iyong landas patungo sa kalayaan sa pananalapi; ito ay tungkol sa pagkakatugma ng iyong mga gastos sa kung ano ang tunay na mahalaga sa iyong kaluluwa. Ang walang pinipiling pagbawas sa gastos ay malamang na humantong sa kalungkutan at isang potensyal na rebound sa iyong nakaraang mga pattern ng paggastos.

Acani Samon Biaou: Nakikita ko ang ilang mahahalagang insight dito. Subukan kong mag-summarize at masasabi mo sa akin kung tama ang nakuha ko. Mukhang mahalagang salik ang independiyenteng pag-iisip at paggastos na nakabatay sa mga halaga. Kung ikaw ay isang taong may posibilidad na sumunod sa karamihan, maaari kang gumastos ng pera sa mga bagay na hindi tunay na nagbibigay ng halaga sa iyong buhay.

Halimbawa, maaari kang makumbinsi na sumama sa mga kaibigan sa loob ng apat na oras sa isang bar kahit na hindi ka nasisiyahan sa pag-inom.

Olumide Ogunsanwo: Talagang. At hindi lang ito tungkol sa pera. Ang paggasta na nakabatay sa halaga ay lumalampas sa mga pasya sa pananalapi; nalalapat din ito sa kung paano mo pipiliin na mamuhunan ang iyong oras. Bawat sandali ay may dalang gastos sa pagkakataon, at ang paggugol ng mga oras sa isang bar, halimbawa, ay nangangahulugan ng pagsasakripisyo ng potensyal na makisali sa iba pang makabuluhang aktibidad. Habang ang paggasta sa oras ay madalas na hindi napapansin dahil sa likas na katangian nito, ang kahalagahan nito ay lalong nagiging maliwanag habang ikaw ay tumatanda. Ang ilan sa mga pinakamahalagang bagay sa buhay ay mahirap sukatin.

Acani Samon Biaou: Tila ang paglalakbay sa pamumuhay sa iyong sariling mga termino ay nagsasangkot ng pag-unawa sa iyong sarili at pag-align ng iyong mga aksyon sa iyong tunay na mga halaga. Halimbawa, kung dati ay nasisiyahan ka sa pakikisalu-salo, dapat mong pag-isipan kung gaano kadalas ka nakikibahagi dito at ang aktwal na kasiyahang naidudulot nito sa iyo. Kung ang pakikisalu-salo ay may malaking kahalagahan sa iyo, pagkatapos ay tumutok dito at alamin kung ano ang kailangan mong alisin sa iyong buhay upang tunay na tamasahin ito. Ang pagbibigay-priyoridad sa iyong paggastos batay sa esensyalismo ay nangangahulugan ng pagtukoy sa isang bagay sa marami na nagdudulot sa iyo ng pinakakagalakan at paglalaan ng iyong mga mapagkukunan para doon.

Olumide Ogunsanwo: Hayaan akong magbigay ng praktikal na halimbawa. Sa iba't ibang gastusin na kinakaharap natin, ang pabahay, pagkain, at transportasyon ang kadalasang pinakamahalaga. Upang makagawa ng mga pagpipiliang matipid, isipin kung ano ang tunay na mahalaga sa iyo. Ikaw ba ay isang taong nakakahanap ng kagalakan sa mga mararangya at maluluwag na tirahan, o ang isang mas maliit, mas abot-kayang apartment ay sapat na upang matugunan ang iyong mga pangangailangan at adhikain? Ang pang-akit ba ng mga high-end na kasangkapan ay may tunay na kahalagahan, o maaari mo bang tanggapin ang higit pang mga alternatibong angkop sa badyet nang hindi nakompromiso ang iyong kaligayahan? Kung ang paninirahan sa isang magandang lokasyon ay hindi isang pangunahing priyoridad, tuklasin ang mga posibilidad na manirahan sa isang mas abot-kayang lugar. Tandaan, mahalagang maingat na isaalang-alang ang iyong mga opsyon at manatiling bukas at flexible sa mga trade-off na naaayon sa iyong mga layunin sa pananalapi.

Ang parehong prinsipyo ay naaangkop sa transportasyon. Kung ang pagmamay-ari ng isang marangyang kotse ay hindi mapag-usapan, pagkatapos ay ituloy ito nang buong puso. Gayunpaman, kung hindi ito nangunguna sa iyong listahan ng priyoridad, isaalang-alang ang mas abot-kayang alternatibo gaya ng maaasahang ginamit na Honda. Palaging isaisip na sa tuwing pipiliin mo ang mas mahal na opsyon, madalas itong nagsasalin sa pagtatrabaho nang mas matagal upang kayang bayaran ito. Sa pamamagitan ng sinasadyang pagpili para sa isang ginamit na Honda sa isang bagung-bagong Tesla, halimbawa, maaari mong makita ang iyong sarili na nakakamit ang kalayaan sa pananalapi sa 35 sa halip na 45, na epektibong tinatamasa ang 10 karagdagang taon ng kalayaan mula sa mga hinihingi ng iyong trabaho.

Ngayon, pag-usapan natin ang bahagi ng kita. Kapag sinusuri ang mga pagkakataon sa trabaho, isaalang-alang hindi lamang ang suweldo kundi pati na rin ang iyong kaligayahan at kasiyahan. Kung naniniwala kang mas mataas ang posibilidad na magkaroon ng katuparan ang isang trabahong may mababang suweldo, ayos lang na pumunta sa direksyong iyon. Gayunpaman, maging handa para sa posibilidad na magtrabaho nang mas matagal upang makamit ang iyong ninanais na mga layunin sa pananalapi. Tandaan na kung ano ang nagdudulot sa iyo ng katuparan ay maaaring umunlad sa paglipas ng panahon, at ang iyong desisyon na ituloy ang isang mas mababang suweldong trabaho ay maaaring hindi palaging magbunga ng ninanais na resulta. Ang buhay ay puno ng mga trade-off, at kailangan mong magpasya kung uunahin mo ang kaligayahan o pag-maximize ng maikli at pangmatagalang kita, na ginagawa ang mga kinakailangang kompromiso nang naaayon. Hindi namin magagawa ang mga desisyong ito para sa iyo; nangangailangan sila ng malalim na personal na pagmumuni-muni batay sa iyong mga halaga at mithiin.

Halimbawa, kung ang iyong hilig ay nakasalalay sa pagtataguyod ng isang karera bilang isang musikero, maaaring kailanganin nito ang pagtatrabaho hanggang sa susunod na yugto ng buhay, marahil kahit hanggang sa ikaw ay 85. Gayunpaman, kung ito ay nagdudulot sa iyo ng napakalaking kagalakan at kasiyahan, ang mas mahabang paglalakbay ay maaaring sulit para sayo. Sa kabaligtaran, kung nagtataglay ka ng malakas na mga kasanayan sa analytical at natagpuan ang iyong sarili na nagtatrabaho sa isang consulting firm ngunit musika ang iyong hilig, maaari kang makaramdam ng walang hanggang kalungkutan at hindi nasiyahan.

Achani Samon Biaou: Anong payo ang ibibigay mo sa isang taong gustong maging isang musikero ngunit nag-aalala tungkol sa hindi na maibabalik na desisyon?

Olumide Ogunsanwo: Sa kabutihang palad, maraming desisyon ang nababaligtad. Gayunpaman, kahit na baguhin mo ang isang desisyon, mayroon pa ring mga gastos sa pagkakataon na nauugnay sa oras na ginugol mo sa paunang desisyon. Ang oras na iyon ay nawala, kaya kailangan mong hayaan ito at huwag hayaang maimpluwensyahan nito ang iyong kakayahang gumawa ng desisyon. Huwag maging biktima ng sunk cost fallacy. Ang sinasabi ko sa mga tao ay maging matapang kapag gumagawa ng mga desisyon at kalimutan ang lahat ng mga nakaraang desisyon na ginawa mo.

Pinapayuhan ko ang tao na magtrabaho sa kanilang pag-iisip, na tumutuon sa paniniwala sa sarili, pag-asa sa sarili, pagkamausisa, at malayang pag-iisip. Pagkatapos, lumikha ng mga mapaghangad na pangmatagalan at panandaliang layunin na isinasaalang-alang ang mga trade-off na kasangkot sa pagpili ng mas mababang kita ngunit lubos na kasiya-siyang karera kumpara sa mas mataas na kita ngunit hindi gaanong kasiya-siya. Hinihikay-at ko rin silang mag-isip sa labas ng kahon. Halimbawa, maaaring may mga paraan upang magkaroon ng mataas na suweldong karera habang nagpapat-uloy sa musika sa kanilang libreng oras o nagsasagawa ng maraming trabaho upang matugunan ang mga pangangailangan sa kita. Ang mga posibilidad ay walang katapusang kung mayroon kang pag-usisa at paglutas ng problema sa iyong panig.

Sa halip na maging labis na mapanuri sa ating sarili at isipin kung paano naging iba ang mga bagay sa nakaraan, magsanay ng pagpapatawad sa sarili at tumuon sa kasalukuyang sandali. Sa halip, naniniwala ako sa pagtutuon ng pansin sa positivity, optimismo, pagsasanay sa zero-based na pag-iisip, pag-aaral mula sa ngunit hindi pagmumuni-muni sa nakaraan, at pasulong.

Acani Samon Biaou: Maaari ka bang magbigay ng isang halimbawa kung kailan ka nagpraktis ng zero-based na pag-iisip sa McKinsey?

Olumide Ogunsanwo: Habang papalapit ako sa sangang-daan ng pag-alis sa McKinsey, natukso akong manatili para sa isang potensyal na promosyon pagkatapos mamuhunan ng dalawang taon sa kompanya. Gayunpaman, nakilala ko ang bitag na dulot ng linyang ito ng pag-iisip at niyakap ang konsepto ng zero-based na pag-iisip. Umatras ako ng isang hakbang at muling sinuri ang aking mga layunin at hilig. Palagi akong may hilig sa teknolohiya, at isinulat ko pa ang aking thesis sa mga operating system ng smartphone. Gayundin, tinanggihan ko ang ilang mga alok mula sa mga tech na kumpanya bago kami ni McKinsey ay angling upang gumawa ng mga tech na proyek-to habang naroon. Sa huli, ang susi sa zero-based na pag-iisip ay magsimula ng bago at magabayan ng iyong mga pangunahing halaga at hilig, sa halip na mga nakaraang aksyon o panlabas na panggigipit.

Nagsimula akong gumawa ng mas maraming pagpaplano sa buhay at tuklasin kung ano ang ibig sabihin ng magtrabaho sa tech. Pakiramdam ko ay tech ang lugar. Naabot ko ang mga tao sa sektor ng tech sa pamamagi-tan ng mga website ng Oxford & MIT alum at nakipag-usap. Sa kalaunan, nakatanggap ako ng alok mula sa Google, at noong 2014, muli akong nagpaalam sa Nigeria upang sumali sa tech giant.

Acani Samon Biaou: Suriin natin ang iyong karanasan sa Google. Ano ang iniisip mo at ano ang iyong mga layunin para sa pagkamit ng kalayaan sa pananalapi noong nagsimula kang magtrabaho doon?

Olumide Ogunsanwo: Noon naging totoo ang kalayaan sa pananalapi! Ituwid natin ang timeline: 2014 na, 29 na ako, at nakatanggap ako ng alok mula sa Google na magsimula sa Oktubre. Sa halip na manatili sa McKinsey hanggang sa petsa ng pagsisimula ko sa Google, nagpasya akong umalis noong Agosto 2014, na naging isang mahusay na desisyon. Nagbigay ito sa akin ng kalayaang galugarin at planuhin ang aking buhay noong Agosto at Setyembre. Naglaan ako ng oras upang pag-isipan ang aking buhay at alamin kung paano ako maaaring lumipat sa industriya ng tech at bumalik sa Amerika. Sa panahong ito, muli kong natuklasan ang kilusang pagsasarili sa pananalapi (FI).

Mas maaga sa aking karera, nabasa ko ang ilang mga personal na blog sa pananalapi upang malaman ang tungkol sa pag-optimize ng mga gastos. Gayunpaman, nang natisod ko ang kalayaan sa pananalapi sa pangalawang pagkakataon, nahulog ako sa pag-ibig. Ibinaon ko ang aking sarili sa maraming mahuhusay na mapagkukunan, higit sa lahat: Stock series (JL Collins) [1], Mad Fientist [2], Get Rich Slowly (JD Roth) [3], Mr. Money Mustache [4], Living a FI [5] at siyempre ang Reddit financial independence group [6]. Ang pinaka-maimpluwensyang pinagmulan ay ang serye ng Stock na isinulat ni JL Collins. Binuksan nito ang aking mga mata sa kung gaano kadaling makamit ang kalayaan sa pananalapi. Ako ay nahumaling, gumugol ng lima hanggang anim na oras sa isang araw sa loob ng dalawang buwan na nabihag ng masalimuot na mundo ng pagbuo ng portfolio, pamamahala sa peligro, mga diskarte sa pamumuhunan, ligtas na mga rate ng pag-withdraw, at ang hanay ng mga account sa pamumuhunan na magagamit, tulad ng mga nabubuwisang account, 401Ks, IRAs, at mga HSA. Alam kong kaya ko ito.

1.   https://jlcollinsnh.com/stock-series/

2.   https://www.madfientist.com/

3.   https://www.getrichslowly.org/the-get-rich-slowly-philosophy/

4.   https://www.mrmoneymustache.com/

5.   https://livingafi.com

6.   https://www.reddit.com/r/financialindependence/

Naramdaman kong lumawak ang isip ko. Nakaramdam ako ng lakas. Ito ay maluwalhati.

Bago pa man ako opisyal na nagsimula sa Google, mayroon na akong malinaw na plano ng pagkilos. Nagtakda ako ng layunin sa pagtitipid: makatipid ng 50% ng aking kabuuang kita o 90% ng aking suweldo pagkatapos ng buwis. Para manatili sa track, gumawa ako ng badyet para subaybayan ang aking pag-unlad. Bumuo din ako ng diskarte sa pamumuhunan na nakatuon sa malawak na nakabatay sa mga pondo ng indeks. Sa sandaling sumali ako sa Google, nagsimula akong mag-execute na parang halimaw.

Sa panahon ng oryentasyon, isa sa aking mga unang tanong ay tungkol sa kung paano i-maximize ang 401k na tugma ng Google. Ipinaliwanag ng facilitator na dahil Oktubre na, karamihan sa mga empleyado ay mahihirapang makaipon ng buong $17,500 na kailangan para makuha ang pinakamataas na laban sa loob lamang ng ilang buwan. Ngumiti ako. Hindi niya naiintindihan ang klase ng tao ko. Hindi ako tulad ng karamihan sa mga tao.

Ang pagkamit ng kalayaan sa pananalapi ay naging isa sa pinakamahalagang bagay sa akin, at nahumaling ako dito. Mula 2014 hanggang 2020, ang taon na nakamit ko ang pinansiyal na kalayaan, ito ay parang orasan: Isagawa, matuto, mag-eksperimento, mag-adjust, pagkatapos ay magsagawa pa. Madiskarteng natagpuan ko ang pinakamahusay na mga apartment upang ma-optimize ang mga gastos sa pamamagitan ng pamumuhay kasama ang mga kasama sa silid. Hindi ako nag-abala sa pagkuha ng kotse dahil nakatira ako malapit sa trabaho; sa halip, umasa ako sa bus o sa aking bisikleta at nagrenta lamang ng kotse kung kinakailangan tuwing katapusan ng linggo. Naging eksperto ako sa paggamit ng mga puntos para ma-subsidize ang aking mga gastos sa paglalakbay. Halos lahat ng aking mga pagkain ay nasiyahan sa Google, na inalis ang pangangailangan para sa isang magastos na ugali sa pagkain sa labas. Nilaktawan ko ang membership sa gym at ginamit ang mga pasilidad ng gym sa Google. Ilang beses akong na-promote. Naging masaya ako at sobrang saya. **Ang pagsasagawa ng mga pang-araw-araw na aksyon at pagsubaybay sa pag-unlad ng aking net worth ay mahahalagang bahagi ng aking plano** . Patuloy kong naabot ang aking mga target sa pagtitipid sa buong karera ko at naging independyente sa pananalapi sa edad na 35 noong 2020.

Ang pagbabago sa aking paglalakbay sa pagsasarili sa pananalapi ay ang mga magagandang buwan ng Agosto at Setyembre noong 2014 nang umibig ako sa kalayaan sa pananalapi, naging tunay na nasasabik tungkol sa aking hinaharap, at nagtatag ng malinaw na mga layunin upang makarating doon. Ang pagsasarili sa pananalapi ay ang susi na nagbubukas ng kakayahang maabot ang iyong mga pangarap sa hinaharap nang mas mabilis, dahil ang mga pangarap na iyon ay kadalasang may kaakibat na mga gastos. Sa kabuti-hang palad, nasa industriya na ako—teknolohiya—na nagbigay ng sapat na pagkakataon para sa malalaking stock grant at promosyon batay sa perfor-mance.

Madalas lumalapit sa akin ang mga tao na may mga personal na tanong sa pananalapi tulad ng, "Paano ko matantya ang halagang kailangan ko para sa pagreretiro?" o "Magkano ang dapat kong ipon para maabot ang aking mga layunin?" o "Ano ang pinakamahusay na pamumuhunan na gawin?" Ang mga sagot sa mga tanong na ito ay madaling makukuha sa internet. Ang la-hat ng impormasyong kailangan para makamit ang kalayaan sa pananalapi ay nasa labas na. Mayroong libu-libo, marahil kahit milyon-milyon, ng mga li-bro, blog, kurso, podcast, video at artikulo sa personal na pananalapi. May-roon nang maraming impormasyon na magagamit kung paano tantiyahin kung magkano ang kailangan mo para sa pagreretiro, kung paano makatipid ng pera, ang iba't ibang uri ng pamumuhunan na maaari mong gawin upang maabot ang iyong mga target, at iba pa.

Gayunpaman, ang dahilan kung bakit nahihirapan ang mga tao na mahanap ang impormasyong ito ay dahil hindi pa sila nakakabuo ng sapat na kasabikan at motibasyon tungkol sa kanilang sariling paglalak-bay sa pananalapi . Samakatuwid, ang tanong na dapat itanong ng mga in-dibidwal sa kanilang sarili ay kung paano pag-aalab ang malalim na interes at sigasig na iyon tungkol sa kanilang buhay sa hinaharap, at kung paano magsisilbi ang pananalapi bilang isang katalista sa pagsuporta sa kanilang natatanging pananaw. Kapag talagang nasasabik ka sa isang bagay, aalis ang belo, at biglang may impormasyon na tila nasa lahat ng dako. Ang mga ma-pagkukunan na kailangan mo ay tumutuon, at ikaw ay nagiging mas recep-tive sa karunungan at mga insight na maaaring gumabay sa iyo patungo sa pinansiyal na kalayaan. Ang paglinang ng kaguluhan na ito ay isang per-sonal na paglalakbay. Maaaring kabilang dito ang pag-iisip ng iyong perpek-tong kinabukasan, pagtatakda ng mga makabuluhang layunin, paghahanap ng layunin sa iyong mga desisyon sa pananalapi, o paghahanap ng inspirasyon mula sa iba na nakamit ang tagumpay sa pananalapi.

Maglaan ng oras upang tuklasin kung ano ang tunay na nakaka-excite sa iyong paglalakbay sa pananalapi. Isipin ang mga posibilidad na maidudulot ng kalayaan sa pananalapi sa iyong buhay at ang kalayaang maibibigay nito. Makisali sa mga pag-uusap, sumali sa mga komunidad, at isawsaw ang iyong sarili sa mga kuwento at karanasan ng mga taong tumahak na sa landas na ito. Sa pamamagitan ng pag-aalaga sa iyong hilig at pagganyak, lilikha ka ng isang makapangyarihang puwersa na magpapalakas sa iyong paghahangad ng kalayaan sa pananalapi. Tandaan, ang impormasyong hinahanap mo ay nasa labas na, naghihintay na yakapin mo ito. Ito ay sa pamamagitan ng paglinang ng iyong kasabikan at pagganyak na naa-unlock mo ang kasaganaan ng kaalaman at mga mapagkukunang kinakailangan upang likhain ang iyong natatanging kuwento ng tagumpay sa pananalapi. Hayaang gabayan ka ng iyong sigasig habang ginalugad mo ang kayamanan ng impormasyong magagamit at sinimulan ang iyong pagbabagong paglalakbay patungo sa hinaharap ng kalayaan sa pananalapi.

Narito ang katotohanan: Walang sikreto sa pagkamit ng kalayaan sa pananalapi. Kung binili mo ang aklat na ito na umaasa sa isang lihim, well, sorpresa! wala ni isa. Huwag ibalik ang aklat [Smile]. Sa halip, simulan ang pag-iisip ng isang kapana-panabik na buhay sa hinaharap at simulan ang paghahanap para sa impormasyon na nasa labas. Ang kurba ng pag-aaral ay walang katapusan. Gustung-gusto ko pa rin ang personal na pananalapi kahit na sa lahat ng mga taon na ito. Ilang oras lang ang nakalipas, gumugol ako ng isa't kalahating oras sa pagsasaliksik sa isang credit card na plano kong mag-apply. Isipin kung gaano ako nasasabik noong 2014 para sa pananabik na matiis sa lahat ng mga taon na ito.

Iyan ang kakanyahan ng buong aklat na ito. Hindi kami nag-aalok ng mga shortcut, silver bullet, secret sauce, magic formula, magic beans, golden key, o super-espesyal na diskarte sa magic investment. Lahat ng bagay na iyon ay kalokohan. Ang hinihikayat namin sa iyo na gawin ay isipin ang isang buhay na gusto mo at mag-ipon ng katapangan upang maisagawa ang isang pang-araw-araw na plano na magdadala sa iyo doon.

Acani Samon Biaou: Wow. Super quotable moments. Maraming salamat sa pagbabahagi ng iyong paglalakbay sa amin. Maaari mo ba kaming ibalik sa sandaling iyon noong una mong naramdaman ang pananabik na iyon? Ano ang nagpakilig sa iyo?

Olumide Ogunsanwo: Natuwa ako nang napagtanto kong maaabot ko ang punto ng buhay na hindi ko na kailangan pang magtrabaho. Magkakaroon ako ng sapat na mapagkukunan ng pananalapi upang mapanatili ako sa natitirang bahagi ng aking buhay. Ang pag-iisip na iyon ay nag-apoy ng isang malakas na kislap sa loob ko. Ito ay isang paghahayag na hindi ko kailanman pinag-isipan nang may ganoong kalinawan at kasimplehan noon. Sa halip na makita ito bilang isang hindi matamo na pangarap, sinimulan kong isipin ito bilang isang nasasalat at maaabot na layunin. Wala pa akong nakilalang sinumang malaya sa pananalapi o maagang nagretiro. Hindi ko pa nakilala ang isang tao na kumportable na umalis sa kanilang trabaho. Hindi kailanman. Ang konsepto ay ganap na banyaga sa akin.

Sa pagmumuni-muni sa aking mga nakaraang karanasan, napagtanto kong dumaan na ako sa mga siklo ng personal na paglago, pagpapalawak ng aking pananaw sa mundo at mapaghamong mga pamantayan ng lipunan. Halimbawa, nagsimula ako sa isang paglalakbay ng independiyenteng pag-iisip at natuklasan ang ateismo, kinukuwestiyon ang mga paniniwala sa relihiyon na nakatanim sa akin at natuklasan na ang lahat ng bagay sa relihiyon ay binubuo. Katulad nito, gumawa ako ng isang malay na desisyon na maging isang vegetarian, muling sinusuri ang aking mga pagpipilian at ihanay ang mga ito sa aking mga halaga. Ang mga nakaraang pagbabagong ito at ang mga makabuluhang pagbabagong dulot nito ay nagdulot sa akin ng kasiyahan at paniniwala sa posibilidad na makamit ang tunay kong ninanais. Napakadali para sa akin na matuwa at ang paghahangad ng kalayaan sa pananalapi ay naging natural na extension ng aking panghabambuhay na paglalakbay ng malayang pag-iisip at personal na paglago.

Acani Samon Biaou: Naiisip ko na maraming indibidwal ang nakakaramdam ng stuck. Sumasalamin sila sa ideya ng pagsasarili sa pananalapi at gusto nilang maranasan ang kaguluhan na nauugnay dito, ngunit hindi sigurado kung paano magpapatuloy o kung anong mga aksyon ang gagawin.

Olumide Ogunsanwo: Sige, nagpunta ako sa maraming detalye tungkol sa pagtatakda ng layunin sa simula ng kabanata 5C ngunit sumisid tayo sa isa pang halimbawa dito muli. Ang bahaging ito ay partikular para sa mga taong pinahahalagahan ang butil-butil na impormasyon. Narito ang ilang hakbang na maaari mong sundin:

Hakbang 1 (paglikha ng paningin): Magsimula sa pamamagitan ng pag-iisip ng iyong buhay sa hinaharap. Isipin kung ano ang gusto mong maging hitsura ng iyong buhay sa isang tiyak na bilang ng mga taon. Gumawa tayo ng isang halimbawa. Ipagpalagay na nais mong hatiin ang iyong oras nang pantay-pantay sa pagitan ng Paris at London, nakatira sa isang magandang bahay na may tatlong silid-tulugan na may tatlong anak. Ikaw ay kasalukuyang 40 taong gulang at naglalayong makamit ang ganitong pamumuhay sa oras na ikaw ay 55 taong gulang.

Hakbang 2 (Pagkalkula ng target ng FI): Pumunta sa Internet at ilagay ang mga detalyeng ito sa isang calculator sa pagreretiro. Ang calculator ng pagreretiro ay magtatanong tungkol sa iyong gustong edad ng pagreretiro (55), ang iyong kasalukuyang mga gastos (kailangan mong subaybayan ang iyong kasalukuyang paggasta upang matantya ang baseline na ito) at ang iyong mga gastos sa hinaharap (maaari mong tantiyahin sa pamamagitan ng pagsasaliksik sa halaga ng mga bahagi ng iyong pangitain sa hinaharap, halimbawa, maaari kang maghanap upang mahanap ang halaga ng isang tatlong silid-tulugan na apartment sa London ay €750,000). Ipagpalagay natin, ang calculator ng pagreretiro ay nagpapahiwatig na kakailanganin mo ng €2.8 milyon sa loob ng 15 taon. Iyan ang nagiging target at petsa ng iyong FI. Bilang kahalili, maaari mong gamitin ang 3%-4% rule of thumb (25X-33X multiple), na tinalakay sa kabanata 5C upang i-triangulate ang iyong target na FI batay sa iyong paggastos sa hinaharap.

Hakbang 3 (Pagtatakda ng layunin): Gumawa ng mga partikular na layunin upang maabot ang iyong target at petsa ng FI. Bumuo ng plano sa kita at pagtitipid upang maabot ang target ng FI. Kung sa tingin mo ay halos imposible ang pagkamit ng €2.8 milyon sa loob ng 15 taon, maaari mong baguhin ang iyong target na numero at petsa bago gumawa ng plano. Ang pagbabago sa iyong target na petsa at numero ay maaaring may kasamang pagsasaayos ng mga variable gaya ng:

1) Pagbabago ng timeline (posibleng pahabain ito mula 15 hanggang 30 taon).

2) Pagbabago ng iyong ginustong lokasyon (isinasaalang-alang ang isang mas murang lungsod sa labas ng Paris)

3) Pagsasaayos ng iyong mga plano sa pabahay (pagpipilian para sa isang mas maliit na isang silid-tulugan na apartment sa halip na isang tatlong silid-tulugan na bahay).

Hakbang 4 (Mga pang-araw-araw na aksyon at pagpapatupad): Gumawa ng mga panandaliang plano at gumawa ng mga pang-araw-araw na aksyon upang makamit ang iyong mga pangmatagalang layunin sa pagsasarili sa pananalapi. Nangangahulugan ito na hatiin ang iyong mga pangmatagalang layunin sa mas maliit, maaabot na mga hakbang para sa bawat taon. Halimbawa, sa unang taon, maaaring kailanganin mong kumita ng €84,000 at makatipid ng 50% ng kita na iyon. Nangangailangan ito ng paghahanap ng trabaho (o pagsisimula ng negosyo) na nagbabayad ng €84,000 at pagtukoy ng mga paraan upang mabawasan ang mga gastos upang makatipid ng 50% ng iyong kita.

Ang kakayahang umangkop ay susi. Ang pag-attach sa mga partikular na aspeto ng iyong plano, tulad ng paninirahan sa Paris o pangangailangan ng bahay na may tatlong silid-tulugan, ay maaaring humantong sa pagkakaroon ng trabaho nang mas matagal kaysa sa kung mayroon kang kakayahang pumili ng ibang uri ng pamumuhay.

Acani Samon Biaou: Gustung-gusto ko ang halimbawang ibinigay mo, at hayaan mo akong subukang kumuha ng ilang mga prinsipyo mula rito. Ang unang prinsipyo ay ang kaguluhan ay nagsisimula sa pagtatakda ng isang makabuluhang pangitain. Ang kaguluhan ay dapat na nagmumula sa loob at malakas na mag-udyok sa iyo. Kung ang iyong paningin ay tunay na nakahanay sa iyong panloob na mga halaga at pagnanais, ito ay tatayo sa pagsubok ng oras. Gayunpaman, kung magtatakda ka ng isang pananaw at mga layunin para lang gayahin ang ibang tao o sundin ang isang trend, maaari kang makaramdam ng hindi natutugunan kapag nawala ang taong iyon o trend o kapag aktwal mong naabot ang layunin.

Ang pag-unawa sa iyong sarili ay ang unang hakbang. Ang pangalawang bagay na narinig ko mula sa iyong karanasan ay ang kahalagahan ng flexibility, na gusto kong i-frame bilang esensyaismo. Upang ibuod: Magsimula sa pamamagitan ng paghahanap ng isang pangitain mula sa loob; pangalawa, yakapin ang essentialism upang planuhin ang iyong mga pananalapi; at pangatlo, panatilihin ang disiplina sa pagpapatupad. Kapag mayroon kang malinaw na mga layunin, magiging parang pagsasanay ni Usain Bolt upang maging pinakamabilis na mananakbo. Walang magic dito. Huwag sumuko sa FO-MO (Fear of Missing Out) dahil mayroon kang mas malaking bagay na tunay mong kinahihiligan.

Olumide Ogunsanwo: Walang dahilan para magkaroon ka ng FOMO kapag alam mo kung saan ka patungo. Sabihin nating mayroon kang tatlong kasama sa kuwarto at ang iyong bahagi ng upa ay $2,000. Ngayon, pumunta ka sa bahay ng iyong kaibigan. Ito ay isang magandang lugar, ngunit ang kanyang upa ay $6,000. Maaaring may plano sa pagreretiro ang iyong kaibigan sa edad na 86, kaya bakit mo gustong tumira sa isang katulad na mamahaling apartment kung ang layunin mo ay magretiro sa edad na 46?

Maliban kung pareho ka ng genetics, values, background, at goals gaya ng kaibigan mo, bakit mo kokopyahin ang mga desisyon niya? Ang kanyang mga desisyon ay may katuturan para sa kanyang mga layunin, hindi kinakailangan para sa iyo. Kung sinabi mo sa iyong kaibigan na gusto mong magretiro sa edad na 46, kahit siya ay magugulat na ginagaya mo siya.

Upang tapusin ang aking post-business school career section, hayaan mo akong sagutin ang tanong na: "Sulit ba ang pagsasarili sa pananalapi?" Hindi lang ito naging sulit, ngunit isa rin ito sa pinakamagandang bagay na nagawa ko sa aking buhay. Lubos akong nagpapasalamat sa dalawang buwang pahinga ko sa pagitan ng mga trabaho. Pinahintulutan ako nitong mangarap tungkol sa aking kinabukasan at lumikha ng isang plano upang gawing katotohanan ang pangarap na iyon. Ang pagtatrabaho sa Google ay isang kamangha-manghang karanasan. Bahagi ako ng Google Bizops, kung saan nagtrabaho ako sa mahahalagang proyekto at patuloy na natuto ng mga bagong bagay.

Kung isinasaalang-alang mo ang pagpupursige sa pananalapi ngunit may mga alalahanin tungkol sa paggawa ng malalaking pagbabago sa buhay gaya ng pagbabawas ng iyong bahay o pagbebenta ng iyong sasakyan, hayaan mong tiyakin ko sa iyo na sulit ito sa huli. Ang pagkamit ng kalayaan sa pananalapi ay nagbibigay sa iyo ng kalayaan at kakayahang umangkop upang mamuhay sa iyong sariling mga tuntunin, nang walang pasanin ng stress sa pananalapi. Kahit na mahal mo ang iyong kasalukuyang trabaho, mas mahusay na magkaroon ng higit pang mga pagpipilian at huwag pakiramdam na nakulong sa mga obligasyong pinansyal. Ang mga salik na nagpapaibig sa iyo sa iyong trabaho, gaya ng iyong manager, koponan, kultura, at suweldo, ay maaaring magbago anumang oras. Ang trabaho o negosyong gusto mo ngayon ay maaaring maging pinakamalaking pagmumulan ng kalungkutan bukas. Protektahan ang iyong sarili sa pamamagitan ng pag-hedging ng iyong taya sa pamamagitan ng paggawa ng plano upang maging independyente sa pananalapi sa lalong madaling panahon.

Hindi mo nais na nasa isang posisyon kung saan kailangan mong mag-trabaho para lamang sa pera at palaging i-stress kung gusto ka ng iyong boss o manager. Bagama't may mga panganib na nauugnay sa pagsasarili sa pananalapi, mayroon ding mga panganib na nauugnay sa iyong trabaho at kasalukuyang trajectory. Sa huli, nasa iyo ang pagpili.

Ngayon, hayaan mong pagsamahin ko ang lahat ng magkakaibang pirasong ito. Nagkaroon ako ng pangitain ng buhay ng kalayaan at kalayaan sa sarili kong mga termino. Gumawa ako ng mga partikular na layunin na naaayon sa pananaw na iyon. Ang isa sa mga layunin ay upang maging malaya sa pananalapi at upang tamasahin ang isang komportableng pamumuhay na kinabibilangan ng pamumuhay sa iba't ibang lungsod, paglalakbay, paggastos ng pera ayon sa ninanais, at paghahangad ng mga personal na proyekto. Kasama rin sa mga layuning ito ang mga pagtatantya para sa mga gastos tulad ng pabahay, mga bata, edukasyon, at iba pang nauugnay na mga gastos. Napakahalaga nito na tatalakayin ko ang ilang mga diskarte at taktika sa mataas na antas na ginamit ko upang maabot ang aking mga layunin.

Gumawa ako ng diskarte na tinatawag na ESIPL (E_arning, S_aving, I_nvesting, P_rotecting and L_egacy) na aking binuo sa pamamagitan ng pagsasama-sama ng mga frameworks mula sa ESI Money [7]and Financial Mentor [8](Todd Tresidder).

Earning : Diretso lang ang diskarte ko sa kita - Kumita ng mas maraming pera hangga't maaari sa pamamagitan ng mahusay na pagganap upang makakuha ng mga promosyon, bonus, at stock grant mula sa aking trabaho. Nagsagawa rin ako ng ilang pananaliksik sa iba pang mga opsyon na hindi kumikita sa trabaho, tulad ng real estate at entrepreneurship, sa huli ay nagpasya akong tumuon sa aking trabaho bilang aking pangunahing pinagmumulan ng kita. Ang desisyong ito ay batay sa katotohanan na ang aking taunang suweldo mula sa aking trabaho ay umabot na sa ilang daang libong dol-

---

7.   https://esimoney.com/

8.   https://www.financialmentor.com/

yar, na ginagawa itong isang mas kapaki-pakinabang na opsyon kumpara sa iba pang mga alternatibo (mas malalim pa tayong susuriin sa mga diskarte sa pag-maximize ng kita sa kabanata 6C).

Saving: Gaya ng nabanggit ko dati, nilalayon kong makatipid ng 50% ng aking kabuuang suweldo o 90% ng aking suweldo pagkatapos ng buwis.

Acani Samon Biaou: Iyon ay isang medyo agresibong target.

Olumide Ogunsanwo: Oo, ito ay agresibo ngunit tiyak na magagawa. Ako ay laser-focus sa aking layunin at ang matingkad na pangitain ng aking hinaharap. Alam ko talaga kung ano ang gusto kong makamit at nadama ko ang isang malakas na drive upang maabot ang hinaharap na aking naisip. Tinanggap ko ang prinsipyo ng paggasta na nakabatay sa mga halaga, maingat na inihanay ang aking mga gastos sa kung ano ang tunay na nagdulot sa akin ng kagalakan at kasiyahan. Ang mga gastos sa pabahay ay may pinakamalaking epekto sa aking rate ng pagtitipid. Ang aking upa ay $1,000-$1,500/buwan para sa aking buong karera dahil mayroon akong mga kasama sa silid. Ang aking mga gastos sa transportasyon at ang aking mga singil sa pagkain ay kaunti lamang dahil sumakay ako sa Google bus papunta sa trabaho at kumain ng karamihan sa aking mga pagkain sa campus. Naging masaya ako nang hindi pinagkaitan ang sarili ko. Bilang isang imigrante, nagkaroon ako ng kalamangan na lumaki sa isang umuunlad na bansa kung saan nakasanayan ng mga tao na unahin ang pagtitipid. Ang background na ito ay naging mas madali para sa akin na tanggapin ang isang mindset na gumastos ng mas kaunti habang tinatamasa pa rin ang isang kasiya-siyang buhay.

Acani Samon Biaou: Salamat sa pagbabahagi ng mga insight na iyon. Gusto kong maghukay ng mas malalim sa ilang bagay. Nabanggit mo ang iyong mga diskarte sa kita at gastos. Sa panig ng kita, nakatuon ka lang sa iyong trabaho, na may katuturan dahil sa iyong trabahong may mataas na suweldo sa teknolohiya at sa iyong hilig sa larangan. Gayunpaman, para sa iba, ang pagkakaiba-iba ng kita ay maaaring isang mas angkop na diskarte.

Olumide Ogunsanwo: Sa aking mataas na suweldo sa teknolohiya at ang aking pagmamahal sa larangan, makatuwiran para sa akin na unahin ang aking trabaho bilang aking pangunahing pinagkukunan ng kita. Mahilig ako sa teknolohiya. Gumawa ako ng podcast (Afrobility) kung saan nagsasaliksik ako ng mga tech na kumpanya at nagbabasa tungkol dito sa gabi at sa katapusan ng linggo. Gayunpaman kung ang aking suweldo ay $48,000, taya mo ang iyong asno ay tuklasin ko ang iba pang mga paraan upang kumita ng pera. Ang pagtutok sa isang trabaho ay maaaring lohikal para sa ilan, ngunit ito ay hindi isang isang sukat na angkop sa lahat na diskarte. Ang iyong pag-pili ay dapat na nakasalalay sa mga kadahilanan tulad ng iyong edad, base ng kaalaman, network, mga pagkakataon, mga layunin, suweldo, potensyal para sa mga promosyon, pangangailangan para sa awtonomiya, at iba pang nauug-nay na mga kadahilanan.

Acani Samon Biaou: Sa bahagi ng gastos, binanggit mo kung paano mo ipinapatupad ang paggasta na nakabatay sa halaga. Maaari mo bang pag-us-apan ang tungkol sa ilan sa mga hack na ginagamit mo upang bigyan ito ng kaunting lasa?

Olumide Ogunsanwo: Oo naman. Magkakaroon tayo ng isang buong kabanata 6C na nakatuon dito ngunit maaari ko itong pag-usapan nang kaunti sa konteksto ng aking kuwento. Para sa karamihan ng mga tao, ang pinakamalaking gastos ay nauugnay sa mga buwis, pabahay, at transportasy-on. Sa kasamaang palad, hindi ko ma-optimize ang aking mga buwis dahil kailangan kong nasa opisina para sa karamihan ng aking karera. Iyon ay halos naayos. Ipinapalagay ng maraming tao na ang kanilang mga buwis ay tinu-tukoy lamang ng kanilang sitwasyon sa trabaho, ngunit hindi iyon palaging nangyayari. Sa aking karanasan, ang pagbabayad ng humigit-kumulang 40% sa mga buwis para sa karamihan ng aking karera ay naging mahirap na taasan ang aking kabuuang rate ng pagtitipid sa itaas ng 50%.

Ang pangalawang punto ay pabahay. Marami pang iba sa hanay ng suwel-do o edad ko ang gumagastos ng $3,000 hanggang $6,000 sa isang buwan sa upa o sangla sa San Francisco. Hindi ko gustong gawin iyon. Iningatan ko ang aking buwanang upa sa pagitan ng $1,000 at $1,500 mula noong nagta-pos ako ng business school sa edad na 27 hanggang sa naging independyente ako sa pananalapi sa edad na 35. Kung ihahambing mo ang aking paggasta na $1,000 hanggang $1,500 sa upa sa isang taong gumagastos ng $3,000 hang-gang $6,000, ang buwanang agwat na iyon ay humigit-kumulang $2,000. sa $4,500, pinagsama-sama sa loob ng 8 taon, ay gumagawa ng isang makabu-luhang pagkakaiba. Iyon lamang ang maaaring maging salik sa pagtukoy sa pagitan ng pagkamit ng kalayaan sa pananalapi sa aking 30s kumpara sa aking 50s. Nagkaroon ako ng mga kasama sa silid sa aking unang bahagi ng thirties, na maaaring hindi makaakit sa lahat, ngunit napakasaya ko sa tradeoff na iyon dahil pinabilis nito ang aking sitwasyon sa pananalapi at nagbigay sa akin ng buhay ng kalayaan na mayroon ako ngayon.

Sa transportasyon, hindi ko kailangan ng kotse dahil nakatira ako sa isang apartment 15 minuto ang layo mula sa trabaho. Sumakay ako sa Google bus o naglakad, na nagresulta sa halos walang gastos sa transportasyon. Bahagyang tumaas ang mga gastos noong nagsimula akong gumugol ng karamihan sa mga katapusan ng linggo sa San Francisco, kung saan ako magrenta ng kotse. Kahit na noon, nag-aalok ang Google ng mahusay na mga diskwento sa mga rental car, at karaniwan kong nagbabayad ng $10-$30/day para sa mga rental car.

Ang lahat ng aking mga pagpipilian sa paggastos ay nakahanay sa aking mga halaga.

Acani Samon Biaou: Gumawa ka ng isang mahalagang punto sa iyong kuwento. Kapag isinasaalang-alang ang mga opsyon sa trabaho, mahalagang huwag tingnan ang mga bagay nang hiwalay. Suriin kung ang mga benepisyo ng trabaho ay naaayon sa iyong diskarte sa pagsasarili sa pananalapi.

Olumide Ogunsanwo: Lahat ito ay tungkol sa pag-iisip na nakabatay sa sistema. Ang lahat ay magkakaugnay. Sa katunayan, pinili ko ang aking apartment dahil gusto kong maging malapit sa trabaho, alam na ang mga gastos sa pabahay at transportasyon ay mahigpit na nauugnay. Katulad nito, ang mga buwis ay naiimpluwensyahan ng lokasyon, at ang malayong trabaho ay nagbibigay ng higit na kakayahang umangkop sa bagay na iyon. Tingnan ang mga bagay sa kabuuan bilang isang sistema.

Acani Samon Biaou: Salamat sa pagbabahagi niyan. Gusto kong i-highlight ang dalawang insight na nakuha ko mula sa sinabi mo: system thinking at values-based na pagpaplano.

Pag-iisip ng mga sistema: Kapag naghahanap ng trabaho, isaalang-alang hindi lamang ang suweldo kundi pati na rin kung paano ang trabaho ay maaaring makatulong sa iyo na mabawasan ang mga gastos. Halimbawa, kung isinasaalang-alang mo ang isang trabaho sa isang startup, isipin kung mas gusto mong makatanggap ng mas maraming equity o cash batay sa trajectory ng kumpanya. Bukod pa rito, tingnan ang mga perk na naaayon sa iyong mga halaga na higit pa sa mga libreng pagkain, gaya ng kakayahang magtrabaho nang malayuan. Ang mga pagsasaalang-alang na ito ay may higit na kahalagahan kaysa sa mababaw na mga benepisyo tulad ng libreng pagkain.

Olumide Ogunsanwo: Ang pagtatrabaho sa malayo ay higit na mahalaga kaysa sa libreng pagkain, na kadalasan ay isang overrated perk. Kung kailangan mong magbayad para sa iyong sariling mga pagkain, gagastos ka ng humigit-kumulang $15 bawat pagkain, dalawang beses sa isang araw, na nagkakahalaga ng $30 araw-araw. Sa 200 araw ng negosyo sa isang taon, iyon ay isang napakalaking $6,000. Kung nagluto ka ng iyong mga pagkain, ito ay magiging mas mura. Ang halaga ng libreng pagkain na inaalok ng mga kumpanya sa mga araw ng negosyo ay humigit-kumulang $6,000 bawat taon. Ang pagtatrabaho sa malayo ay madaling makakatipid sa iyo ng sampu-sampung libong dolyar sa pamamagitan ng mas mababang buwis at upa lamang. Mahirap na bigyang-katwiran ang libreng pagkain bilang isang makabuluhang perk maliban kung ikaw ay isang outlier na nag-order ng 3-5 pagkain bawat araw o nagbabayad ng napakataas na presyo na $50 hanggang $70 bawat pagkain.

Acani Samon Biaou: Mula sa pananaw ng pag-iisip ng mga sistema, mahalagang hindi lamang tumuon sa kung magkano ang binabayaran ng trabaho, kundi pati na rin sa mga benepisyong ibinibigay nito. Gayundin, kapag isinasaalang-alang ang mga gastos na lampas sa iyong mga pangunahing pangangailangan, ang mga ito ay dapat na mga pamumuhunan na maaaring makabuo ng mas maraming pera ngayon o mapataas ang iyong potensyal na kumita sa hinaharap.

Olumide Ogunsanwo: Dati, 5-15 internasyonal na biyahe bawat taon. Baka magtaka kayo kung paano ako nakaipon ng napakaraming pera habang naglalakbay. Natutunan ko ang tungkol sa mga sistema ng credit card at madalas na mga punto ng paglalakbay, na nagbigay-daan sa akin na i-maximize ang halaga ng aking mga gastos. Dapat din nating talakayin ang kahalagahan ng **pagsubaybay sa iyong paggasta** . Kapag maingat mong sinusubaybayan ang iyong mga gastusin, malamang na mas mababa ang gagastusin mo dahil kapag nakikita mo ang mga numero ay maaaring magpalitaw ng pagbabago sa iyong mindset. Halimbawa, kung sinusubaybayan mo ang iyong paggastos sa kape at napagtanto mong gumastos ka ng $485 sa Starbucks noong nakaraang buwan, maaari kang magtanong kung talagang ganoon ka ka-enjoy ang kape. Ngayon, bilog tayo pabalik sa balangkas ng ESIPL:

<u>ako</u> : Nag-explore ako ng mga opsyon sa pamumuhunan at nagpasya sa isang diskarte sa pamumuhunan sa stock market na naaayon sa aking personal na sitwasyon. Suriin natin ang mga pangunahing opsyon sa pamumuhunan na magagamit upang bigyan ka ng kapangyarihang gumawa ng matalinong mga desisyon upang mapalago ang iyong pinaghirapang pera:

1) Stocks (equities): Mamuhunan sa mga pampublikong stock na kumakatawan sa pagmamay-ari sa mga kumpanya. Ang pamumuhunan ng stock ay nag-aalok ng potensyal para sa makabuluhang kita ngunit sinamahan ng iba't ibang mga panganib, kabilang ang mga panganib na partikular sa kumpanya, macroeconomic, systemic, pampulitika, regulasyon, at dibidendo.

2) Mga Bono (fixed income): Mamuhunan sa mga bono na mga pautang na inisyu ng mga pamahalaan at mga korporasyon upang makalikom ng puhunan. Ang mga bono ay nagbibigay ng matatag na kita at pangangalaga sa kapital ngunit napapailalim din sa iba't ibang mga panganib tulad ng pagbabagu-bago sa rate ng interes, pagbaba ng inflation sa kapangyarihan sa pagbili, mga hamon sa pagkatubig, at panganib sa kredito.

3) Real estate: Mamuhunan sa mga pisikal na ari-arian tulad ng mga residential na bahay, komersyal na gusali, o lupa, na may pag-asa na makabuo ng kita sa pamamagitan ng pag-upa o pagpapahalaga sa kapital. Gayunpaman, ang mga pamumuhunan sa real estate ay may mga panganib tulad ng pagkasumpungin sa merkado, kawalan ng tubig, at mga gastos sa pamamahala ng ari-arian.

4) Cash (liquid assets): Mamuhunan sa mga asset na sobrang likido, kabilang ang mga savings account, mga certificate of deposit (CD) na nagbibigay ng isang ligtas at mababang panganib na opsyon upang makakuha ng interes sa iyong mga pondo. Nag-iiba ang mga rate ng interes at naiimpluwensyahan ng patakaran ng sentral na bangko, demand/supply sa merkado, inflation, kumpetisyon sa bangko at uri ng account. Bagama't maaari itong mag-alok ng mas mababang kita kumpara sa ilang iba pang opsyon sa pamumuhunan, nagbibigay ito sa iyo ng pagkatubig at seguridad.

5) Private equity (PE): Mamuhunan sa isang pondo ng PE kung saan pinagsama-sama ng mga mamumuhunan ang kanilang kapital upang makakuha ng alinman sa isang buong kumpanya o isang stake sa isang kumpanya. Ang mga pamumuhunan sa PE ay maaaring kumplikado at hindi likido, kaya karaniwang angkop para sa mga indibidwal na may mataas na halaga na komportable na may mas mataas na panganib para sa mga potensyal na pangmatagalang kita.

6) Venture capital (VC): Mamuhunan sa maagang yugto, mataas na paglago ng mga kumpanya sa pamamagitan ng mga pinagsama-samang pondo na pinamamahalaan ng mga kumpanya ng VC. Ito ay may mataas na panganib na may potensyal para sa malaking kita, ngunit nailalarawan din sa pamamagitan ng illiquidity, mataas na bayad, at ang posibilidad na mawala ang buong pamumuhunan.

7) Angel investing: Direktang mamuhunan sa mga pribadong maagang yugto ng negosyo. Ang pamumuhunan ng anghel ay isang napaka-peligrong paraan ng pamumuhunan, ngunit mayroon din itong potensyal para sa napakataas na kita. Ang pagsasagawa ng komprehensibong pananaliksik at angkop na pagsusumikap ay mahalaga dahil ang mga indibidwal ay direktang namumuhunan ng kanilang sariling kapital sa halip na sa pamamagitan ng mga propesyonal na tagapamahala ng pondo ng VC.

8) Cryptocurrencies: Mamuhunan sa mga cryptocurrencies na mga desentralisadong digital asset na gumagamit ng cryptography para sa seguridad. Ang pamumuhunan sa mga cryptocurrencies, tulad ng Bitcoin at Ethereum, ay nagdadala ng malaking pagkasumpungin at panganib. Ang Cryptocurrencies ay medyo bago at mabilis na umuusbong na klase ng asset, kaya ang pananatiling may kaalaman tungkol sa mga pagpapaunlad ng regulasyon ay kapaki-pakinabang.

9) Mga kalakal: Mamuhunan sa mga hilaw na materyales, tulad ng langis, ginto, at trigo. Ang mga presyo ng mga bilihin ay maaaring magbago nang husto, kaya sila ay itinuturing na isang mataas na panganib na pamumuhunan.

10) Foreign exchange (FX): Bumili at magbenta ng mga pera. Maaari itong maging isang napaka-peligrong pamumuhunan ngunit mayroon ding potensyal na makabuo ng mataas na kita.

11) Mga Collectible: Bumili at magbenta ng mga collectible mula sa mga bihirang barya hanggang sa fine art. Maaari silang maging isang magandang pamumuhunan kung handa kang magsaliksik at bumili ng mga bagay na malamang na pinahahalagahan ang halaga.

12) Peer-to-Peer (P2P) lending: Magpahiram ng pera sa mga indibidwal o negosyo sa pamamagitan ng P2P platform. Maaari itong mag-alok ng mas mataas na mga rate ng interes kaysa sa tradisyonal na mga bank account ngunit mayroon ding mas mataas na panganib.

Maaari kang aktibong mamuhunan sa mga opsyong ito sa pamamagitan ng patuloy at madiskarteng pagbili at pagbebenta ng mga asset. Bilang kahalili, maaari kang mamuhunan nang pasibo sa pamamagitan ng pagbili at paghawak ng mga pamumuhunan para sa pangmatagalang panahon sa halip na gumawa ng madalas na mga pangangalakal upang subukang talunin ang merkado. Karaniwang namumuhunan ang mga passive investor sa mutual funds, gaya ng mga index fund o Exchange-Traded Funds (ETFs), na nagsasama-sama ng pera mula sa maraming mamumuhunan upang subaybayan ang isang partikular na market at lumikha ng sari-sari na portfolio ng mga securities.

Ang pangunahing pamumuhunan sa opsyon (4) ay maaaring hindi mag-alok ng malaking kita upang makamit ang kalayaan sa pananalapi sa loob ng makatwirang takdang panahon dahil sa mas mababang kita kumpara sa inflation. Ang mga opsyon (5), (6), at (7) ay karaniwang illiquid at available sa mga high-net-worth ($1M+) na mga indibidwal, habang ang mga opsyon (8), (9), (10), (11) ay itinuturing na mataas. haka-haka at maaaring maging katulad ng pagsusugal sa halip na pamumuhunan. Ang opsyon (12) ay medyo hindi napatunayan sa mahabang panahon ng merkado.

Samakatuwid, naniniwala ako na ang (1), (2) at (3) ay kadalasang pinakaangkop na naa-access na mga opsyon sa pagbuo ng kayamanan para sa karamihan, bagama't ang pananaw na ito ay maaaring magpakita ng sarili kong bias. Sa partikular, ang pamumuhunan sa mga pondo ng stock o bond index at mga ETF ay maaaring maging isang mainam na panimulang punto. Ang mga opsyong ito ay nag-aalok ng diversification, affordability, at mas mababang paunang pamumuhunan, na ginagawang mas madali ang pagbuo ng kumpiyansa nang paunti-unti.

Walang tamang paraan upang mamuhunan ang iyong pera ngunit mayroong isang paraan para sa iyo na akma sa iyong mga indibidwal na pangangailangan at layunin. Maghanap ng landas na gumagana para sa iyo sa pamamagitan ng pagsusuri at pagpili ng mga angkop na opsyon sa pamumuhunan batay sa iyong mga layunin sa pananalapi, pagpapaubaya sa panganib, abot-tanaw ng panahon, mga implikasyon sa buwis at mga diskarte sa pagkakaiba-iba. Kaya mo yan! Ang lahat ng impormasyong kailangan para makamit ang kalayaan sa pananalapi ay nasa labas na, ang kailangan mo lang gawin ay matuwa sa iyong hinaharap at magsimulang maghanap.

Protecting : Upang mapangalagaan ang aking pinansiyal na pag-unlad, nagkaroon ako ng maraming uri ng insurance, kabilang ang life insurance, health insurance, disability insurance, umbrella insurance, at rental car insurance. Hindi ko nais na ang isang hindi inaasahang kaganapan ay mag-undo ng mga taon ng pagsusumikap, kaya namuhunan ako ng oras sa pagsasaliksik at pagpapatupad ng iba't ibang mekanismo ng proteksyon. Wala nang mas masahol pa kaysa sa pagiging 80% tungo sa kalayaan sa pananalapi at mawala ang lahat sa isang outlier na kaganapan.

Legacy: Habang papalapit ako sa pagsasarili sa pananalapi, sinilip ko ang mahalagang aspeto ng pagpaplano ng ari-arian. Sinaliksik at inihanda ko ang lahat ng kinakailangang dokumento sa pagpaplano ng ari-arian, kabilang ang isang trust, will, financial power of attorney, at advanced medical directive (karaniwang kilala bilang Living Will, Medical Power of Attorney o Healthcare Proxy). Ang mga dokumentong ito, bagama't partikular sa legal na balangkas ng Amerika, ay nagsisilbing blueprint upang pangalagaan ang aking mga ari-arian at tiyakin ang isang mahusay na tinukoy na plano kung sakaling pumasa ako. Mahalagang tandaan na ang mga kinakailangan sa pagpaplano ng ari-arian ay maaaring mag-iba depende sa iyong hurisdiksyon, kaya mahalagang hanapin ang nauugnay na impormasyon at dokumentasyong partikular sa iyong lokasyon.

Sinimulan ko ring isipin kung paano ako makakagawa ng pagbabago at makakatulong sa iba. Ito ay humantong sa akin na magsimula sa isang bagong landas ng pagkonsulta sa pagsasarili sa pananalapi, kung saan nagbibigay ako ng gabay at suporta sa mga indibidwal sa kanilang mga personal na paglalakbay sa pananalapi. Nagsusumikap akong bigyang kapangyarihan ang iba at tulungan silang i-navigate ang mga kumplikado ng pagsasarili sa pananalapi nang may kumpiyansa at kalinawan.

Upang ibuod: Ang lahat ng impormasyong kailangan mo upang maging malaya sa pananalapi ay magagamit na. Walang sikreto sa pagiging financially independent. Niloloko ka ng mga taong nagsasabi sayo. Hindi ako naghanap ng mga shortcut o pilak na bala. Natuwa ako nang ma-realize ko na dadating ako sa point na hindi ko na kailangan pang magtrabaho. Gumawa ako ng isang malinaw na pananaw na may mga pangmatagalang layunin at patuloy na sinunod ang diskarte ng ESIPL hanggang sa ang mga gawi ay maging nakatanim sa isang paulit-ulit na ikot. Ito ay humantong sa aking pagkamit ng kalayaan sa pananalapi sa edad na 35 sa 2020. Sinadya kong tinanggal ang aking target na numero ng kalayaan sa pananalapi upang maiwasan ang paggawa ng masamang serbisyo sa mga mambabasa. Ang aking numero ay hindi mahalaga sa iyo dahil ang iyong sariling numero ng kalayaan sa pananalapi ay magiging natatangi, naiiba at naaayon sa iyong mga indibidwal na kalagayan at adhikain. Ito ay isang pagtuklas na dapat mong isagawa upang tukuyin at ituloy. Ang tunay na mahalaga ay ihanay ang iyong mga layunin sa iyong sariling pananaw ng kalayaan sa pananalapi.

Acani Samon Biaou: Wow, ang sinasabi mo sa amin ay ang pagsasarili sa pananalapi ay hindi tungkol sa pagiging isang bagay ngunit ito ay tungkol sa pamumuhay nang higit na naaayon sa iyong sarili at sa iyong mga halaga.

Olumide Ogunsanwo: Eksakto. Ang pamumuhay ng isang makabuluhang buhay kung saan ikaw ay malaya at hindi nakatali sa mga pamantayan ng lipunan. Ang pagkamit ng ganitong pamumuhay ay may kalakip na pinansiyal na halaga.

Acani Samon Biaou: Ano ang pagkakaiba ng pagiging mayaman at pagiging malaya sa pananalapi?

Olumide Ogunsanwo: Ito ay isang simpleng tanong, ngunit mayroon itong ilang mga nuances. Ang pagiging mayaman ay isang subjective na konsepto na walang layunin na pamantayan. Ito ay higit pa sa isang sikolohikal na pakiramdam batay sa mga paghahambing sa iba o sa iyong nakaraang sarili. Ang ilang mga indibidwal na may netong halaga na \$50M ay maaaring hindi ituring ang kanilang sarili na mayaman, habang ang iba na may \$20M ay maaaring makita ang kanilang sarili bilang mayaman. Ang pagiging mayaman ay kadalasang isang paghahambing na konsepto at walang pakinabang maliban kung ito ay mahigpit na tinukoy (hal., pagiging nasa nangungunang 1% ayon sa net worth o nangungunang 5% ayon sa mga kita).

Sa kabilang banda, ang kalayaan sa pananalapi ay isang mas praktikal at kapaki-pakinabang na konsepto dahil mayroon itong mahigpit na kahulugan. Ang iyong kasalukuyang mga asset sa pananalapi ba ay nagbibigay ng sapat upang mapanatili ang natitirang bahagi ng iyong buhay? Yan ang gusto mo. N. Sa itaas ng pagsasarili sa pananalapi, may mga karagdagang layer na maaari mong subaybayan at sukatin. Halimbawa, maaari mong pataasin ang iyong target sa pagsasarili sa pananalapi sa pamamagitan ng pagdaragdag ng buffer ng kaligtasan at pagpuntirya ng mas mataas na bilang, sabihin nating 20% hanggang 50% na mas mataas kaysa sa iyong orihinal na target.

Ang paghangad para sa kalayaan sa pananalapi ay isang panloob na paglalakbay upang mamuhay ayon sa iyong mga termino, habang ang layuning maging mayaman ay higit na nakatuon sa panlabas, na humahantong sa paghahambing, FOMO, at potensyal na kalungkutan.

Acani Samon Biaou: Kapag mayroon kang layunin na tunay na sumasalamin sa iyo, lahat ng iyong ginagawa para makamit ang layuning iyon ay parang may layunin at kasiya-siya. Hindi ito isang pasanin o isang distraction dahil ito ay isang bagay na malalim na mahalaga sa iyo.

Olumide Ogunsanwo: Ang pag-lock sa isang mala-kristal na pananaw at layunin ay mahalaga sa iyong landas patungo sa pagsasarili sa pananalapi. Kung hindi ka sigurado kung paano magtakda ng mga layunin o isipin ang iyong perpektong buhay, mayroong iba't ibang mga framework na magagamit upang gabayan ka. Maglaan ng ilang sandali upang pag-isipang mabuti kung ano ang tunay na nagpasiklab sa iyong pagnanasa bilang isang bata, alamin ang iyong pinakamalalim na pagnanasa, at tuklasin ang mga posibilidad na magbubukas kung mayroon kang walang limitasyong oras at ang takot sa pagkabigo ay hindi nakapigil sa iyo. Ang mga introspective na pagsasanay na ito ay magsisilbing isang compass upang maitala ang iyong sariling natatanging landas. Tandaan, buhay mo ito, at may kapangyarihan kang magdisenyo nito. Huwag mag-atubiling galugarin ang mga online na mapagkukunan para sa higit pang mga ideya at isali ang iyong kapareha, kung naaangkop, sa proseso ng pagpaplano. Ang mga plano ay hindi nakatakda sa bato at maaaring umunlad sa paglipas ng panahon. Maaari mong matuklasan na ang iyong mga paunang pagpapalagay, tulad ng laki ng iyong bahay, ay nangangailangan ng pagsasaayos. Ni Samon o ako ay hindi makakagawa ng nakakahimok at nakakapanabik na pangitain para sa iyo. Ito ay isang personal na paglalakbay na ikaw lamang ang maaaring magsimula.

Ang pagsasarili sa pananalapi ay isang spectrum, hindi isang binary na estado ng alinman sa 0 o 1, na nagbibigay-kapangyarihan sa iyo na kontrolin ang iyong buhay at inilalapit ka sa iyong mga pangarap. Kahit na tila malayo ka sa iyong mga layunin sa pananalapi, mahalagang manatiling motibasyon at tamasahin ang paglalakbay patungo sa iyong pananaw. Tandaan, ang kaligayahan ay hindi kailangang ipagpaliban hanggang sa maabot mo ang FI, dahil ang pagtatakda ng mga makabuluhang layunin at pagsulong sa mga ito ay maaaring magdulot ng katuparan sa kasalukuyang sandali. Sa halip na pag-isipan ang tagal ng oras na maaaring abutin upang makamit ang iyong mga layunin, tumuon sa pagtanggap at pag-enjoy sa proseso ng pagpunta doon. Yakapin ang kasalukuyan at hanapin ang kagalakan sa bawat hakbang pasu-long. See you sa susunod na kabanata!

6B: Ang kwento ng Late Career ni Samon

Olumide Ogunsanwo: Samon, talagang nasasabik akong marinig ang tungkol sa iyong karera pagkatapos ng business school at kung paano nito hinubog ang iyong pananaw sa pagsasarili sa pananalapi.

Achani Samon Biaou: Ang pangunahing motibasyon ko sa pag-aaral sa business school ay sumali sa mga kumpanyang may malaking impluwensya sa paggawa ng desisyon sa pinakamataas na antas. Gayunpaman, natuklasan ko na marami sa aking mga kaklase ang may mas malaking ambisyon na lumikha at bumuo ng mga bagay sa halip na magtrabaho lamang para sa mga kasalukuyang kumpanya. Ang pagsasakatuparan na ito ay nagpalakas ng aking kumpiyansa at inilipat ang aking pag-iisip patungo sa paniniwalang magagawa ko ang anumang bagay. Sinimulan kong makita ang pagkonsulta sa pamamahala bilang isang stepping stone upang makakuha ng mga mahahalagang kasanayan, ngunit ang aking pangwakas na layunin ay lumikha ng isang bagay na makabuluhan sa pamamagitan ng pagsisimula ng sarili kong kumpanya.

Olumide Ogunsanwo: Pagkatapos ng business school, mayroon ka bang mas malawak na plano sa pagsasarili sa pananalapi kung saan sa huli ay aalis ka sa corporate life?

Acani Samon Biaou: May dalawang layunin ako sa isip. Una, gusto kong gamitin ang mga kasanayang natutunan ko sa business school sa isang mabilis na kumpanya. Naniniwala ako na ang pagkonsulta ay magpapahintulot sa akin na magtrabaho sa maraming proyekto at makamit ang layuning iyon.

Pangalawa, gusto kong mabilis na magdagdag sa financial safety net na mayroon na ako mula sa mga taon kong kumita ng mataas na suweldo sa expat habang naglalakbay sa mundo. Nilalayon kong dagdagan ang aking kita nang malaki sa loob ng dalawang taon upang magkaroon ako ng daan-daang libong dolyar. Ang plano ko ay gamitin ang pinansiyal na unan upang ituloy ang aking layunin, na pagtatayo ng mga paaralan.

Olumide Ogunsanwo: Inaasahan mo bang makamit ang kalayaan sa pananalapi sa loob ng dalawang taon ng pagkonsulta sa BCG, o inaasahan mo bang magkaroon ng sapat na katatagan sa pananalapi upang makapag-pahinga sa karera/sabbatical at mag-explore ng iba't ibang pagkakataon bago bumalik sa trabaho mamaya?

Acani Samon Biaou: Noong una, naisip ko na makakamit ko ang kalayaan sa pananalapi. Mayroon akong walang muwang na modelo sa pananalapi na nagta-target ng netong halaga na $500,000 bilang aking target sa FI. Ang plano ay i-invest ang halagang iyon at kumita ng sapat na kita (humigit-kumulang 5%/taon) para mapanatili ang aking sarili at mamuhay bilang bachelor habang nagtatayo ng mga paaralan sa isang maliit na bansa sa Africa. Gayunpaman, hindi ko isinaalang-alang ang mga potensyal na pagbabago sa buhay, tulad ng pagtanda, pag-aasawa, o pagkakaroon ng mga anak. Kinakalkula ko ang aking buwanang target na kita na humigit-kumulang $1,500 o $2,000 pagkatapos ng mga buwis, sa pag-aakalang ito ay sapat para sa gusto kong pamumuhay. Nagplano akong magtrabaho sa BCG sa loob ng dalawang taon, kumita ng ilang daang libong dolyar, at umabot sa netong halaga na $500,000.

Olumide Ogunsanwo: Okay, ano ang sumunod na nangyari?

Acani Samon Biaou: Pagkatapos kong magsimula sa BCG, ang aking pananaw sa gastos ng pamumuhay at mga ginustong lungsod ay umunlad, na humahantong sa isang mas mataas na target ng pagsasarili sa pananalapi. Natuklasan ko na maaari kong panatilihin ang aking mga gastos sa ibaba $1,000 sa Dubai, na humahantong sa makabuluhang pagtaas sa mga ipon. Ang hindi inaasahang pangyayari na ito at ang aking tumaas na antas ng pagtitipid ay nagbigay-daan sa akin na muling i-calibrate ang aking layunin sa pagsasarili sa pananalapi, na iniayon ito sa inaasahang halaga ng pamumuhay sa mga lungsod kung saan ako naghahangad na manirahan sa hinaharap.

Ang pagkakaroon ng tamang pag-iisip ay napakahalaga. Nilapitan ko ang aking mga gastusin nang may pag-iisip na mangatwiran at makatipid ng pera, kahit na hindi ko pa alam ang eksaktong paraan. Habang naglalakbay ako sa isang linggo at nakakuha ng mga puntos sa hotel, natanto ko na hindi ko na kailangan pang magrenta ng apartment. Bukod pa rito, ang pagbawas ko sa oras sa Dubai ay nagresulta sa mas kaunting hindi kinakailangang paggastos at pagpa-party, dahil nanatili akong nakatutok sa aking mga layunin sa pananalapi. Suriin ang iyong natatanging sitwasyon at unahin ang mga kinakailangang gastos habang walang awa na pinuputol ang mga hindi kailangan. Sa halip na bulag na sundin ang isang iniresetang pormula o subukang gayahin ang aking partikular na diskarte, ang susi ay nasa paglinang ng isang personalized na plano na umaayon sa iyong sariling mga adhikain at mga halaga.

Olumide Ogunsanwo: Ito ay ganap na umaayon sa prinsipyo ng paggasta na nakabatay sa mga halaga. Lubos kaming naniniwala na ang pagsasarili sa pananalapi ay hindi tungkol sa pagsasakripisyo ng lahat ng iyong kaginhawahan o pagbabawas ng bawat gastos. Ito ay tungkol sa sinasadyang pag-align ng iyong paggastos sa iyong mga halaga at adhikain. Huwag kang sumabay sa agos. Huwag sa auto-pilot. Sa halip na walang pag-iisip na sumunod sa mga pamantayan ng lipunan o bulag na sumunod sa isang matipid na pamumuhay, hinihikayat ka naming mamuhay ng isang buhay na sumasalamin sa iyong tunay na sarili at sa iyong mga natatanging layunin. Maaaring kabilang dito ang pagtaas ng paggasta sa mga lugar na talagang mahalaga sa iyo habang gumagawa ng maingat na pagbawas sa iba.

Napakahalagang kilalanin na ang kalayaan sa pananalapi ay hindi dapat ituloy sa halaga ng iyong kaligayahan at kagalingan. Hindi namin nais na makaramdam ka ng labis na pagkabalisa sa isang marahas at hindi napapanatiling diskarte na nag-aalis ng kagalakan sa iyong buhay. Hindi produktibo ang magpatibay ng isang plano na hindi ka masaya. Kung hindi ka nasisiyahan, sisirain mo lang ang buong plano. Ang mas masahol pa sa walang plano ay ang pagkakaroon ng planong hindi nagtatagal.

Magsimula sa pamamagitan ng pagrepaso sa iyong mga gastos at pagtukoy sa mga lugar kung saan maaaring gawin ang mga pagsasaayos. Maghanap ng mga pagkakataon upang i-optimize ang iyong paggastos at gumawa ng mga pagpipilian na naaayon sa iyong mga halaga at pangmatagalang layunin sa pananalapi. Ito ay isang tuluy-tuloy na proseso, kaya subaybayan ang iyong pag-unlad at ipagdiwang ang mga milestone sa daan. Habang nasasaksihan mo ang positibong epekto ng iyong mga pagsusumikap, makikita mo ang iyong sarili na lalong nagiging motibasyon at masigasig tungkol sa iyong pinansyal na paglalakbay. Sa bawat hakbang pasulong, nagiging mas madali upang mapanatili ang momentum at manatiling nakatuon sa iyong landas.

Acani Samon Biaou: Para sa amin ni Olumide, nagsisimula ito sa mga halaga. Ginagabayan ng aming mga halaga ang aming mga desisyon at binibigyan kami ng drive na tuklasin ang mga bagong taktika na naaayon sa kung ano ang pinakamahalaga sa amin. Halimbawa, pinahahalagahan ko ang paglalakbay at pag-aaral tungkol sa ibang mga kultura. Mas malaki ang ginugol ko sa paglalakbay kaysa sa karaniwang consultant noong panahon ko sa BCG, ngunit karamihan sa mga gastos ay sakop ng kompanya at ang mga puntos na nakuha ko mula sa paglalakbay sa trabaho. Mga $400/month lang ang kailangan kong bayaran. Pinili kong unahin ang paggastos ng pera sa paglalakbay sa halip na magbayad ng buong renta para sa isang flat. Ito ay nagbigay-daan sa akin upang galugarin ang mga bagong destinasyon halos bawat linggo at isawsaw ang aking sarili sa iba't ibang kultura.

Bumalik sa aking huling kuwento sa karera. Sa paligid ng pitong buwan sa aking paglalakbay sa BCG, kasama ang aking paunang walang muwang na plano para sa pagsasarili sa pananalapi upang magretiro sa isang murang bansa sa Africa o Thailand, napagtanto ko ang ilang bagay. Una, ang aktibong micromanaging sa pagtitipid sa gastos ay magiging mahirap dahil sa aking abalang iskedyul sa trabaho. At pangalawa, nakita ko ang potensyal para sa mas mataas na kita kung mananatili ako nang mas matagal sa BCG at umabot sa antas ng pamamahala. Ang realisasyong ito ang nagtulak sa akin upang ayusin ang aking diskarte. Sa halip na maghangad ng kalayaan sa pananalapi bago maging isang tagapamahala, nakilala ko ang mga benepisyo ng pagkakaroon ng dalawang taon ng karanasan sa pamamahala, na maaaring magbigay ng higit na katatagan at mapahusay ang aking kredibilidad kapag naghahanap ng mga pondo para sa aking proyekto sa paaralan. Hindi ko matiyak kung ang mga desisyong ito ay mga rasyonalisasyon o naiimpluwensyahan ng sistema, ngunit naging malinaw na ang bagong plano ay naging mas makabuluhan.

Gayunpaman, ang buhay ay may paraan ng paghahagis ng mga hindi inaasahang hamon sa ating lahat. Pagkatapos ng isang serye ng mga medikal na pagsusuri, nakatanggap ako ng nakakagulat na balita na kailangan ko ng malaking operasyon sa utak upang maiwasan ang hindi maibabalik na pinsala mula sa isang arachnoid cyst, sa kabila ng hindi nakakaranas ng anumang masakit na sintomas. Ang pangangailangan para sa operasyon ay lumitaw nang biglaan at apurahan, na ang operasyon ay may taglay na mga panganib na posibleng wakasan ang aking buhay sa magdamag.

Olumide Ogunsanwo: [Nagulat] Kailangan mo ng agarang operasyon sa utak. Wow.

Acani Samon Biaou: Sinabihan ako na sa isang sandali, ang cyst ay maaaring lumipat at itulak sa ibabang bahagi ng utak - ang bahagi ng utak na kumokontrol sa paghinga at sa puso. Ito ay isang nakakatakot na sitwasyon, at ang katotohanan ay tumama sa akin nang kailangan kong pumirma sa mga papeles na kinikilala ang mga panganib na kasangkot, kabilang ang posibilidad ng kamatayan, bago ang operasyon. Ang buong karanasan ay parang surreal, kahit na napapalibutan ako ng iba pang mga pasyente sa ward, bawat isa ay nakikipaglaban sa kanilang sariling mga laban.

Sa sandaling iyon, pakiramdam ko ay hindi kapani-paniwalang maliit. Parang isang sulyap sa kung ano ang pakiramdam kapag nahaharap ka sa posibilidad ng kamatayan. Wala sa aking mga nagawa sa karera ng daga ang may anumang kahalagahan sa operating table na iyon. Sa karamihan ng mga tagapagpahiwatig, ako ay isang matagumpay na young adult. Naglakbay ako sa mundo, nagpunta sa isa sa mga nangungunang paaralan ng negosyo sa mundo, at nagtatrabaho sa isa sa mga nangungunang kumpanya sa pagkonsulta sa pamamahala. Ako ay "nanalo" sa karera ng daga ngunit sa operating table, wala sa mga iyon ang may anumang kabuluhan. Na-miss ko ang aking mga mahal sa buhay at hindi ko iniisip ang tungkol sa trabaho o mga kliyente. Ang karanasang ito ay naging isang pagbabago sa aking paghahanda para sa pagsasarili sa pananalapi. Naging determinado ako sa paraang mahirap ipaliwanag. Kung nagtagumpay ako sa operasyon, nagpasya akong mabubuhay ako nang may matinding pagtuon at sa sarili kong mga termino. Medyo nakaramdam ako ng sama ng loob sa mga bagay na hinahabol ko—Stanford, BCG, at iba pa. Ngayon, nasa akin na ang lahat ng iyon, ngunit maaari itong alisin sa akin sa isang iglap. Maaari akong mamatay sa loob ng ilang oras. Ganun lang.

Olumide Ogunsanwo: [Nagulat pa rin] Ilang taon ka na noon?

Acani Samon Biaou: Ako ay nasa maagang thirties.

Olumide Ogunsanwo: Pag-opera sa utak sa iyong unang bahagi ng thirties. Iyan ay tunay na isang traumatiko at nagbubukas ng mata na karanasan. Naalala ko ang sinabi mo na noong nasa operating table ka, pakiramdam mo ay wala lang ang tao. Pakiramdam mo ay isa ka lang na hayop sa operating table at ang iyong buhay ay maaaring kunin anumang oras. baliw!

Acani Samon Biaou: Talagang napagtanto ko na kailangan kong maging ibang tao sa kabilang panig nito. Ang takot sa kalusugan ay nagdala ng mas malalim na kahulugan sa tanong na "Ano ang pinakamahalaga sa iyo at bakit?"—ang tinanong sa sanaysay ng aplikasyon ng programa ng Stanford MBA. Sa kabutihang palad, ang operasyon ay naging maayos, na walang mga komplikasyon o follow-up na kinakailangan. Nang bumalik ako mula sa limang buwang sabbatical ng paglalakbay, bumalik ako bilang isang nagbagong tao sa maraming paraan.

Una, napagtanto ko ang antas ng intensity na maaari kong dalhin sa aking trabaho, at naging kumbinsido ako na dapat kong ilapat ito nang kusa at may pag-iisip sa mga pagsusumikap na pinakanatutuwa ko. Wala akong problema sa pagtatrabaho hanggang 2 o 3 ng umaga para sa mga araw sa pagtatapos upang masira ang isang problema, at iba pa.

Pangalawa, naunawaan ko na ang pagkakaroon ng kalayaan sa aking buhay ay hindi mapag-usapan. Gayunpaman, ang gawaing pagkonsulta ay hindi palaging nagbibigay ng antas ng kalayaan na gusto ko. Nagpasya akong manatili sa pagkonsulta hangga't maaari kong mapanatili ang kontrol sa kung paano ako nagtrabaho.

Pangatlo, naging super-focused ako sa financial planning. Naging gabay ko ang mga Excel spreadsheet habang nilalayon kong mag-ipon at mamuhunan tungo sa kalayaan sa pananalapi. Nais kong bigyan ang aking sarili ng oras upang maglakbay at magpakasawa sa pagtuklas sa kultura nang hindi nababahala tungkol sa pera. Nais ko ring mag-ambag sa pagpapabuti ng mga sistema ng edukasyon nang hindi umaasa sa suweldo.

Olumide Ogunsanwo: Ano ang nangyari sa iyong 5-buwang sabbatical?

Acani Samon Biaou: Tatlong mahahalagang bagay ang nangyari. Una, muli akong nakipag-ugnayan sa mga kaibigan at pamilya, na nagdulot sa akin ng napakalaking kagalakan. Sa tagal ko sa BCG, bihira akong magkaroon ng pagkakataon na makita at makipag-ugnayan sa mga taong pinapahalagahan ko. Ang muling pagpapasigla sa mga ugnayang iyon ay nagpaalala sa akin ng kahalagahan ng komunidad at natutuwa akong muling nakipag-ugnayan sa bahagi ng aking sarili na "magandang tagay".

Pangalawa, naglakbay ako sa Cuba kasama ang aking kapareha at mga kaibigan. Ang paggalugad sa iba't ibang kultura at pagdanas ng mga bagong destinasyon ay nagbibigay-buhay sa akin. Ito ay isang paraan para palawakin ko ang aking pananaw at malaman ang tungkol sa mundo sa malalim na paraan. Habang nasa Cuba, nalantad ako sa iba't ibang paraan ng pamumuhay, pagmamasid sa mga taong tila kontento sa kabila ng pamumuhay sa mga kalagayang maaaring ituring na mahirap. Ito ay isang mahalagang karanasan para sa akin na ihambing ang kanilang pamumuhay sa nakasanayan ko.

Sa wakas, natuklasan ko ang isang bagong uri ng pag-aaral na hindi hinimok ng utility. Nagpakasawa ako sa pagbabasa ng mga librong natisod ko, hinabol ko ang mga interes tulad ng pagtugtog ng instrumentong pangmusika o pag-aaral ng bagong wika para lamang sa personal na pag-unlad.

Olumide Ogunsanwo: Paano hinubog ng mga karanasang ito ang iyong mga plano para sa kalayaan sa pananalapi? Noong una ay nilayon mong umalis sa BCG pagkatapos ng humigit-kumulang dalawang taon, ngunit pagkatapos ay nangyari ang insidente ng operasyon.

Acani Samon Biaou: Ang aking diskarte sa pagsasarili sa pananalapi ay nagbago sa isang tiyak na paraan. Sa halip na magplano ng pasulong, nagsimula akong magplano nang paatras. Nagsama ako ng feature na "Huling araw sa BCG" sa aking Excel spreadsheet, na nagpapahintulot sa akin na magtrabaho nang pabalik at matukoy kung magkano ang bonus at side income mula sa mga rental na dapat kong i-target bawat taon.

Naging malinaw sa akin na naunawaan ko kung ano ang maaari kong makuha mula sa BCG at kung ano ang maaari kong iambag sa BCG. Napagtanto ko na may kapana-panabik na buhay na naghihintay sa akin pagkatapos ng BCG, kung saan makakatuon ako sa mga bagay na talagang kinagigiliwan ko, tulad ng malawak na paglalakbay at pagharap sa mga problemang kinahihiligan ko. Kabaligtaran ito sa dati kong pag-iisip, kung saan ako ay nasa hapunan na nag-iisip tungkol sa susunod na steering committee, nagbibigay ng feedback sa isang miyembro ng koponan, o naghahanda para sa sarili kong nalalapit na pagtatasa. Mayroon akong limitadong oras upang maproseso ang aking sariling pag-iral.

Olumide Ogunsanwo: Nakaka-relate ako sa pakiramdam na iyon mula noong panahon ko sa McKinsey. Pinangarap ko noon ang tungkol sa trabaho ng kliyente at gumawa ng mga pagbabago sa mga slide. Pagkatapos umalis sa McKinsey, natapos ang mga bangungot na iyon sa PowerPoint [Ngiti].

Acani Samon Biaou: Ang karanasang iyon ay nakatulong sa akin na maunawaan kung magkano ang kaya kong ibigay. Laging nasa isip ko ngayon.

Bago ang BCG, pangunahing nakatuon ako sa kung ano ang maaari kong kunin mula sa system. Hindi ko lubos na napagtanto kung magkano ang kaya kong ibigay. Sa panahon ko sa Stanford, nagkaroon ako ng kumpiyansa, at sa loob ng anim na buwan, naging mas marketable ako bilang isang kandidato ng MBA. Sa oras na sumali ako sa BCG, ang pagkonsulta sa pamamahala ay hindi na nagkaroon ng parehong kahalagahan para sa akin. Itinakda ko ang aking mga tingin sa mas malalaking personal na layunin: pagkamit ng kalayaan sa pananalapi. Sa pamamagitan ng operasyon, lalo akong naging nakatuon sa kung ano ang gusto kong iambag sa mundo sa sarili kong mga termino. Marami sa aking mga kliyente sa BCG ay nagtrabaho mula 9 AM hanggang 5 PM at ang kanilang mga kumpanya ay umunlad pa rin. Naisip ko kung ano ang maaari kong makamit kung ilalapat ko ang intensity at passion na dinala ko sa aking trabaho sa mga lugar na talagang pinapahalagahan ko.

Anyway, pabalik sa pangunahing kwento, nagbago ang modelo ng pananalapi sa kahulugan na mayroon na akong tracker na tumutukoy kung magkano ang kailangan kong gawin upang makaalis sa BCG sa isang tiyak na deadline, sa halip na kalkulahin kung gaano karaming taon ang aabutin ko maabot ang isang tiyak na antas ng kita.

Olumide Ogunsanwo: Ang pagsasarili sa pananalapi ay isang spectrum ng opsyonal, hindi isang binary na all-or-nothing na destinasyon. Kahit na 20% ka pa lang sa daan doon, may mga benepisyo at kasiyahan pa rin na makikita dahil mas marami kang pagpipilian. Napakahalaga na pahalagahan ang paglalakbay at magpasalamat sa pag-unlad na nagawa mo. Bakit? Dahil ang paglalakbay tungo sa pagsasarili sa pananalapi ay ang paglalakbay ng iyong buhay. Huwag maghintay hanggang sa katapusan upang magdiwang, magpasalamat sa maliliit na panalo sa daan, at gamitin ang mga ito bilang pagganyak upang patuloy na sumulong.

Makakakuha ka ng higit pang mga opsyon habang sumusulong ka, na nagpapataas sa iyong mga pagkakataong ituloy ang mga kawili-wiling pagsisikap at magkaroon ng higit na kontrol sa iyong mga pakikipag-ugnayan sa mga employer, kliyente, at customer. Nais kong bigyang-diin ang puntong ito dahil madalas kong nakikita ang mga taong hindi masaya habang nasa landas patungo sa kalayaan sa pananalapi. Bakit ka magiging malungkot? Hindi ka masaya dahil halos naghihintay ka ng pahintulot para maging masaya, ngunit hindi mo kailangang maghintay ng pahintulot. Ang kaligayahan ay nasa paligid mo kung gagawa ka ng tamang mga pangyayari. Nais ko lang idagdag ang pilosopikal na puntong iyon.

Acani Samon Biaou: Maganda ang sinabi. Nakikita ko ang pagsasarili sa pananalapi na katulad ng pagpunta sa gym. Kung lalapit ka sa gym na iniisip, "Oh aking Diyos, ito ay magiging masakit," dahil lamang sa gusto mong magbawas ng timbang para sa isang malaking party, magiging mahirap na talagang tamasahin ang proseso. At sa sandaling mawalan ka ng ilang pounds, maaari mong makita ang iyong sarili na bumalik sa iyong dating pamumuhay. Ang pagsasarili sa pananalapi ay dapat na nakaugat sa iyong mga halaga; kung hindi, hindi ito gagana. Kailangan mong humukay nang malalim sa iyong sarili at alamin kung ano ang tunay na nagdudulot sa iyo ng kagalakan. Huwag ikompromiso iyon. Kapag nahanap mo na ang iyong layunin o hilig, ayusin ang lahat ng iba pa sa paligid nito at alisin ang lahat ng iba pang mga distractions, lalo na ang mga pagkilos na ginagawa mo lang dahil ginagawa ng iba.

Sa BCG, nagkaroon ng ganitong tradisyon ng mga taong bumibili ng mga mamahaling TUMI bag at nakaukit sa mga ito ang kanilang mga inisyal. Sa personal, wala akong interes sa mga bag, at hindi ko naramdaman ang pangangailangang sundin ang uso sa fashion na iyon.

Olumide Ogunsanwo: Para sa madla, ang mga TUMI bag ay mas mahal kaysa sa mga regular na bag. Ang isang regular na bag ay maaaring nagkakahalaga ng mas mababa sa $100, habang ang mga TUMI bag ay maaaring tatlo, apat, o higit pang beses ang presyo.

Acani Samon Biaou: Karamihan sa mga tao sa pagkonsulta ay gustong magpahinga at magpahinga sa katapusan ng linggo, ngunit pinili kong gastusin ang aking pera sa paglalakbay at mga karanasan. Naglaan ako ng bahagi ng aking badyet, katumbas ng halaga ng isang entry-level na TUMI bag, para sa mga bagay na tunay na nakapagpasaya sa akin. Kapag nagtatatag ka ng pundasyon ng kaligayahan at namuhay ng naaayon dito, mapapansin mo ang pangkalahatang pagtaas ng iyong kaligayahan. Bukod dito, habang inaayos mo ang iyong buhay sa ganitong paraan, natural na mahuhulog sa lugar ang iyong mga pananalapi.

Olumide Ogunsanwo: Eksakto. Sa paglipas ng panahon, ang mga gawi na iyon ay nagiging mas madaling mapanatili dahil sila ay nagpapatibay sa isa't isa. Nangangailangan ito ng pagiging handa na maging medyo naiiba.

Kung makuha mo ang TUMI bag dahil lang sa lahat ng iba ay mayroon nito, malamang na hindi mo makakamit ang kalayaan sa pananalapi sa iyong 30s. Hindi dahil sa presyo ng bag, ngunit dahil sumusunod ka sa karamihan ng tao at hindi gumagawa ng mga intentional values-driven na desisyon. Okay lang na maging katulad ng iba, ngunit hindi mo maasahan ang napakalaking resulta.

Acani Samon Biaou: Pagbabalik sa pangunahing kuwento, naging mas sopistikado ang aking spreadsheet ng Excel sa pagpaplano sa pananalapi, salamat sa mga kasanayan sa pagmomodelo na nabuo ko noong panahon ko sa BCG.

Olumide Ogunsanwo: [Tawanan] Legit na nakakatawa. Natuto kang gumawa ng mas mahuhusay na modelo sa BCG at pagkatapos ay ginamit ang mga kasanayang iyon para planuhin ang iyong diskarte sa paglabas mula sa BCG.

Achani Samon Biaou: I-update ko ang aking modelo sa lingguhang batayan, isinasama ang mga pagbabago sa aking paggasta, pagdaragdag ng mga posibilidad na ma-promote sa kasalukuyan o sa susunod na buwan, pagpaplano ng senaryo, at pag-gee-out lang. Minsan, gagawa pa ako ng maliliit na presentasyon sa aking sarili, na nagpapakita ng mga insight mula sa aking mga pattern sa paggastos (o kakulangan nito) at ang trajectory ng aking mga bonus sa hinaharap.

Olumide Ogunsanwo: [Tawanan]

Acani Samon Biaou: Mayroon akong malinaw na North Star at palaging naghahanap ng mga paraan upang ma-optimize ang aking kapaligiran. Hayaan akong magbigay sa iyo ng isang halimbawa na may kaugnayan sa katayuan ng airline. Sa aking buhay pagkatapos ng pagsasarili sa pananalapi, gusto kong mapanatili ang ilang mga benepisyo sa paglalakbay dahil nasisiyahan ako sa paglalakbay. Sa lahat ng airline na magagamit ko para sa trabaho, isa lang ang nag-aalok ng lifetime status perk. Karamihan sa mga consultant sa Dubai ay lumipad ng Emirates patungong Saudi Arabia para sa mga proyekto dahil sa maginhawang timing – maaari nilang gugulin ang buong weekend sa Dubai at lumipad nang maaga sa unang araw ng trabaho. Gayunpaman, pinili kong lumipad ng Saudi Arabian Airlines dahil bahagi ito ng isang alyansa na kinabibilangan ng Air France, na alam kong madalas akong lilipad pagkatapos makamit ang kalayaan sa pananalapi. Ang pagtatrabaho tungo sa panghabambuhay na Platinum status sa Air France ay mas mahalaga sa akin kaysa sa kaginhawahan ng paglipad ng Emirates. Maglalakbay ako mula Dubai patungong Boston upang makapanayam ang mga nagtapos ng MBA at sadyang pumili ng mas mahabang ruta na may stopover sa Paris, na lumilipad sa Air France sa halip na isang walang tigil na paglipad kasama ang Emirates. Wala akong pakialam tungkol sa pagkamit ng mga puntos sa Emirates; ang priority ko ay ang pagkamit ng lifetime Platinum status sa Air France. Hindi ko nakitang abala ang mas mahabang tagal ng biyahe o stopover dahil talagang nasiyahan ako sa paglalakbay, pagkakaroon ng mga stopover upang galugarin ang lungsod, at paggugol ng oras kasama ang pamilya at mga kaibigan sa Paris.

Olumide Ogunsanwo: Samon, ano ang masasabi mo sa isang mambabasa na nakikinig sa iyong kuwento at nagsasabing ang Financial Independence ay nagsasangkot ng labis na trabaho? Sinasabi nila na wala silang oras o lakas upang gumana sa kanilang pag-iisip o lumikha ng mga pangitain at layunin. Gusto nila ng mas madali at mabilis na landas tungo sa pagsasarili sa pananalapi, lalo na kung mayroon silang trabahong mababa ang suweldo sa isang maliit na lungsod na may limitadong pagkakataon para sa paglago ng pananalapi. Paano nila makakamit ang kalayaan sa pananalapi sa lalong madaling panahon sa loob ng kanilang kasalukuyang pamumuhay nang hindi gumagawa ng matinding pagbabago?

Acani Samon Biaou: [Ngumiti] Talagang dalawang tanong iyan. Ang unang tanong ay, "Gusto kong maging tamad tungkol sa kalayaan sa pananalapi. Sabihin lang sa akin nang eksakto kung ano ang gagawin upang maabot ang kalayaan sa pananalapi sa lalong madaling panahon." Ang ikalawang tanong ay nauukol sa hamon ng pagnanais ng FI habang nagtatrabaho ng mababa hanggang katamtamang suweldo at naninirahan sa isang lugar na may limitadong pagkakataon para sa paglago ng pananalapi.

Una, para sa taong gustong bigyan natin sila ng sunud-sunod na gabay sa pagsasarili sa pananalapi nang hindi naglalagay sa trabaho, sinasabi sa akin ng aking intuwisyon na malamang na hindi nila makakamit ang kalayaan sa pananalapi sa ganitong kaisipan.

Olumide Ogunsanwo: [Tawanan]

Acani Samon Biaou: At kahit na nakamit nila ang kalayaan sa pananalapi, na talagang inaasahan kong magagawa nila, maaaring hindi nila ito tunay na nasisiyahan. Ang pagsasarili sa pananalapi ay tungkol sa paghahanap ng layunin at paggamit ng kalayaan sa pananalapi upang ituloy ang layuning iyon. Ang kakanyahan ng kalayaan sa pananalapi ay walang hanggang kaligayahan. Linawin ko, ang pagsasarili sa pananalapi ay hindi nangangahulugang tungkol sa kayamanan. Ang mga taong malaya sa pananalapi ay hindi kinakailangang mayaman. Ito ay tungkol sa pag-abot sa pinakamababang antas ng seguridad sa pananalapi na nagbibigay-daan sa iyong tumuon sa kung ano ang tunay na mahalaga sa iyo nang hindi nakakapanghina ng mga alalahanin sa pananalapi. Ang kalayaan sa pananalapi ay isang enabler lamang, na nagbibigay sa iyo ng kalayaan na tumuon sa kung ano ang nagdudulot sa iyo ng katuparan nang hindi patuloy na nag-aalala tungkol sa pera.

Olumide Ogunsanwo: Kailangang simulan ng mga tao ang isang paglalakbay ng pagtuklas sa sarili. Ang paglalakbay na ito ay nangangailangan ng pagsisikap sa kanilang bahagi. Hindi namin kayo mapapakain ni Samon sa mga eksaktong hakbang na ginawa namin dahil maaaring hindi naaangkop sa kakaiba mong sitwasyon ang nagtrabaho para sa amin. Sa naunang bahagi ng aklat, pinayuhan ka naming huwag kopyahin ang buhay ng iba at sa halip ay hikayatin kang mamuhay ng sarili mong buhay. Kasama na rito ang hindi pagkopya sa ating buhay.

Dapat kang kumuha ng responsibilidad at kumilos upang mapabuti ang iyong sariling buhay. Ang pagbili lang ng libro ay hindi sapat. Dapat ay handa kang sumailalim sa isang pagbabago sa pag-iisip at magsimula sa isang paglalakbay ng pagtuklas sa sarili upang gumawa ng mga positibong pagbabago sa iyong buhay, anuman ang sinasabi namin ni Samon. Ikaw ang may pananagutan para sa iyong sariling buhay, at ikaw ang bahalang gumawa ng mga kinakailangang pagbabago upang lumikha ng isang mas magandang kinabukasan. Alalahanin ang mga alituntunin ng paniniwala sa sarili at pag-asa sa sarili. Dapat mong malaman ang mga detalye na natatangi sa iyong sariling sitwasyon sa buhay.

Achani Samon Biaou: At sa totoo lang, isa sa mga dahilan kung bakit kami maaaring maging direkta sa iyo ay dahil ang pamumuhay ng tunay na buhay ay mahalaga sa aming dalawa. Nakamit namin ang kalayaan sa pananalapi, kaya hindi kami nag-aalala tungkol sa pagbebenta ng mga libro kaysa sa pagsasabi ng aming katotohanan.

Olumide Ogunsanwo: Tama iyan. I don't give a shit if this book sell one copy or hundred copies kasi financially independent na ako. Kaya kong maging tapat sa iyo. Hindi ko kailangang kalokohan ka.

Achani Samon Biaou: Ibinabahagi namin ang aming pagbabagong paglalakbay patungo sa FI dahil buong puso naming tinanggap ang pamumuhay ng FI, at ang aming hangarin ay mag-apoy ng isang kislap ng posibilidad sa loob mo. Gusto naming maging gabay mo, na nag-aalok hindi lamang ng pagpapatunay kundi pati na rin ng pakikisama at paghihikayat. Kung nakaramdam ka na ng pag-aalinlangan na ituloy ang pagsasarili sa pananalapi dahil hindi mo ito nasaksihan mismo, narito ang aming aklat upang basagin ang mga pagdududa na iyon. Sa pamamagitan ng aming mga kwento at insight, nilalayon naming magbigay ng inspirasyon sa iyo, na ipabulalas ka, 'Kung kaya nila, kaya ko rin!'

Olumide Ogunsanwo: Sa lahat ng mga imigrante, expat, outsider at underdogs out there: Kung naging financially independent ako, magagawa mo rin ito.

Acani Samon Biaou: Kung gayon, kailangan mong magpatuloy sa iyong paglalakbay. Nagsisimula ito sa pagmuni-muni at pagtatanong. Balikan ang iyong pagkabata at tukuyin ang mga mahahalagang sandali na tumutukoy sa iyo. Galugarin ang iyong mga interes at mag-eksperimento sa iba't ibang bagay. Bumuo ng isang hanay ng mga prinsipyo batay sa iyong natuklasan. Tumingin sa nakaraan o mga kuwento upang makuha ang mga prinsipyong ito, at pagkatapos ay maging handa na mag-eksperimento at umulit hanggang sa makita mo ang pagkakahanay sa iyong mga halaga.

Olumide Ogunsanwo: Lumikha ng pananaw sa buhay na gusto mo, magtakda ng mga layunin upang makarating doon, at magsimulang kumilos araw-araw. Ulitin at ulitin hanggang sa makamit mo ang kalayaan sa pananalapi. Walang ibang makakagawa ng prosesong ito para sa iyo dahil ito ang iyong buhay, at ikaw ang may pananagutan para dito.

Habang sinisimulan mo ang paglalakbay at bumubuo ng momentum, nagiging mas madali ang patuloy na pagsulong. Kailangan mong magsimula at tiyaking mayroon kang tamang mga trigger upang mapanatili ang iyong momentum. Sa paglipas ng panahon, mabubuo mo ang ugali ng paggawa ng maliliit na hakbang patungo sa iyong layunin. Habang sumusulong ka at umabot sa isang tiyak na punto, maaari mong makalimutan na ikaw ay nasa isang paglalakbay dahil ito ay nagiging intertwined sa iyong pang-araw-araw na buhay. Wala nang malinaw na pagkakaiba sa pagitan ng paglalakbay at ng iyong buhay. Namumuhay ka lang habang patungo sa iyong layunin. Ngunit upang simulan ang paglalakbay na ito, dapat ay handa kang maglagay ng karagdagang pagsisikap at gawin ang unang hakbang na iyon.

Noong ako ay nasa kolehiyo, natutunan namin ang tungkol sa activation energy. Para maganap ang isang kemikal na reaksyon, kailangan mong malampasan ang isang tiyak na halaga ng enerhiya. Kailangan mo ng isang bagay upang itulak ka ng sapat na activation energy bilang trigger para magsimula. Iyan ang sinusubukan naming ibigay sa iyo: momentum. Isinulat ko ito nang may pananabik at kaligayahan dahil gusto kong bigyan ka ng inspirasyon at pasiglahin na maniwala sa posibilidad na makamit ang iyong mga layunin. Umaasa akong maiparating ang kahalagahan ng pagkakaroon ng pananalig sa iyong sarili at para masabik ka tungkol sa mga pagkakataong naghihintay sa hinaharap. Sa aking kwento, na-trigger ako ng maraming pagkawala ng trabaho at mahihirap na sitwasyon. Gayunpaman, may kapangyarihan kang lumikha ng sarili mong mga trigger para sa tagumpay. Gawin ito ngayon at huwag maghintay para sa mga panlabas na pangyayari upang simulan ang iyong paglalakbay sa pagsasarili sa pananalapi.

Acani Samon Biaou: At ito ay nagdadala sa amin sa iyong pangalawang tanong. Paano makakamit ng isang tao ang kalayaan sa pananalapi kung mayroon silang trabaho na medyo mababa o katamtaman ang suweldo at nakatira sa isang lugar na may limitadong pataas na mobility? Sisimplehin ko ito gamit ang isang pagkakatulad sa palakasan. Nang matuklasan ni Usain Bolt ang kanyang talento sa pagtakbo at nanalo ng mga kampeonato, nagkaroon siya ng pagpipilian. Maaari siyang magpatuloy sa pagtakbo sa isang makeshift track malapit sa kanyang bahay o maaari siyang pumunta sa ibang lugar, tulad ng Miami, upang sanayin at pagbutihin ang kanyang mga kasanayan.

Ang dahilan kung bakit ko ginagamit ang pagkakatulad na ito ay dahil ang lahat ay bumaba sa mga halaga. Kung lubos mong hinahangad ang pagsasarili sa pananalapi at napagtanto mo na ang iyong kasalukuyang trabaho sa isang maliit na bayan ay hindi makakarating doon, makakahanap ka ng paraan upang ituloy ang mga side project sa tabi ng iyong trabaho o tuklasin ang mga pagkakataon sa ibang mga lokasyon. Hindi ako nanatili sa Benin na umaasang makakamit ang kalayaan sa pananalapi. Sa halip, lumipat ako sa

Europa, pagkatapos ay sa America, at sa wakas sa Gitnang Silangan upang it-uloy ang mas magagandang pagkakataon at maabot ang aking mga layunin sa pananalapi.

Maaari kang lumipat sa isang lugar na may mas maraming pagkakataon at bumalik kung gusto mo. Kung itinatanong mo sa iyong sarili ang mga tanong na ito, maaaring ipahiwatig nito na hindi mo pa ganap na na-explore ang mga posibilidad na lampas sa iyong kasalukuyang lokasyon. Ang sagot ay namamalagi sa pagkakaroon ng walang humpay na kuryusidad para sa eksperimento.

Olumide Ogunsanwo: Maaari nating ipagpatuloy ang pagtalakay nito nang ilang oras, ngunit marahil ay dapat tayong bumalik sa kuwento. Bina-banggit mo ang plano pagkatapos ng operasyon na umalis sa BCG.

Acani Samon Biaou: Noong na-activate ko ang aking Excel model, ni-likha ko ang bawat pagkakataong maglakbay sa loob ng kumpanya. Ang BCG ay nagkaroon ng programa na tinatawag na Ambassador kung saan ang nangungunang 10% ng mga consultant ay maaaring pumunta sa ibang bansa. Kailangang pumili ng mga lokasyon ang mga consultant, at susubukan ng kompanya na itugma ang isa sa kanilang mga kagustuhan. Nais kong gumu-gol ng isang taon sa South Africa upang mapahusay ang aking kaalaman sa pamumuhunan sa real estate, lalo na't mayroon na akong mga ari-arian doon. Ang karanasang ito ay makakatulong sa akin na magpasya kung maglalaan ng mas maraming kapital sa merkado sa South Africa. Bukod pa rito, ang South Africa ay mas abot-kaya, na nagpapahintulot sa akin na makatipid ng higit pa. Nasisiyahan akong mag-eksperimento sa pamamagitan ng paglalakbay at maranasan ang iba't ibang kultura at pagkakataon.

Olumide Ogunsanwo: Sa isang kaugnay na tala, mayroon akong isang driver ng Uber na may maliwanag na kulay na earbud sa kanyang kaliwang tainga. Akala ko noong una ay nakikinig siya ng musikang rap, ngunit lumal-abas na gumagamit talaga siya ng mga kurso sa pag-aaral ng Ingles upang mapabuti ang kanyang mga kasanayan sa wika. Sa kabila ng kanyang mga hamon, nakatuon siya sa pagpapabuti ng sarili at sinamantala ang bawat pagkakataon, kabilang ang pagmamaneho ng mga pasahero, upang makamit ang kanyang mga layunin. Itinuro sa akin ng engkwentro na ito na anuman ang antas ng trabaho o kita, palaging may mga pagkakataon para sa personal na paglago. Nangangailangan ito ng malinaw na plano, determinasyon, at patuloy na pagsisikap upang magtagumpay. Isipin kung saan ang driver ng Uber na iyon sa loob ng tatlong taon.

Ngayon, bumalik sa iyo. Paano ka nakabuo ng isang plano upang madagdagan ang iyong suweldo sa BCG ng mga pamumuhunan sa real estate? Nagkaroon ka na ng mataas na suweldong trabaho, kaya ano ang nagudyok sa iyo na gawin ang rutang iyon? At paano mo naisakatuparan ang iyong plano?

Acani Samon Biaou: Kung bumalik sa aking pagkabata, ang aking ama ay isang negosyanteng kasangkot sa real estate, na nagbigay sa akin ng maagang pag-unawa sa pagpapahalaga sa mga ari-arian. Noong bumibili ako ng ari-arian sa South Africa, nag-aalinlangan ang aking mga kasamahan sa BCG at iminungkahi na lang na gumamit ng robo-investor, na sinasabing mahirap ang pamumuhunan sa ari-arian. Ngunit ang aking mga karanasan sa pagkabata at Yoruba background, na kilala sa kalakalan at entrepreneurship, ay humubog sa aking pananaw. Ang ideya ng decoupling kita mula sa oras resonated sa akin. Nadama ko na limitado sa pamamagitan ng pagbebenta ng aking oras dahil napakaraming oras lamang sa isang araw. Gayunpaman, kung maaari akong makabuo ng kita mula sa isang bagay na maaaring i-scale nang nakapag-iisa, ito ay magiging maganda. Kaya naman nagpasya akong tuklasin ang real estate bilang isang pagkakataon sa pamumuhunan.

Sa isang pagbisita sa South Africa kasama ang aking nobya noon, napansin ko ang mga presyo ng ari-arian at laking gulat ko kung gaano sila kaabot kumpara sa ibang mga lugar tulad ng France. Nagdulot ito ng aking pagkamausisa, at binago ko ang mga presyo sa dolyar. Gamit ang mga pondo sa aking bank account, napagtanto kong maaari talaga akong bumili ng apartment doon. Nakita ko ito bilang isang pagkakataon upang mag-eksperimento. Maraming tao ang madalas na nag-aalangan dahil nakatuon sila sa lahat ng mga bagay na maaaring magkamali. Ngunit kung hindi mo sasamantalahin ang pagkakataon at mag-eksperimento, hindi mo kailanman matutuklasan ang lahat ng mga bagay na maaaring maging tama.

Olumide Ogunsanwo: Talagang, ang sobrang pagsusuri ay maaaring pigilan tayo sa pagkilos. May posibilidad kaming bumuo ng mga kumplikadong modelo at senaryo na nagiging dahilan para hindi ituloy ang aming mga layunin. Mahalagang balansehin ang pagsusuri na may katapatan tungkol sa ating mga motibo at layunin sa buhay. Ngayon, sumisid tayo sa iyong diskarte at taktika sa pamumuhunan sa real estate.

Acani Samon Biaou: Gustung-gusto kong talakayin ang paglalakbay na ito dahil sinasaklaw nito ang parehong pinag-isipang hakbang at mga pagkakamaling nagawa ko. Una, isaalang-alang natin ang konteksto. Tiningnan ko ang mga pamumuhunan sa tatlong panahon:

Maikling termino: Tumutok sa mga pamumuhunan na magbibigay ng mataas na likido na kita upang masakop ang mga gastos sa pamumuhay para sa susunod na taon. Ang kita sa real estate ang pangunahing pinagmumulan dahil sa katatagan nito at predictable na cash flow.

Katamtamang termino: Maghanap ng mga pamumuhunan na makikinabang sa paglago sa susunod na ilang taon. Nag-concentrate ako sa stock market at ilang crypto, na may pagtuon sa mga stock ng paglago ngunit isinasaalang-alang din ang mga stock na may halaga. Ang mga stock ay karaniwang nagpapakita ng mga positibong trend sa loob ng 2-5 taong timeline.

Pangmatagalan: Kumuha ng mas mataas na panganib na taya na may potensyal para sa makabuluhang daloy ng pera sa loob ng 7 hanggang 15 taon. Namuhunan ako sa mga startup bilang isang anghel na mamumuhunan at bumili ng lupa sa mga bansang may matatag na pera, kung saan ang paglago ay may posibilidad na mapabilis sa mga partikular na kaganapan. Ang layunin ng mga pangmatagalang taya na ito ay mag-cash out pagkatapos ng isang makabuluhang kaganapan, tulad ng isang IPO para sa mga startup o isang bagong zonal development para sa lupa, karaniwang pagkatapos ng isang dekada. Pagkatapos mag-cash out, muling mamumuhunan ako sa kumbinasyon ng mga panandaliang asset (gaya ng property), mid-term asset (tulad ng stocks), at ilang pangmatagalang asset, at pagkatapos ay ulitin ang cycle.

Olumide Ogunsanwo: Sa palagay mo, ang iyong pagpapalaki at ang iyong ama na isang negosyante na may real estate ay may kinikilingan sa iyong pananaw sa pamumuhunan?

Acani Samon Biaou: Talagang may kinikilingan ako dahil sa aking pagpapalaki, ngunit nanatili akong makatuwiran tungkol dito. Kung hindi ako, namuhunan sana ako sa buy-to-let na real estate sa mga bansang may mababang kita, tulad ng Benin o France. Gayunpaman, ang pamumuhunan sa mga lugar na iyon ay hindi magbubunga ng makabuluhang kita maliban kung sasamantalahin mo ang mga pangunahing insentibo sa buwis, kahit na doon ka nakatira. Ang paggalugad ng real estate ay ang aking bias, ngunit siniguro kong ito ay may katuturan. May madiskarteng katwiran ang South Africa para sa akin dahil ang una kong plano ay "magretiro" doon pagkatapos makamit ang kalayaan sa pananalapi. Bukod sa magandang kita sa real estate, magbibigay din ito ng isang hedge laban sa mga paggalaw ng foreign exchange dahil mabubuhay ako at gumastos sa lokal na pera. Malaki ang impluwensya nito sa aking diskarte. Ang pagiging malapit sa mga ari-arian ay magbibigay-daan din sa akin na pangasiwaan ang anumang pag-aayos kung may mga isyu. Ito ay isang sistema-based na desisyon.

Olumide Ogunsanwo: Mahalagang huwag ipagpalagay na dahil lang sa sinunod ng iyong mga kaibigan o pamilya ang isang partikular na diskarte sa pagbuo ng kita, awtomatiko itong akma para sa iyo. Kung ang iyong ama at ina ay nagtrabaho sa isang corporate na trabaho, iyon ay hindi nangangahulugan na kailangan mong magtrabaho sa isang corporate na trabaho. Kung ang paborito mong tiyuhin ay isang entrepreneur, hindi ito nangangahulugan na kailangan mong maging isang negosyante. Huwag limitahan ang kanilang mga karanasan. Galugarin ang lahat ng mga posibilidad at gumawa ng mga desisyon batay sa iyong sariling mga kalagayan at adhikain. Lahat tayo ay may mga bias at kagustuhan, ngunit napakahalaga na lapitan ang mga desisyon na may mas malawak na pananaw at aktibong magtrabaho upang madaig ang mga ito. Kung hindi, maaari kang makaligtaan sa iyong tunay na pagtawag hanggang sa huli sa buhay. Mahalagang magtatag ng isang matibay na paunang balangkas para sa paggawa ng desisyon, dahil ang ilang mga diskarte ay maaaring mahirap baligtarin. Samon, maaari mo rin bang ibahagi ang iyong edad at mindset noong nagsimula kang mag-explore ng mga pamumuhunan sa real estate?

Acani Samon Biaou: Nagsimula akong mamuhunan sa real estate sa aking unang bahagi ng thirties, ilang sandali matapos sumali sa BCG at noong ang aking layunin sa pagsasarili sa pananalapi ay wala pa sa $1 milyon. Gayunpaman, sa lalong madaling panahon natanto ko na ang layuning ito ay napakaliit at kailangang dagdagan nang malaki.

Nagsimula ako sa isang 3-horizon na diskarte, at ang real estate ay tila isang magandang klase ng asset para sa panandaliang panahon dahil inaasahan kong nangangailangan ng kita sa pag-upa sa loob ng dalawang taon nang umalis ako sa BCG. Ginalugad ko ang iba't ibang mga bansa, at ang

South Africa ay nagpakita ng isang arbitrage na pagkakataon bilang isang bansa. Ito ay nagkaroon ng mas malaking populasyon na nangungupahan sa halip na bumili sa mas mababang antas ng socioeconomic, at ang pagbaba ng halaga ng pera ay medyo nahuhulaan at mapapamahalaan sa labas ng mga pandaigdigang pagkabigla at mga krisis. Ang bansa ay may independiyente at epektibong Bangko Sentral at mayaman sa mapagkukunan, kaya hindi malamang ang biglaang marahas na pagpapababa ng halaga ng pera tulad ng sa Zimbabwe, Argentina, o Venezuela.

Ang mga South Africa ay may posibilidad na unahin ang pagtamasa ng buhay ngayon at pagrenta para sa mas mahabang panahon, ayon sa aking pananaliksik sa husay. Nangangahulugan ito na maaari akong mag-utos ng mas mataas na renta para sa ilang partikular na bahagi ng populasyon at uri ng ari-arian, na nagreresulta sa mas mataas na mga rate ng occupancy. Nagkaroon ako ng napakaikling panahon ng bakante para sa lahat ng aking mga ari-arian maliban sa isang high-end na luxury space na nabili ko nang mali.

Olumide Ogunsanwo: [Wow]

Achani Samon Biaou: Narito ang isa pang mahalagang punto: Pagdating sa pamumuhunan sa mga paupahang ari-arian, mahalagang tandaan na ang bahay na pipiliin mong paupahan ay hindi dapat ang bahay na naiisip mong tirahan sa iyong sarili. Ang mga luxury o high-end na ari-arian ay kadalasang hindi nagbubunga ng ninanais na kita sa pananalapi, dahil ang kita sa pag-upa ay kadalasang hindi nabibigyang katwiran ang mga nauugnay na gastos. Sa halip, isaalang-alang ang paggalugad ng mga alternatibong paraan. Halimbawa, sa South Africa, ang conversion ng isang umiiral na bahay malapit sa isang unibersidad sa maliit na studio-style unit ay maaaring makabuo ng isang kahanga-hangang kita na 20%, basta't ito ay sinamahan ng masusing pamamahala sa pagpapatakbo.

Olumide Ogunsanwo: Kahanga-hangang pagbabalik. Anong uri ng pabahay ang target mong bilhin?

Acani Samon Biaou: Ang target kong customer ay ang lower-to-middle class, at tumutok ako sa pinakamaliit na posibleng 1-bedroom unit. Walang saysay ang mga high-end na property para sa pagbuo ng cash flow, at ang mga lower-end na property ay nangangailangan ng isang antas ng on-the-ground na pagsisikap na hindi ako interesado. Sa loob ng lower-middle class, nag-target ako ng mga indibidwal na bago nagsisimula sa kanilang mga karera o natigil sa isang mababang mobility vortex ngunit may trabaho pa rin. Kayang-kaya nila ang isang 1-bedroom unit. Upang maiba ang aking mga ari-arian, bumili ako mula sa mga developer na may mga kaakit-akit na amenity sa loob ng estate, tulad ng isang Montessori school, isang malaking pool, at on-site na mga pasilidad sa gym. Sa South Africa, ang mga estate o complex na may ganitong mga amenity ay lubos na hinahangad, na nakakaimpluwensya sa demand ng rental.

Sa panig ng supply, ginawa ng mga developer ang batayan. Alam nila kung saan ang susunod na linya ng tren, kung saan itatayo ni Deloitte ang susunod na punong-tanggapan nito, at kung saan matatagpuan ang susunod na paaralan. Kadalasan ay nakipagsosyo ako sa mga mapagkakatiwalaang developer sa mga tuntunin ng lokasyon, on-time na pagkumpleto, kalidad ng pagtatapos, at amenities. Ang mga ari-arian sa South Africa ay binuo sa mga yugto, kaya tiniyak kong mamumuhunan nang maaga noong ang mga unit ay nasa ilalim pa ng konstruksyon at ang mga nag-aalangan na mamimili ay nagpanatiling mas mababa ang mga presyo. Nagkaroon ng limitadong supply at malusog na pangangailangan. Mas mabilis na inupahan ang mga unit na mas malapit sa mga amenities kapag natapos na ang buong development.

Ang pamumuhunan sa mga ari-arian ay nagsasangkot ng pagsasaalang-alang sa maraming mga kadahilanan. Pinakamainam na magsimula sa mas maliliit na property at aktibong pamahalaan ang mga ito sa pamamagitan ng pagpapatupad ng mga system para maghanap ng mga nangungupahan, bawasan ang workload, at subaybayan ang mga gastos gamit ang mga tool tulad ng Excel. Ang pananatiling kaalaman tungkol sa mga buwis at potensyal na pagtaas ng bayad ay mahalaga din.

Olumide Ogunsanwo: Kaya, bilang pagbubuod, ang iyong diskarte sa pamumuhunan sa pagrenta sa South Africa ay nakatuon sa mga apartment na may isang silid-tulugan para sa mga nagsisimula sa karera na mababa hanggang sa gitnang kita. Nakipagsosyo ka sa mga developer na nagsagawa ng wastong pananaliksik at nagkaroon ng mga tamang development. Sinuri mo ang mga cap rate, buwis, inflation, at currency exchange rates. Pinahahalagahan ko ang mga prinsipyong itinatampok mo rito.

Achani Samon Biaou: Kung hindi ko napagdaanan ang lahat ng iyon, hindi ko natutunan ang mahahalagang insight na ito. Bibili sana ako ng ari-arian nang hindi nauunawaan kung bakit hindi ito nagbubunga ng mga resulta at nawalan ng pag-asa sa mga pamumuhunan sa hinaharap. Ang isang karagdagang punto na gusto kong ibahagi, na isang pangunahing dahilan kung bakit ako bumili ng ari-arian sa South Africa, ay ang affordability. Mabibili mo ang mga 1-bedroom unit na iyon sa halagang $40,000 hanggang $70,000.

Olumide Ogunsanwo: Isang 1-silid-tulugan na apartment para sa hanay ng presyong iyon. Malamang na maganda iyon kung gagana ang ROI.

Acani Samon Biaou: Pinipilit ka nitong magtanong ng mga tamang tanong, bigyang pansin, at matuto ng mga tamang aralin. Kapag nasa panganib ang iyong pera, mas malamang na magtanong ka ng mga tamang tanong. Gayundin, kapag may nangyari, kumuha ng mga tamang aral mula dito. Ang pagkakaroon ng balat sa laro ay mahalaga. Sa South Africa, kasalukuyan akong nakakakuha ng return (net ng income tax) sa pagitan ng 7% at 8% mula sa kita sa rental. Ibig sabihin ang mga ibinalik bago ang buwis ay 10%+. Habang ang cap rate ay isang kapaki-pakinabang na sanggunian para sa mga ani ng ari-arian, ang netong kita sa iyong bulsa ay mas mababa pa rin dahil sa mga gastos tulad ng mga buwis at bayad sa ahente. Bilang karagdagan sa ani ng rental, nakikinabang din ako sa paglago ng kapital. Sa paglipas ng mga taon, karaniwan kong nakikita ang taunang paglago ng 3% hanggang 7% sa aking pamumuhunan, at ang trend na ito ay maaaring mag-patuloy nang hindi bababa sa 7 taon bago mag-level off. Siyempre, ang pag-alam sa tamang oras upang magbenta ay napakahalaga. Kapag isinasaalang-alang mo ang lahat ng mga salik na ito, ang pamumuhunan sa ari-arian ay maaaring maging isa sa mga pinakakumikita at mababang panganib na pa-mumuhunan na naa-access ng marami.

Olumide Ogunsanwo: Sige, Samon, ngayong naiintindihan na natin ang simula at pagtatapos ng iyong diskarte, pag-usapan natin ang gitna. Paano mo natukoy ang bilang ng mga ari-arian na makukuha? Paano ka nag-pasya kung gaano kalaki ang pupuntahan?

Acani Samon Biaou: [Ngumiti] Natutuwa akong nagtanong ka. Sumasang-ayon ako na ang gitna ay mahalaga. Sa una, kailangan kong mag-eksperimento dahil wala akong paunang kaalaman tungkol sa pamumuhu-nan ng ari-arian.

Olumide Ogunsanwo: Ang prinsipyo ng kuryusidad at ambisyon ay pumapasok dito. Naging interesado kang mag-explore at sapat na ambisyoso para matutunan kung ano ang kailangan mo para makarating sa gusto mong puntahan.

Acani Samon Biaou: Ang diskarte ko ay mag-invest ng 10% hanggang 20% ng aking net worth sa kalagitnaan at pangmatagalang abot-tanaw, na may 80% na nakatutok sa real estate at ilang mataas na ani na deposito. Nakilala ko ang aking kahinaan, na kung walang disiplinadong diskarte sa pamumuhunan, ang pera ay maaaring masasayang sa mga hindi produkti-bong gastos o uupo sa aking kasalukuyang account. Para mapanatili ang disi-plina, siniguradong kong patuloy kong ini-deploy ang aking pera. Nag-set up ako ng isang sistema kung saan ang aking bank account ay hindi kailanman humawak ng higit sa $1,000 sa buong karera ko sa BCG.

Olumide Ogunsanwo: Kapansin-pansin na nakamit mo ang lahat ng ito habang nagtatrabaho sa BCG, isa sa mga pinaka-demanding trabaho sa mundo. Nagtatanong ito, ano ang dahilan ng iba para hindi tuklasin ang mga pagkakataon habang may trabaho? Walang ginawang dahilan si Samon.

Acani Samon Biaou: Talagang. Mga tao, mangyaring, huwag gumawa ng mga dahilan. Ang pagtatrabaho sa BCG ay malayo sa isang 9-5 na traba-ho. Madalas akong nagsimulang magtrabaho nang 9:30 ng umaga at natutu-log ng bandang 2 am. Ngayon, pagbalik sa kuwento, ano ang ibig sabihin ng diskarteng ito? Nangangahulugan ito na mayroon akong taunang plano para sa pagbili ng mga ari-arian at nakatuon sa hindi maibabalik na mga deposi-to at panandaliang pasilidad ng kredito. Nangangahulugan ito na binayaran ko ang mga ari-arian na nakatuon na ako sa pagbili. Iningatan ko ang isang kalendaryo ng lahat ng mga kawili-wiling bagong development sa Johannes-burg at Cape Town. Nangangahulugan ito na sa sandaling tumama ang ak-ing suweldo sa aking account, sa susunod na araw ay ililipat ito sa isang lugar upang bumili ng isang ari-arian o mamuhunan sa mga stock. Nakita ko lang ang buwanang gastos na $600 hanggang $800, na sumaklaw sa aking maha-halagang gastos sa pamumuhay. Walang idle cash na nakahiga sa paligid up-ang tuksuhin ako sa hindi kinakailangang mga pagbili. Ang diskarteng ito ay sumasalamin sa aking mga halaga na nakabatay sa paggasta at esensyalismo.

Olumide Ogunsanwo: Hindi mo ba mailipat ang pera pabalik sa iyong account?

Acani Samon Biaou: Hindi, diretso itong napunta sa developer. Nag-bayad na ako ng mga non-refundable na deposito para sa buong taon, at nag-top up lang ako ng mga bayad. Kung hindi ako nag-top up, mawawalan ako ng ari-arian. Kapag nasa escrow na ang mga pondo, hindi ko na maalala ang mga ito maliban kung may legal na problema. Ang mga nakatalagang pondo ay hindi maaaring ilihis, kahit na sa isang emergency. Gumamit ako ng mga credit card para sa mga emergency.

Olumide Ogunsanwo: Nakuha ko. Ang pre-commitment ay kritikal.

Acani Samon Biaou: Eksakto. Hayaan akong linawin pa. Kinuha ko ang isang kalendaryo ng lahat ng mga kawili-wiling bagong development sa South Africa at kinakalkula ang mga potensyal na pagbalik. Tinanong ko ang sarili ko tulad ng, "Talaga bang may pag-asa ang lokasyong ito? Mayroon bang anumang mga plano para sa extension ng linya ng tren?" Tinantya ko ang aking taunang kabuuang kita sa BCG, pagkatapos ay ipinaalam sa mga developer na bibili ako ng lima hanggang sampung ari-arian bawat taon. Alam ko ang bawat high-yielding na ari-arian sa South Africa at may malinaw na plano para sa kung ilang property ang gusto kong bilhin bawat taon, gayundin kung kailan at kung magkano ang kailangan kong ilipat sa mga developer. May mga taong nagtatanong sa akin tungkol sa mga hindi inaasahang pangyayari, at simple lang ang paraan ng pakikitungo ko sa kanila. Sa mataas na suweldo, nakakuha ako ng credit card na nagsilbing buffer sa pagitan ng mga suweldo.

Olumide Ogunsanwo: Ang mga gumagamit ng mga hindi inaasahang pangyayari bilang dahilan ay nawawala sa punto. Sa halip na mag-solve para sa mga outlier na sitwasyon, dapat tayong magplano para sa pinaka-malamang na median na mga senaryo at magkaroon ng insurance o proteksyon para sa mga outlier na sitwasyon. Halimbawa, kung bibili ka ng SUV dahil lang paminsan-minsan ay kailangan mong maghatid ng apat na kaibigan, kahit na 99% ng oras na walang laman ang iyong sasakyan, malamang na sobra ang bayad mo para sa transportasyon. Katulad nito, kung magbabayad ka para sa isang bahay na may tatlong silid-tulugan dahil bumibisita ang iyong pamilya nang dalawang beses sa isang taon o dahil hindi ka sigurado kung kailan kakailanganing manatili sa iyo ng mga bisita, kahit na ang mga silid-tulugan ay 99% ng oras, malamang na ikaw ay overpaying para sa pabahay. Ito ay isang pangkaraniwang pitfall sa paglalakbay tungo sa Pinansyal na Kalayaan: Pagbabayad para sa mga hindi gaanong nagamit na mga asset dahil sa paglutas para sa mga outlier na sitwasyon. Nakalulungkot, maaaring maantala ng iyong mga karagdagang silid-tulugan ang iyong target na timeline ng pagsasarili sa pananalapi ng 5-10 taon.

Acani Samon Biaou: Lubos akong sumasang-ayon. Hayaan akong ibuod ang seksyong pamumuhunan na ito na may ilang mahahalagang ideya. Una, kailangan mong magkaroon ng isang pangitain ng pagsasarili sa pananalapi sa isip. Sa aking kaso, gusto kong lumipat sa South Africa dahil nasiyahan ako sa pamumuhay doon. Kinakalkula ko ang halaga ng pamumuhay at isinasaalang-alang ang pandaigdigang paglalakbay, kasama ang pagdaragdag ng buffer. Pagkatapos, isinalin ko ang mga pinansiyal na target na ito sa panandaliang, kalagitnaan, at pangmatagalang layunin. Gumawa ako ng plano para magkaroon ng paulit-ulit na kita para sa mga gastusin sa pamumuhay, na kinabibilangan ng pagbili ng mga apartment na may 1 silid-tulugan, pamumuhunan sa mga stock na may layuning kumita sa loob ng 2+ taon, at gumawa ng mga angel investment sa mga kumpanyang may layuning kumita sa 5+ taon. Sa wakas, gumawa ako ng mga mekanismo ng pangako upang matiyak ang disiplinadong pagpapatupad ng plano.

Olumide Ogunsanwo: Oo, kapag masyado tayong kumportable, nagiging kampante tayo at hindi tayo gumagawa ng anumang aksyon.

Acani Samon Biaou: Ang mekanismo ng pangako na aking ginawa ay ang pagbabayad ng deposito nang maaga. Sabihin nating gusto kong bumili ng limang property na ang bawat deposito ay nagkakahalaga ng $5,000 sa isang taon. Binayaran ko ang buong $25,000 para sa lahat ng limang ari-arian noong Enero, at ang depositong iyon ay hindi maibabalik. Walang paraan para mag-back out ako. I executed walang awa. Samantala, pinamahalaan ko ang aking mga gastusin sa pamumuhay batay sa mga halagang nakabatay sa paggastos, na nagtatakda ng badyet na $600-800 bawat buwan sa Dubai. Ilang buwan ito ay lalampas doon, ngunit hindi ko na kailangang magbadyet ng higit sa $800 dahil magagamit ko ang aking credit card upang mabayaran ang labis. Kapag natanggap ko ang aking susunod na suweldo, babayaran ko ang utang bago tumama ang mga singil sa credit card.

Pagkatapos, nagsagawa ako ng mahigpit na pananaliksik at inayos ang aking modelo nang naaayon. Sa una, bumili ako ng parehong 2-bedroom at 1-bedroom properties. Gayunpaman, napagtanto ko sa lalong madaling panahon na ang mga unit na may 2 silid-tulugan ay may mas mataas na mga rate ng bakante dahil ang mga pamilyang may mga anak, na karaniwang umuupa ng mga naturang property, ay madalas na lumipat kaysa sa mga batang mag-asawa o bachelor. Iyon ang una kong pagkakamali, at nalaman ko na ang mga ibinalik sa mga 2-bedroom unit ay hindi paborable kahit na puno ng occupancy. Nawalan ako ng libu-libong dolyar, naibenta ko ang mga ari-arian na iyon, at muling namuhunan sa mga mas kumikita.

Olumide Ogunsanwo: Oo, iyon mismo ang aming napag-usapan—goal setting at pivoting. Nagtakda ka ng layunin, sinimulan itong isagawa, at gumawa ng mga pagsasaayos batay sa iyong pag-unlad. Mahalaga ang pagsubaybay.

Gayundin, may mga pagkakataong kinukuwestiyon ng mga tao ang iyong mga pagpipilian at maaari itong maging stress, ngunit dapat mong laging tandaan ang iyong "bakit." Ang "bakit" ni Samon ay ang kanyang pagnanais para sa kalayaan sa pananalapi. Kaya naman tiniis niya ang stress sa paghahanap ng mga tamang partner, tamang bansa tulad ng South Africa, at tamang uri ng mga apartment—1-bedroom unit. Isinaalang-alang niya kung paano kumita ng kita, kung sino ang makakasama, at kung anong uri ng mga nangungupahan ang akitin. Maaaring nakakatakot ito, ngunit sigurado akong hindi ganoon kabigat para kay Samon dahil mayroon siyang malinaw na layunin sa pagtatapos at gumawa ng mga pagsasaayos habang sumusulong ka patungo dito.

Acani Samon Biaou: Isang bagay na hindi ko nabanggit kanina, na makabuluhang nagpalakas ng aking momentum, ay noong nagsimula akong kumita ng aking unang $1,000 ng passive monthly income sa loob ng ilang buwan. Pagkatapos, ito ay lumago sa $2,000 at patuloy na tumataas. Nagtatrabaho pa rin ako sa aking trabaho at nananatili sa paggastos na nakabatay sa halaga. Ibinalik ko ang kita sa pag-upa sa mas maraming apartment. Nagbigay ito sa akin ng isang pakiramdam ng seguridad, alam na kahit na mawalan ako ng trabaho, maaari akong manirahan sa isa sa aking mga apartment at mangolekta ng renta mula sa iba. Ito ay katuparan. Bukod pa rito, dahil mayroon akong bagong income stream na hindi ko ginagastos, inayos ko ang aking financial model. Ngayon, makakabili ako ng ilang bagong pag-aari bawat taon mula lamang sa kita sa pag-upa na nagagawa ko. Sa nakalipas na ilang taon, komportable ako sa Dubai, Paris, o San Francisco, habang halos nabibili ang mga ari-arian sa South Africa. I don't need to invest additional money unless I choose to spend a lot on other things now that I am in FIREDOM

[Smile].

Olumide Ogunsanwo: Hindi kapani-paniwala. Anong kwento. Kung maaari mong ibuod ang mga pangunahing takeaway para sa mga taong nau-unawaan na ang real estate ay isang paraan upang makabuo ng kita ngunit maaaring matakot o hindi sigurado sa kung ano ang gagawin, ano sila?

Acani Samon Biaou: Una, makakuha ng ilang pangunahing edukasyon tungkol sa partikular na lokasyon at uri ng pamumuhunan. Matutunan kung paano kumita ng pera mula sa mga pagrenta ng real estate, unawain ang ani at pagpapahalaga sa kapital, at gawing pamilyar ang iyong sarili sa mga karani-wang gastos. Magbasa hangga't maaari mong makita sa internet. Pangalawa, tumuon sa iyong pangkalahatang diskarte. Ano ang iyong mga layunin sa pagsasarili sa pananalapi? Naaayon ba ang real estate sa mga layuning iyon? Maaaring maging isang magandang opsyon ang real estate, ngunit marami pang ibang posibilidad na mas angkop sa iyo. Kung magpasya ka sa real estate, simulan ang pagsasagawa ng naka-target na pananaliksik. Aling mga bansa ang dapat mong isaalang-alang? Anong mga uri ng pag-aari? Huwag tumira para sa generic na impormasyon; maghanap ng espesyal na kaalaman.

Olumide Ogunsanwo: Huwag limitahan ang iyong sarili sa paghahanap ng real estate lamang kung saan ka nakatira. Huwag isipin na dahil nakatira ka sa Denver, Colorado, dapat kang magkaroon ng ari-arian doon. Iyan ay isang anyo ng hindi direktang FOMO. Ang pamumuhay sa Denver ay hindi nangangahulugan na ikaw ay natigil doon. Nasa Dubai si Samon, bumibili ng ari-arian sa South Africa. Tandaan, ikaw ay isang tao na may walang lim-itasyong potensyal bilang isang pandaigdigang mamamayan. Mag-isip nang husto.

Acani Samon Biaou: Namuhunan din ako sa ari-arian sa UK at nag-explore ng mga pagkakataon sa Atlanta. Mahalagang turuan ang iyong sarili tungkol sa mga opsyong ito. Magsimula sa financial literacy at pagtatakda ng layunin. Magsagawa ng masusing due diligence bilang isang dalubhasa sa larangan. Humingi ng payo mula sa mga indibidwal sa iyong network na nagtataglay ng kaalaman tungkol sa mga pamumuhunan sa ari-arian. Ang pagkonsulta sa apat o limang tao ay dapat magbigay sa iyo ng sapat na impor-masyon tungkol sa mga epektibong estratehiya at potensyal na mga patibong. Kapag natukoy mo na ang isang partikular na uri ng deal, gaya ng pag-flip o buy-hold-sell, magtipon ng mga paunang data point upang gabayan ang iyong pag-eeksperimento. Subukan ang iyong diskarte na may kaunting gastos, ngunit buuin ang iyong eksperimento sa paraang matiyak na mararamdaman mo ang epekto kung mabibigo ito.

Olumide Ogunsanwo: Oo, mura, ngunit may kaunting balat sa laro. Ang iyong pamumuhunan ng parehong dolyar at oras.

Acani Samon Biaou: Eksakto, dolyar at oras. Sa kasamaang palad, ang mundo ay puno ng mga manloloko. Humigit-kumulang 90% ng makikita mo sa YouTube o Twitter ay alinman sa mali o sadyang hindi kumpleto dahil sinusubukan ng lahat na agawin ang iyong atensyon. Upang tunay na maunawaan, kailangan mong makakuha ng hands-on na karanasan. Huwag umasa lamang sa iba para sa iyong kaalaman.

Olumide Ogunsanwo: [Laughter] Sumigaw sa YouTube at Twitter.

Acani Samon Biaou: [Ngumiti] Talagang. Ang bawat tao'y nagsasabi kung ano ang sa tingin nila ay makakakuha ng iyong pansin. Kailangan mong lumabas doon at makakuha ng tunay na karanasan. Kung hindi, masusunog ka.

Pangatlo, walang mga shortcut. Maaaring itanong ng ilang tao, "Bigyan mo lang ako ng tatlong bagay na gagawin." Well, ang tatlong bagay na iminumungkahi ko ay batay sa aking karanasan. Malamang, magkakaroon ng isa pang tatlong bagay na partikular na naaangkop sa iyo. Huwag matakot na makakuha ng iyong sariling mga karanasan sa halip na laging maghintay upang matuto mula sa iba.

Pang-apat, matuto. Kung namuhunan ka sa South Africa at nawalan ng pera nang hindi natututo ng anumang mga aralin, kung gayon ay talagang nawala sa iyo ang lahat. Kahit na nawalan ka ng pera, matuto mula dito. Huwag gumawa ng emosyonal o mababaw na konklusyon. Ipinapalagay ko na ang lahat sa antas na ito ay nagtataglay ng kaunting kritikal na pag-iisip. Kung ang iyong ari-arian ay hindi nakakaakit ng mga nangungupahan, huwag pumunta sa mga konklusyon tulad ng "Oh, South Africa ay isang kumpletong basura." Subukang unawain kung bakit hindi ka nakakuha ng mga nangungupahan at kung ang iba ay matagumpay. Paano sila nakakaakit ng mga nangungupahan? Sa paggawa nito, makakakuha ka ng mahahalagang insight kung bakit hindi nakakaakit ng mga nangungupahan ang iyong unit. Maaari mo pa ring piliin na bawiin ang iyong pamumuhunan, ngunit hindi bababa sa gagawin mo ito nang may ganap na pag-unawa sa "bakit."

Ikalima at panghuli, lumikha ng mga mekanismo ng pangako. Lahat tayo ay nahaharap sa mga tukso. I-minimize ang gawaing dapat mong gawin sa pamamagitan ng paglalagay ng iyong sarili sa mga sitwasyon kung saan hindi mo na kailangang isipin ito. Sa aking kaso, nangako ako sa pagbili ng isang partikular na bilang ng mga ari-arian at nagbayad ng mabigat na hindi maibabalik na deposito, na nagpapahirap sa pagbabago ng aking isip.

Bilang pagtatapos, pagkatapos kong makapagtapos ng business school, nagsimula ako sa isang paglalakbay tungo sa pagsasarili sa pananalapi. Sa una, mayroon akong walang muwang na modelo kung saan nilalayon kong makamit ang kalayaan sa pananalapi sa loob ng dalawang taon ng pagkonsulta at pagkatapos ay magtayo ng mga paaralan para sa mga mag-aaral na mababa ang kita. Naniniwala ako na ang layunin ko sa buhay ay ituloy ang mas marangal at makabuluhang mga pagsisikap na higit pa sa simpleng paggawa ng pera. Gayunpaman, pinilit ako ng aking kalusugan na muling suriin. Napagtanto ko na walang garantisadong, at gusto kong maging malaya sa pananalapi upang makapag-focus ako sa mga bagay na tunay na mahalaga. Noon ako gumawa ng Excel model para makamit ang pinakamabilis na exit sa corporate life. Isinagawa ko ang aking plano, kinuha ang mga pagkakataon, at pagkatapos ng humigit-kumulang limang taon sa BCG, nakamit ko ang kalayaan sa pananalapi sa aking kalagitnaan ng thirties.

Olumide Ogunsanwo: Hayaan akong ulitin ang isang bagay na mahalaga para sa aming madla. Hindi namin iminumungkahi na ang mga mambabasa ay dapat bumili ng mga 1-silid-tulugan na apartment sa South Africa tulad ng ginawa ni Samon. Ang pangunahing takeaway ay ang magtakda ng isang pananaw at plano para sa pagsasarili sa pananalapi. Bumuo ng isang plano para sa panandalian at pangmatagalan, at magsimulang kumilos habang umaangkop habang nakakakuha ka ng bagong impormasyon. Sa katunayan, pinagtatalunan namin kung isasama ang mga detalye ng pamumuhunan sa real estate ni Samon sa aklat upang maiwasan ang mga taong labis na tumututok sa mga taktika kaysa sa mas mahalagang pangkalahatang pananaw at diskarte.

Kung binabasa mo ang aming mga kuwento at iniisip na dapat mong subukang gayahin ang aming landas upang makamit ang kalayaan sa pananalapi sa iyong kalagitnaan ng thirties, nawawala ka sa punto. Ang layunin ay hindi magmadali patungo sa kalayaan sa pananalapi. Ang layunin ay mamuhay sa iyong sariling mga tuntunin. Patuloy naming binibigyang-diin ito dahil kahit ako ay hindi nai-map out nang maaga. Nagkaroon ako ng pangitain at nanatiling bukas sa mga pagkakataon. Halimbawa, kung hindi ako nagkaroon ng pag-uusap na iyon kay Michael Sun, hindi ako mag-a-apply sa MIT. Kung hindi ako humarap sa mga hamon sa aking trabaho, hindi ako pupunta sa Oxford. Mayroon akong north star, hindi isang pre-planned life map. Ang hilagang bituin ay sinadya at tunay na mamuhay.

Iyan ang dapat mong alisin sa aklat na ito. Paano mo mabubuhay ang buhay na talagang gusto mo? Anong mga aksyon ang kailangan mong gawin? Anong mga halaga ang dapat mong unahin? Tatalakayin natin ang mga partikular na taktika para sa pagbuo ng kita at kita para sa isang layunin mamaya. Ngunit ang mindset at pagtatakda ng layunin ay higit sa lahat. Kailangan mong maniwala na ang FI ay posible para sa iyo.

Tulad ng nabanggit ko kanina sa aklat, ang pag-asa sa buhay sa mga umuunlad na bansa ay humigit-kumulang 50 taon, habang sa mga mauunlad na bansa ay 70 hanggang 80 taon. Isinasaalang-alang ang limitadong time frame na ito, kung nasa 20s o 30s ka na at nakikinig sa aklat na ito, mayroon kang limitadong oras upang lumikha ng isang makabuluhan at kasiya-siyang buhay. Kaya bakit hindi maging matapang at subukan ang ibang bagay? Ano ang pinakamasama na maaaring mangyari? Mas mainam na mamuhay ng may layunin kaysa sumabay sa agos, dahil maaaring hindi ka nito ihatid kung saan mo talaga gustong marating.

Acani Samon Biaou: Mabuhay ka talaga. Isipin ang pagsasarili sa pananalapi bilang isang paraan upang makalaya mula sa paunang natukoy na landas na madalas na ipinapataw sa atin ng buhay. Sinasabi sa amin ng karaniwang landas na magtrabaho hanggang 65 o 70 at pagkatapos ay magretiro. Ang ilang mga tao ay nagtatrabaho hanggang 65 at nag-iipon ng malaking kayamanan, ngunit nakakaramdam pa rin ng pagkawala dahil hindi sila nagkaroon ng pagkakataong tuklasin ang kanilang tunay na pagkakakilanlan o ituloy ang kanilang mga hilig.

Nagbibigay-daan sa iyo ang pagsasarili sa pananalapi na muling isulat ang script na iyon. Hindi mo kailangang maghintay hanggang 70 upang tanungin ang iyong sarili, "Sino ako?" o "Saan ko gustong gugulin ang aking bakasyon?" Sa halip, i-flip ang script nang maaga sa iyong mga aktibong taon. Magsimula sa pamamagitan ng pag-unawa kung sino ka at kung ano ang tunay na nagdudulot sa iyo ng kagalakan. Isipin ang paggawa ng isang bagay na gusto mo nang walang hanggan, anuman ang kabayaran sa pera. Pagkatapos, alamin kung paano ka makakarating sa puntong iyon nang mabilis hangga't maaari, nang hindi nababahala tungkol sa pera. Iyon ang huli kong kuwento sa karera pagkatapos ng business school.

Olumide Ogunsanwo: Pinapahalagahan ko ang pagbabahagi mo ng iyong kahanga-hangang kuwento. Habang tinatahak mo ang landas tungo sa pagsasarili sa pananalapi, makakaranas ka ng lumalagong pakiramdam ng kaginhawahan, kagalakan, at kaligayahan. Ang iyong kumpiyansa ay tataas habang nasasaksihan mo ang iyong pag-unlad. Ang aming mga utak ay naka-wire upang magdala sa amin ng kagalakan kapag nararamdaman namin ang pag-unlad patungo sa aming mga hinahangad. Gayunpaman, ang lahat ng ito ay maaari lamang mangyari kung gagawin mo ang mahalagang unang hakbang na iyon. Nang hindi nagsisimula, hindi mo maaabot ang puntong iyon ng katuparan. Kaya, hinihikayat ko kayong magsimula ngayon. Sa katunayan, magsimula ngayon. Isantabi ang aklat na ito at simulan ang pagbuo ng isang nakakahimok na pananaw at paggawa ng mga pang-araw-araw na aksyon patungo sa iyong pinansiyal na hinaharap. Magkita-kita tayo sa susunod na kabanata!

6C: Mga Prinsipyo ng Pag-maximize ng Kita at Paggastos na Batay sa Mga Halaga

Olumide Ogunsanwo: Maligayang pagdating sa kabanatang ito kung saan tinutuklasan namin ang mga prinsipyo ng pag-maximize ng kita at paggastos na batay sa mga halaga. Hahatiin natin ito sa tatlong seksyon: pagtukoy sa mga prinsipyo, pagtalakay kung paano nila pinabilis ang pagsasarili sa pananalapi, at pagrerekomenda ng mga mapagkukunan para sa karagdagang pag-aaral. Magsimula tayo sa pag-maximize ng kita.

Acani Samon Biaou: Nakikita kong nakakatulong ang mga pagkakatulad para sa mas mahusay na pag-unawa sa mga konsepto. Marahil ay pamilyar ka sa mga startup na kumpanya at kung paano sila nakalikom ng pera mula sa mga namumuhunan. Ang pagpapahalaga ng isang kumpanya ay tumutukoy sa halaga nito. Ngayon, isipin ang iyong sarili bilang isang startup na may partikular na pagpapahalaga. Ang pag-maximize ng kita ay ang proseso ng pagtuklas ng iyong tunay na halaga at pag-iisip kung paano mababayaran para dito.

Olumide Ogunsanwo: Ang pag-maximize ng iyong kita ay isa sa mga pinaka-maimpluwensyang salik, kung hindi man ang pinaka-maimpluwensyang, sa paglalakbay patungo sa kalayaan sa pananalapi. Bagama't posible na makamit ang kalayaan sa pananalapi kahit na may mas mababang kita, malamang na maging mas mahirap. Kaya bakit hindi gamitin ang iyong pinakamalaking pag-aari—ang iyong kapasidad ng tao—upang makabuo ng kita? Iyan ang aming tinutuklas ngayon: pag-maximize ng kita. Hinihikayat ko ang mga mambabasa na tuklasin ang maraming pagkakataon sa pagbuo ng kayamanan na magagamit nila. Magsimula sa pamamagitan ng pagsusuri sa mga opsyon na naaayon sa iyong kaalaman, kasanayan, interes, kapaligiran, at mga relasyon. Narito ang ilang mga paraan para sa paglikha ng kayamanan:

Una, mayroong tradisyunal na trabaho o karera. Ipinagpalit mo ang iyong oras at kakayahan sa suweldo mula sa isang kumpanya. Ang pagtatrabaho ay maaaring magbigay ng isang matatag na kita, ngunit maaaring hindi ito nag-aalok ng parehong potensyal para sa paglago bilang entrepreneurship.

Pangalawa, mayroong entrepreneurship at self-employment. Maaari kang bumuo ng mga produkto o serbisyo na nagpapahusay sa buhay ng mga customer, gaya ng mga aklat, kurso, blog, podcast, o kahit na magsimula ng franchise. Ang isa pang pagpipilian ay ang magtatag ng isang propesyonal na kasanayan, tulad ng pagiging isang doktor, abogado, accountant, at iba pa. Bilang kahalili, maaari kang mag-alok ng mga serbisyo tulad ng freelancing, coaching, pagkonsulta, o kahit na lumahok sa ekonomiya ng gig. Ang pagnenegosyo ay maaaring maging isang kapakipakinabang na paraan upang makaipon ng yaman, bagama't nagdadala ito ng mas mataas na panganib ng pagkabigo.

Ang unang dalawang opsyon na ito ay maaaring ituloy nang walang paunang kapital. Bukod pa rito, ang ikatlong paraan para sa pagbuo ng kayamanan ay kinabibilangan ng mga pamumuhunan, na nangangailangan ng paunang kapital. Ang mga pamumuhunan ay maaaring magbunga ng isang matatag na kita sa paglipas ng panahon, ngunit nagdadala din sila ng panganib ng pagkawala sa pananalapi. Sa kabanata 6A, sinaklaw namin ang mga uri ng pamumuhunan sa ilalim ng balangkas ng ESIPL, kabilang ang mga pamumuhunan sa pampublikong merkado, real estate, venture capital, pribadong equity, angel investing, cryptocurrencies, commodities, foreign exchange trading, collectibles, peer-to-peer lending, at deposit account. interes. Kaya't higit tayong magtutuon sa mga paraan ng trabaho at entrepreneurship, sa madaling sabi tungkol sa mga pamumuhunan sa pampublikong merkado at real estate dahil sila ang madalas na pinakapangako na mga pagkakataon sa pamumuhunan para sa marami.

Sinadya kong ibinukod ang pagsusugal, mga regalo, mga gawad, mga windfall, mga pagbabayad ng insurance, mga panalo sa lottery, at pamana bilang mga pagpipilian sa pagbuo ng kayamanan dahil ang FIREDOM ay nakasentro sa mga sistematiko at napapanatiling paraan ng pagbuo ng kayamanan, sa halip na umasa sa mga mapalad at bihirang mga pangyayari.

Ang mga pagpipiliang ito ay hindi eksklusibo sa isa't isa, at maraming mga landas ang maaaring ituloy nang sabay-sabay. Bilang karagdagan, ang mga halimbawang binanggit dito ay kumakatawan lamang sa isang maliit na bahagi ng mga magagamit na opsyon. Ang susi sa paglikha ng kayamanan ay nakasalalay sa pag-aalok ng isang bagay na mahalaga na hinahangad o kailangan ng iba. Bilang resulta, hindi kailanman magkakaroon ng kumpletong listahan ng mga pagpipilian sa pagbuo ng kayamanan, dahil patuloy na nagbabago ang mga pangangailangan ng tao, na nagbubukas ng mga bagong pagkakataon para sa paglikha ng kayamanan araw-araw.

Acani Samon Biaou: Talagang. Pinahahalagahan ko kung paano mo ito inilatag. Madali itong maunawaan at mahahawakan, lalo na para sa mga nagsisimula o kailangang maging malikhain sa prosesong ito.

Gusto kong magdagdag ng isa pang dimensyon: ang aspeto ng pagpapahalaga. Sa anumang punto ng iyong karera, dapat kang maupo at tanungin ang iyong sarili: Magkano ang halaga ng aking buhay sa intelektwal na kapital, enerhiya, at karakter? Ito ay isang mapaghamong tanong na sagutin. Doon papasok ang susunod na hakbang—pag-uunawa ng mga pamamaraan ng pagpapahalaga, katulad ng binanggit ni Olumide. Hayaan akong magbahagi ng sarili kong halimbawa: Noong nagtatrabaho ako sa Deutsche Telekom bilang isang teknikal na consultant, nakakuha ako ng master's degree sa computer science at electrical engineering. Nagkaroon ako ng bentahe ng geographic flexibility at mga pagkakataon sa paglalakbay dahil sa walang problemang pasaporte. Samakatuwid, masusuri ko kung magkano ang halaga ko sa bawat kategoryang binanggit mo, Olumide. Sa aking kaso, nagkaroon ako ng trabaho sa unang kategorya.

Olumide Ogunsanwo: Oo, mahalagang isaalang-alang ang suweldo na maaari mong asahan sa iyong mga kasanayan.

Acani Samon Biaou: Tama iyan. Mahalagang pag-aralan ang iyong sariling mga kakayahan at tuklasin kung paano mo mapakinabangan ang iyong mga kasanayan upang makamit ang mas mataas na kita. Maglaan ng ilang sandali upang isipin ang tungkol sa pinakamataas na kita na maaari mong makamit sa bawat isa sa mga kategoryang binanggit ni Olumide. Hayaan akong magbigay sa iyo ng isang halimbawa mula sa aking sariling karanasan. Nagkaroon ako ng pagkakataong bumisita sa maraming bansa at magsalita ng maraming wika, at nakakuha ako ng degree mula sa isang kagalang-galang na unibersidad sa Europa. Kinuwestiyon ko ang aking tunay na halaga at natanto kong maaari kong ituloy ang parehong trabaho sa isang bansang walang buwis na naaayon sa aking pagmamahal sa paglalakbay. Tinantya ko ang potensyal na pagkakaiba na gagawin nito.

Olumide Ogunsanwo: Sinuri mo ang iyong mga kalagayan at natukoy ang mga lever na maaari mong hilahin upang i-maximize ang iyong kita.

Acani Samon Biaou: Eksakto. Ito ay tungkol sa pagsusuri ng iyong mga kasalukuyang kakayahan at pagsasaalang-alang kung anong mga karagdagang intelektwal na asset ang maaari mong makuha upang mag-utos ng mas matataas na pagkakataon. Ito ang tinatawag kong pagiging revenue-literate, na hindi napapansin ng maraming tao. Halimbawa, may ilang tao na nagtatanong sa akin kung paano kumita ng mas maraming pera, ngunit kapag nagmumungkahi akong mag-explore ng tax-light o tax-free na mga bansa, inaasahan nilang magbibigay ako ng listahan. Kung humihiling ka ng isang listahan, maaaring kulang ka sa pagnanais na gawin itong gumana. Ang impormasyon ay makukuha online—magkusa na hanapin ito mismo.

Ang ilang mga tao ay lumampas sa walang buwis na paghahanap sa bansa at tumutok sa mga partikular na lungsod. Nabasa nila ang tungkol sa halaga ng pamumuhay at mabilis na binabalewala ang ideya dahil tila masyadong mataas ito batay sa mababaw na pananaliksik. Gayunpaman, ang halaga ng pamumuhay ay subjective at maaaring pamahalaan halos kahit saan. Halimbawa, sa kabila ng pagiging kilala ng Dubai sa mataas na halaga ng pamumuhay nito, nagawa kong mabuhay sa $800 bawat buwan.

Olumide Ogunsanwo: Nariyan ang karaniwang halaga ng pamumuhay, at nariyan ang iyong partikular na halaga ng pamumuhay. Ito ay isang microcosm ng mas malawak na konsepto sa aklat na ito. Nariyan ang karaniwang paglalakbay sa pananalapi at nariyan ang iyong paglalakbay tungo sa pagsasarili sa pananalapi, na maaaring nasa iyong twenties, thirties, forties laban sa iyong seventies at eighties. Huwag hayaang limitahan ng iyong naisip na mga paniwala ang iyong paggalugad ng pag-maximize ng kita at pagbuo ng yaman. Ang iyong background at mga bias ay maaaring hindi tumutugma sa mga pinakamahusay na pagkakataon na magagamit mo. Ang iyong nakaraan ay hindi tumutukoy sa iyong potensyal.

Sabihin nating, hypothetically, ang iyong ama ay isang may-ari ng restaurant. Handa ka nang mag-isip tungkol sa pagmamay-ari ng mga restaurant bilang isang paraan ng pag-maximize ng kita, ngunit marahil mayroon ka talagang ilang intelektwal na kakayahan na maaaring mas angkop sa pamumuhunan sa pag-upa ng real estate. Maaaring mas mahusay kang makakuha ng isang corporate na trabaho sa isang partikular na larangan na talagang tinatamasa mo at maaaring kumita ng mas maraming pera. Kung ikaw ay nasa isang trabaho na, maaari mong ipagpalagay na ang mga trabaho ay ang pinakamahusay na paraan upang kumita ng pera. Siguro hindi. Marahil ay mayroon ka talagang ilang likas na kakayahan, talento at mga pangyayari sa relasyon upang makabuo ng isang kamangha-manghang negosyo. Sa katulad na paraan, maaaring sabihin ng mga negosyante na ang pagsisimula ng isang negosyo ay ang pinakahuling landas sa kayamanan, ngunit maaaring hindi iyon ang kaso para sa lahat.

Walang pinakamahusay na paraan upang kumita ng pera, ngunit maaaring mayroong pinakamahusay na paraan para kumita <u>ka batay sa iyong kasalukuyan at potensyal na kaalaman, kasanayan, relasyon, kalagayan at kapaligiran.</u> Siyasatin ang lahat ng opsyon sa pagbuo ng kayamanan at panatilihing bukas ang isip upang patuloy na masuri, mag-eksperimento at mag-adjust.

Iwasang bale-walain ang mga diskarte sa pagbuo ng kayamanan ng iba, lalo na kung hindi mo lubos na nauunawaan ang mga ito. Iyon ay isang pagmuni-muni lamang ng iyong sariling mga bias. Maaaring maliitin ng isang taong namuhunan sa mga stock ang real estate dahil ayaw nilang harapin ang mga hamon nito, habang maaaring balewalain ng isang negosyante ang ideya na magtrabaho para sa iba. Lahat tayo ay may kanya-kanyang kagustuhan, ngunit mahalagang igalang at pahalagahan ang mga pagpipiliang ginagawa ng iba batay sa kanilang sariling mga kalagayan.

May sarili akong biases. Pangunahing ginagamit ko ang isang corporate career at stock investing para sa kita, ngunit wala akong iba kundi ang paggalang sa mga negosyante, namumuhunan sa real estate at lahat ng iba pa na naghahabol ng ibang diskarte sa pag-iipon ng kayamanan. Lahat tayo ay magkakapatid na nagsisikap na malaman kung anong mga pagpipilian ang pinaka-makabuluhan para sa atin.

Acani Samon Biaou: Gusto kong magdagdag ng ilang puntos doon. Una, huwag mahuli sa paralisis ng pagsusuri. Kung nagsasaliksik ka ng mga kurso at may malawak na hanay ng mga presyo, huwag maglaan ng masyadong maraming oras sa pagsusuri nang hindi gumagawa ng desisyon. Ang pagkuha ng mga panganib at pag-aaral mula sa mga pagkabigo ay maaaring magbigay ng mahalagang mga insight sa mga panganib na dapat gawin. Pangalawa, maging maingat sa mga bias. Maaaring i-claim ng mga founder ng startup na ito ang pinakamabilis na paraan sa kayamanan, ngunit ang katotohanan ay nabigo ang karamihan sa mga startup. Sa kabilang banda, ang pagiging partner sa isang consulting firm pagkatapos ng mga taon ng values-based na paggastos ay maaaring humantong sa malaking akumulasyon ng ya-man.

Olumide Ogunsanwo: [Ngumiti] At hindi na kailangang magpalipas ng gabing walang tulog ang partner sa pag-iisip tungkol sa mga customer, produkto at product-market-fit. Kailangan nating lahat na maging mas maa-gap sa paghahanap ng mga pagkakataon. Huwag masyadong attached sa iy-ong kasalukuyang landas, lalo na kung ito ay napunta sa iyo sa pamamagitan ng pangyayari. Sa halip na maliitin ang iba't ibang diskarte sa pagbuo ng kaya-manan, pagyamanin natin ang pagkamausisa at pag-unawa kung bakit pinip-ili ng mga tao ang mga alternatibong landas.

Acani Samon Biaou: Sumasang-ayon ako. Hayaan akong magbigay ng isang halimbawa upang ilarawan ito. Noong Hunyo 2022, habang nasa Bay Area ako, sumakay ako sa Uber at nakipag-usap sa driver. Ito ay bahagi ng ak-ing pagsisikap na maunawaan ang iba't ibang karanasan sa buhay. Sa aming pakikipag-chat, natuklasan ko na ang driver, na may asawa at anak, ay nagta-trabaho ng isang karaniwang 40-oras na linggo. Madiskarteng tumutok siya sa mga sakay sa paliparan, na ipinoposisyon ang kanyang sarili malapit sa mga lugar tulad ng Googleplex, Meta campus, o paliparan sa panahon ng pinaka-maraming oras ng paglalakbay upang i-maximize ang kanyang mga kita. Sa kabila ng kanyang hindi kinaugalian na trabaho, kumikita siya ng kahanga-hangang $12,000 sa isang buwan.

Olumide Ogunsanwo: Wow, hindi kapani-paniwala.

Achani Samon Biaou: Ipinakikita lang nito na ang mga hindi kinau-galian na trabaho at side hustles, tulad ng pagmamaneho para sa Uber, ay maaaring magbunga ng mataas na kita. Halimbawa, kung mayroon ka nang trabaho sa Google at nasisiyahan sa pakikisalamuha, maaari mong isaalang-alang ang pagmamaneho para sa Uber sa iyong bakanteng oras upang magka-roon ng karagdagang kita. Maaari mo ring idokumento ang iyong mga karanasan bilang isang driver ng Uber sa pamamagitan ng pag-blog, podcast-ing, o pagsusulat, at sa gayon ay higit na mapapataas ang iyong mga kita.

Olumide Ogunsanwo: Ang konseptong ito ay nauugnay sa mas malawak na mga prinsipyong tinalakay natin kanina. Sa pamamagitan ng pagpapalaganap ng kuryusidad at ambisyong mag-explore nang higit pa sa

iyong kasalukuyang landas, maaari kang tumuklas ng mga alternatibong pa-
mamaraan upang mapakinabangan ang iyong kita. Kapaki-pakinabang na
isaalang-alang ang iba pang mga opsyon sa halip na manatili lamang sa isang
tradisyunal na trabaho at gumugol ng oras sa paglilibang sa mga aktibidad
tulad ng panonood ng Netflix at pag-scroll sa Instagram. Ang pagtataguyod
ng mga karagdagang daloy ng kita ay may potensyal na mapabilis ang iyong
paglalakbay tungo sa pagsasarili sa pananalapi. Ang pakikipagsapalaran at
pag-eeksperimento ay nangangailangan ng lakas ng loob, ngunit hindi ito
nangangahulugan ng pag-abandona sa iyong kasalukuyang tungkulin upang
galugarin ang iba pang mga paraan para makakuha ng kita. Halimbawa, kung
nagmamay-ari ka ng isang restaurant, bakit hindi lumikha ng isang pantu-
long na produkto tulad ng isang restaurant blog? Ang susi ay upang mapa-
natili ang pagkamausisa at magkaroon ng lakas ng loob na kumilos. Dapat
tukuyin ng bawat tao ang mga pagpipilian sa pagbuo ng kayamanan na kani-
lang gagawin upang makamit ang kanilang mga layunin sa pananalapi.

Acani Samon Biaou: Salamat. Gusto kong magdagdag ng isa pang
pananaw. Kung hindi ka komportable na pahalagahan ang iyong sarili bilang
isang negosyo, isipin mo man lang ang iyong sarili bilang isang mamumuhu-
nan upang mapakinabangan ang iyong kita. Narito ang isang tatlong hakbang
na diskarte: Una, magsaliksik at tukuyin ang mga pagkakataon sa pagbuo ng
kayamanan sa iyong kapaligiran. Pangalawa, italaga ang iyong oras, lakas at
isang maliit na paunang pera, kung kinakailangan, sa isa sa mga pagkakataong
iyon. Kahit na ang isang maliit na pamumuhunan ay maaaring humimok ng
iyong pansin, pag-aaral, at pagsusumikap sa pag-optimize. Pangatlo, kapag
nakahanap ka ng maaasahang inaasam-asam, idagdag ito sa iyong portfolio
ng mga side activity na kumikita ng kita, at pagkatapos ay magsimulang muli
sa mga bagong posibilidad na magkaroon ng kayamanan.

Halimbawa, pagdating ko sa Lagos, kakaunti lang ang alam ko tungkol sa
lungsod. Ngunit sa loob ng ilang araw, sinimulan kong suriin ang iba't ibang
pagkakataong kumita. Nagtanong ako ng mga tanong tulad ng: Magkano
ang kikitain mo kapag nagtatrabaho para sa McKinsey? Paano ang isang
bangko o isang startup? Paano kung nagmamay-ari ka ng Uber car at umark-
ila ng driver? Paano ang tungkol sa pamumuhunan sa mga cryptocurrencies?
Nang may nagrekomenda ng real estate sa Lagos, sinisiyasat ko ang mga
numero. Batay sa aking karanasan sa mga pamumuhunan sa South Africa,

maaari akong gumawa ng mga paghahambing at mabilis na matukoy na ang real estate buy-to-let sa Nigeria ay hindi ang pinakamahusay na pagpipilian. Mahalagang iwasang maimpluwensyahan ng iisang pananaw at isaalang-alang ang sarili mong mga karanasan at insight.

Sa kalaunan, natuklasan ko ang isang pagkakataon sa pagpapahiram sa negosyo na nakakuha ng aking interes. Nag-aalok ito ng ligtas na pagbabalik sa USD. Ang kumpanya ng pagpapahiram ay may balat sa laro, kaya hindi nila kayang magkaroon ng napakaraming masamang pautang sa kanilang platform. Upang subukan ang tubig, naglaan ako ng maliit na halaga, $20,000, sa pagkakataon. Sinilip ko ang mga detalye sa pamamagitan ng pakikipagpulong sa CEO, pagrepaso sa unit economics, pagtatasa ng mga kasalukuyang kliyente, at pagsusuri sa kanilang sitwasyon sa pananalapi at mga pamamaraan ng pagtatasa ng panganib. Hindi mo kailangang maging isang venture capitalist para itanong ang mga tanong na ito. Kung ang isang bagay ay tila napakagandang maging totoo, tulad ng isang pangako na doblehin ang iyong pera kapag ang aktwal na pagbabalik ng pamumuhunan ay 20% lamang, malinaw na nakikipag-ugnayan ka sa isang potensyal na pyramid scheme.

Olumide Ogunsanwo: [Tawanan]

Acani Samon Biaou: Inilabas ko ang mga halimbawang iyon para gawing mas madali para sa mga taong gumagawa ng mga dahilan. Ang pag-iisip na tulad ng isang mamumuhunan upang i-maximize ang iyong kita ay hindi nangangailangan ng mga advanced na kasanayan sa matematika o pananalapi. Kung alam mo kung paano pamahalaan ang iyong suweldo upang mabayaran ang iyong upa at mayroon ka pang natitirang pera, maaari mong maunawaan ang pangunahing pananalapi. Ngunit ang susi ay lumampas sa teorya at talagang magkaroon ng balat sa laro. Ang balat sa laro ay mag-uudyok sa iyo na magtanong ng mga tamang tanong at maunawaan ang negosyo. Ang pagiging isang mahusay na mamumuhunan ay hindi mangyayari sa isang gabi. Kailangan mong dumaan sa mga pag-ikot at maaaring makaranas pa ng kabiguan. Hindi mo maasahan na maging instant investor habang nakatambay sa iyong sala na may Netflix sa isang tabi at ilang random na app sa kabilang panig.

Olumide Ogunsanwo: Minsan naririnig ko ang mga tao na gumagamit ng pananakit sa sarili bilang dahilan upang maiwasan ang paggalugad ng mga pagkakataon sa pagbuo ng yaman. Halimbawa, maaaring gusto ng isang tao na mamuhunan sa mga paupahang ari-arian ngunit bale-walain ang ideya sa pagsasabing, "Hindi ko alam kung makakapagsimula ako ngayon. Siguro sa loob ng lima o sampung taon." O maaari nilang isipin, "Ang taong ito na matagumpay sa pamumuhunan sa pag-upa ay dapat na mas matalino at may mas mahusay na mga koneksyon kaysa sa akin." Hinihikayat ko ang mga tao na basahin ang mga kabanata tungkol sa paniniwala sa sarili at pag-asa sa sarili sa unahan ng aklat upang madaig ang mga dahilan na ito.

Acani Samon Biaou: Masaya akong magsimula. Bilang isang imigrante, mahalagang kilalanin ang iyong kapangyarihan at mga limitasyon. Ang aming kapangyarihan ay nakasalalay sa hindi kinakailangang sumunod sa isang tiyak na katayuan. Hindi namin dinadala ang mga kultural na bagahe ng bansang aming dinarayuhan, at dapat naming gamitin iyon sa aming kalamangan. Kapag lumipat tayo sa ibang bansa, dapat tayong magpasya kung aling mga kaugalian ang gusto nating gamitin o itapon. Halimbawa, sa isang lugar tulad ng Dubai, kung saan maraming luho, nakakaakit na bumili ng Lamborghini para lang magkasya.

Olumide Ogunsanwo: Oo, ang pinakamalaking hadlang sa iyong paglalakbay sa pagsasarili sa pananalapi ay ang FOMO, at iyon ang pangunahing halimbawa nito. Maaaring hindi mo gusto ang mga mamahaling kotse, ngunit bumili ka ng isa dahil mayroon na ang iba. Ngunit paano kung ang kanilang mga layunin at halaga ay iba sa iyo? Nagsisimula ka sa isang landas na hindi naaayon sa iyong mga tunay na halaga, at maaari itong humantong sa kawalang-kasiyahan.

Achani Samon Biaou: Kapag lumipat ka sa isang bansang may mataas na antas ng yaman per capita, mahalagang unahin ang iyong sariling mga layunin at adhikain sa halip na sundin lamang ang mga lokal na kaugalian. Halimbawa, sa UAE, maaaring hindi ka makakita ng mga Emirati cab driver o waiter. Kung dumating ka roon at i-dismiss ang mga pagkakataon tulad ng pagtatrabaho bilang taxi driver dahil sa inaakala mong katayuan, maaaring natatanaw mo ang mga potensyal na paraan para sa paglago ng pananalapi. Katulad nito, sa America, ang mga credit card ay malawak na hinihikayat, ngunit hindi ito awtomatikong nangangahulugan na ito ang pinakamahusay na ugali sa pananalapi na dapat gamitin. Bagama't maaaring may mga wastong kaso gaya ng paggamit ng mga credit card nang responsable upang makakuha ng mga puntos o mamuhunan sa mga negosyo, mahalagang suriin ang bawat sitwasyon batay sa iyong mga indibidwal na kalagayan at layunin sa pananalapi.

Olumide Ogunsanwo: [Tawanan] Paano kung gagamitin ko ang aking credit card para bumili ng isang daang pulgadang TV na hindi ko kayang bayaran?

Acani Samon Biaou: [Tawanan] Bilang isang tagalabas, expat o imigrante, ang paglinang ng isang malakas at nakatutok na pag-iisip ay napakahalaga. Nakatagpo ako ng mga kaibigang Aprikano na naninirahan sa Europa na nagpahayag ng mga alalahanin tungkol sa paglipat sa mga bansa sa Gulpo at kung ang mga babae ay napipilitang magsuot ng headscarf o hijab. Bilang tugon, hinihimok ko ang dalawang paraan. Una, gumamit ng kritikal na pag-iisip at suriing mabuti ang impormasyong ipinakita ng mainstream media o sabi-sabi kapag gumagawa ng ganoong makabuluhang desisyon. Magsagawa ng masusing pananaliksik, kahit na pagbisita sa lugar na pinag-uusapan, upang makilala ang pagkakaiba sa pagitan ng mga maling akala at aktwal na katotohanan. Pangalawa, yakapin ang malayang pag-iisip at suriin ang mga bagay batay sa iyong sariling mga halaga. Habang ang paniwala ng sapilitang pagsusuot ng headscarf ay maaaring nakaliligaw, mahalagang tandaan na hindi lahat ay obligadong magsuot nito. Ang isang simpleng paghahanap sa internet o pag-browse sa mga platform ng social media ay maghahayag ng mga indibidwal na malayang nagpapahayag ng kanilang mga pagpipilian, kabilang ang mga modelong nagsusuot ng bikini sa mga beach. Gayunpaman, bilang isang Aprikano, mahalagang tugunan ang mga alalahaning nauugnay sa kapootang panlahi, na maaaring magkaroon ng mas makabuluhang epekto sa iyong mga karanasan. Hindi ko ibig sabihin na bawasan ang kahalagahan ng iba pang mga isyu, ngunit bilang isang African na nagtatanong tungkol sa mga headscarves, ang pag-unawa at paglaban sa rasismo ay dapat ding maging pinakamahalagang pagsasaalang-alang.

Olumide Ogunsanwo: Kadalasan, kapag nagtatanong ang mga tao ng mga ganoong katanungan, naghahanap sila ng mga dahilan. Minsan may narinig akong nagsabi na gusto nilang mag-invest sa real estate pero ang pinakamalaking hadlang nila ay kailangan muna nilang mag-set up ng LLC. Sinasabi ng iba na hindi sila interesado sa pamumuhunan sa stock market dahil maaaring bumagsak ang merkado anumang oras. Sa halip na magbigay ng mga dahilan na ito, mas mainam na tumuon sa pagsagot sa mga pangunahing tanong sa unang pagkakasunud-sunod: Ano ang aking mga layunin sa pananalapi? Gaano karaming pera ang gusto mong kumita upang matugunan ang aking mga layunin sa pananalapi? Matutulungan ba ako ng real estate na maabot ang aking mga layunin sa kita? Anong uri ng real estate ang dapat kong mamuhunan at bakit?

Sa Kabanata 5, binigyang-diin namin ang mahalagang papel ng personal na pag-unlad at pagbuo ng kasanayan sa pag-unlock ng mas malaking kita. Sa pamamagitan ng pagpapalawak ng iyong kaalaman at kakayahan, maaari mong pataasin ang iyong potensyal na kumita at makakuha ng mas mataas na kabayaran. Maging mas marami para kumita ng higit pa. Yakapin ang mindset ng isang lifelong learner at italaga ang iyong sarili sa pagkuha ng bagong kaalaman at kasanayan araw-araw. Halimbawa, inuuna ko ang mga partikular na bahagi ng personal na pag-unlad para sa isang oras ng pag-aaral sa buong linggo, mula sa mga relasyon at pamamahala ng produkto tuwing Sabado hanggang sa kalusugan at pagbebenta tuwing Linggo, artificial intelligence tuwing Lunes, cloud computing at mga autonomous na sasakyan tuwing Martes, blockchain, Web3 , at crypto tuwing Miyerkules, China/India Tech tuwing Huwebes, at panghuli ang Africa Tech tuwing Biyernes.

Magtatapos ako sa pamamagitan ng pagbabahagi ng ilang rekomendasyon. Una, " Millionaire Fastlane [1]" at " Unscripted [2]" ni MJ DeMarco. Isa akong malaking tagahanga at ilang beses ko na siyang binanggit sa aklat na ito. Ito marahil ang pinakamahusay na mga libro na nabasa ko sa entrepreneurship. Lubusan nilang ginalugad ang mga pakinabang at panganib na nauugnay sa isang maginoo na landas sa karera kumpara sa landas ng entrepreneurship. Bukod pa rito, nagbibigay sila ng mahahalagang framework at ideya para sa pagsisimula at pagpapalago ng negosyo, pag-akit ng mga customer, at marami pang iba. Ang mga librong ito na nagpapalawak ng isip ay hindi kapani-paniwala.

Sa paglipat, iminumungkahi kong tingnan ang " Paano Yumaman [3]" ni Naval Ravikant, na magagamit bilang isang 3-oras at 35 minutong podcast o isang post sa blog. Nag-aalok ito ng isang kahanga-hangang paglilinis ng

1.   https://www.themillionairefastlane.com/

2.   https://www.amazon.com/UNSCRIPTED-Life-Liberty-Pursuit-Entrepreneurship/dp/
0984358161

3.   https://nav.al/rich

mindset na kinakailangan upang linangin ang kayamanan. Talagang kapansin-pansin ang mga pananaw ni Naval.

Panghuli, inirerekomenda kong basahin ang " Passive Income, Aggressive Retirement [4]". Sinasaliksik ng aklat na ito ang iba't ibang paraan ng pagbuo ng kayamanan at nag-aalok ng mga detalyadong halimbawa. Sinasaliksik nito ang maliliit na negosyo tulad ng mga coin-operated ventures, laundromats, car wash, at iba pang mga gawaing pangnegosyo. Pinalalawak ng aklat ang iyong pananaw sa iba't ibang pagkakataong kumita ng pera na lampas sa kasalukuyan mong lupon.

Susunod, talakayin natin ang paggastos na nakabatay sa mga halaga, na pinagsama-sama natin sa pag-maximize ng kita dahil magkasabay ang mga ito at dalawang panig ng parehong barya sa paglikha ng kayamanan. Kabilang dito ang pag-align ng iyong mga gastos sa iyong mga pinahahalagahan nang malalim at paggawa ng mga mapagpipiliang desisyon na nagpapakita kung ano ang tunay na mahalaga sa iyo. Upang tanggapin ang paggastos na nakabatay sa mga halaga, maglaan ng oras para sa pagsisiyasat ng sarili upang matukoy at bigyang-priyoridad ang iyong mga halaga. Kapag natukoy mo na ang mga ito, sikaping gumastos nang naaayon sa iyong mga halaga, na nauunawaan na hindi kailangan ang pagiging perpekto. Kahit na makamit mo ang 80% o 90% na pagkakahanay, gumagawa ka ng makabuluhang pag-unlad. Huwag masyadong maging matigas sa iyong sarili kung lumihis ka paminsan-minsan at tandaan na ang bawat bagong araw ay naghahatid ng pagkakataon na muling iayon ang iyong paggasta at gumawa ng mga pagpipilian na naaayon sa iyong mga halaga.

Acani Samon Biaou: Salamat. Talagang sumasalamin ako sa ideya ng pagtingin sa paggastos bilang isang pagkakataon upang matuto sa halip na matalo ang sarili. Maraming tao, kasama ako, ang dumaan sa mga pag-ikot kung saan tayo gumagastos at nanghihinayang sa bandang huli, para lang ulitin ang parehong pattern nang hindi natututo mula rito. Sa pamamagitan ng pagpapalit ng ating pananaw at pagtingin sa paggastos bilang isang pagkakataon upang matuto, mas malamang na maisaloob natin ang mahahalagang aral mula sa mga sitwasyong iyon.

Nakikita ko ang mga value-based na paggastos bilang pagbabago ng iy-

---

4.   https://www.amazon.com/Passive-Income-Aggressive-Retirement-Independence/dp/
1706203020

ong paggastos sa mga pamumuhunan. Kapag mayroon kang mindset na humingi ng balik sa lahat ng binibili mo, magsisimula kang maghanap ng mga gastos na nag-aalok ng ilang uri ng pagbabalik, pera man ito o nauugnay sa iyong mga relasyon o kalusugan. Iniiwasan mong mag-aksaya ng pera sa mga bagay na walang tunay na halaga. Halimbawa, anong kita ang makukuha mo sa pagbili ng ice cream? Marahil ay walang makabuluhang pagbabalik dahil ang pagkain ay dapat na perpektong mag-ambag sa iyong kalusugan.

Olumide Ogunsanwo: Isang negatibong pagbabalik. Ang iyong dentista ay magiging masaya na punan ang iyong mga cavity bilang kapalit ng pera.

Acani Samon Biaou: Kung mas kinukuwestiyon mo ang return on expenses, mas lumilipat ka mula sa paggastos patungo sa pamumuhunan. Tinutulungan ka nitong bumuo ng kakayahan ng paggastos batay sa mga halaga nang mas mabilis.

Olumide Ogunsanwo: Sa ating pagtugis ng FI, madalas tayong tumutuon sa mga kita sa pera, ngunit hindi natin dapat palampasin ang kahalagahan ng ating panahon. Ang oras ang ating pinakamahalagang pag-aari. Napakahalagang isaalang-alang kung paano natin ilalaan ang ating oras at lakas, na iniayon ang mga ito sa ating mga halaga at layunin. Lapitan ito mula sa pananaw na nakabatay sa mga halaga? Iniaalay ba natin ang ating sarili sa kung ano ang tunay na mahalaga sa atin? Ginagamit ba natin ang ating panahon para umunlad at mamuhay ayon sa ating mga pinahahalagahan? Sa pamamagitan ng pagbibigay-priyoridad sa ating mga pangako at pagbabawas ng oras na ginugugol sa mga abala, maaari tayong manatili sa tamang landas. Bagama't hindi natin tatalakayin nang malalim ang pamamahala sa oras na nakabatay sa mga halaga dito, ito ay hindi kapani-paniwalang mahalaga. Oras at pera ang dalawang mapagkukunan na mayroon tayo, at gaya ng kilalang kasabihan, 'Ipakita sa akin kung paano ginugugol ng isang tao ang kanilang pera at oras, at masasabi ko sa iyo ang lahat tungkol sa taong iyon.

Acani Samon Biaou: Gusto ko iyan. Bukod sa pera at oras, ang mga emosyon ay isa pang mahalagang aspeto na dapat isaalang-alang sa paggasta na nakabatay sa halaga. Ito ay tungkol sa pagtatanong sa iyong sarili kung ang iyong paggastos ay naaayon sa iyong mga halaga. Mag-focus tayo sa emosyon sandali. Minsan ay may posibilidad tayong magpatalo sa ating sarili sa mga walang kuwentang bagay o sitwasyon na hindi natin kayang baguhin. Talaga bang sulit na gumugol ng isang oras ng ating oras at lakas sa pag-aalala tungkol sa isang bagay na mali natin? Hindi ba dapat sa halip ay tumuon tayo sa pag-aaral mula rito, sanayin ang ating sarili na bumitaw, at tumutok sa kung paano mapabuti sa hinaharap?

Olumide Ogunsanwo: Gusto ko ang pag-frame na iyon. Nangangahulugan ito na maaari nating itaas ang talakayan sa kabila ng paggasta na nakabatay sa mga halaga tungo sa pag-prioritize na nakabatay sa mga halaga. At sa ilalim nito, mayroon tayong lakas, oras, at pera. Habang nag-navigate kami sa mga aspetong ito, sinisimulan namin ang pagbuo ng kalamnan upang makagawa ng mas mahusay na mga desisyon. Ito ay nagpapaalala sa akin ng mga taong nagsisikap na magpatibay ng isang malusog na diyeta. Minsan, kapag pinapanood ko ang kanilang mga video, sila ay negatibo at mahirap sa kanilang sarili. Sa halip na ipaglaban ang kanilang sarili, maaaring maging mas produktibong maunawaan kung bakit gumawa sila ng ilang mga pagpipilian at kung ano ang kanilang nararamdaman sa sandaling iyon. Tuklasin ang pagpapatawad sa sarili, pakikiramay sa sarili at pagmamahal sa sarili, at subukang gumawa ng mas mahusay sa susunod na pagkakataon. Ang parehong naaangkop sa personal na pananalapi. Kumuha tayo ng dalawang magkaibang reaksyon pagkatapos ng labis na paggastos sa isang club:

Malusog na reaksyon: "Gumastos ako ng $200 kasama ang aking mga kaibigan sa club kahapon. Nagkaroon kami ng ilang inumin. Masaya ito, ngunit natanto ko na hindi ako gaanong nag-e-enjoy sa clubbing. Batay sa aking mga layunin at badyet, dapat kong limitahan ang aking paggastos sa $20 sa susunod."

Unhealthy reaction: "I'm such a terrible person. Bakit ko ginawa ito? I'm so stupid. I'll never do it again."

Sa pamamagitan ng pagpapatibay ng isang positibong pag-iisip at pagtugon, maaari nating lapitan ang buhay nang mas mahusay sa susunod na pagkakataon at maging mas positibo tungkol sa ating sarili at sa ating pagpapahalaga sa sarili.

Acani Samon Biaou: Eksakto. Sinaklaw namin ang pag-priyoridad na nakabatay sa mga halaga at ang mga pangunahing prinsipyo nito, na nakatuon sa pera, oras, at emosyon. Ang layunin ay sanayin ang ating mga isipan na patuloy na magpriyoridad batay sa ating mga pinahahalagahan. Ngayon, talakayin natin kung bakit mahalaga ang paggastos batay sa mga halaga.

Olumide Ogunsanwo: Ang pag-iisip sa buhay na talagang gusto natin, pagtatakda ng ating target sa FI, at pagtatatag ng mga pang-araw-araw na layunin ay mga pangunahing hakbang na tinalakay sa unahan ng aklat na ito. Ang paggastos na nakabatay sa halaga ay nagsisilbing isang mahalagang tool upang iayon ang aming mga pasya sa pananalapi sa aming mga pangunahing halaga, sa huli ay nagtutulak sa amin patungo sa aming target na FI. Habang inuuna ng ilang indibidwal ang paggastos na nakabatay sa mga halaga dahil sa mga hamon sa pagtaas ng kita, hinihikayat kong tuklasin ang parehong mga diskarte nang sabay-sabay.

Ang paggastos na nakabatay sa halaga ay isang nuanced na kasanayan, kadalasan ay parehong overrated at underrated. Ang ilang mga indibidwal ay masyadong nakatuon sa pagbawas ng mga gastos nang hindi isinasaalang-alang ang kanilang mga halaga, habang ang iba ay hindi napapansin ang epek-to ng paulit-ulit na mas maliliit na gastos, na nagpapabagabag sa kanilang mga pagsisikap sa pag-maximize ng kita. Halimbawa, maaaring hindi nila na-mamamalayan na gumastos sila ng $400 bawat buwan sa kape na hindi nila tu-nay na nasisiyahan o naglalaan ng $200 bawat buwan para sa cable TV kapag nanonood lang sila ng ilang channel.

Acani Samon Biaou: Hayaan akong ilarawan ang kahalagahan ng pag-gasta na nakabatay sa mga halaga para sa pagsasarili sa pananalapi na may ilang mga numero. Ang mga value-based na paggastos ay maaaring ang pagkakaiba sa pagitan ng paggastos ng $7,000 kumpara sa $800 sa isang buwan sa Dubai. Kung gumastos ako ng $7,000 sa pakikisalu-salo, ito ay negatibong makakaapekto sa aking kalusugan dahil sa labis na pakikisalo at pag-inom. Ito rin ay mag-iiwan sa akin ng pakiramdam na hindi nasiyahan dahil hindi ako makakapaglakbay nang labis, at ang paglalakbay ay nagdudu-lot sa akin ng kaligayahan. Siyempre, ang paggastos na nakabatay sa mga ha-laga ay hindi palaging kailangang maging napakatindi, ngunit gusto kong ipakita na ang paggawa ng matinding pagbawas ay hindi nangangahulugang pagsasakripisyo ng kaligayahan.

Ang pagkamit ng isang bagay ay nagbibigay sa amin ng mabilis na dopamine at enerhiya. Ang momentum na ito ay isang nakatagong benepisyo dahil kapag nagsimula na tayong makakita ng mga resulta, nagiging mas masaya tayo at mas motivated na makamit ang higit pa, na humahantong sa higit na kaligayahan.

Olumide Ogunsanwo: Pinahahalagahan ko ang kongkretong halimbawa na iyong ibinahagi. Karaniwang marinig ang mga matataas na kita na itinatanggi ang paggastos batay sa mga halaga bilang kumpletong kalokohan. Maaari nilang i-claim na "kailangan" nilang gumastos ng $200ka taon. Gayunpaman, kapag isinasaalang-alang namin ang median na kita ng sambahayan sa USA, mula sa $50k hanggang $78k, at ang katotohanang ang karamihan sa mga tao ay iniayon ang kanilang paggastos sa hanay na iyon, nakakagulat kung bakit may nagpipilit na gumastos ng $200k.

Ang paggamit ng pariralang "kailangan" ay naglalagay sa atin sa isang mahigpit na pag-iisip. Hinihikayat ko ang mga tao na maging flexible, mausisa, at mag-isip sa labas ng kahon. Ang iyong kalayaan sa pananalapi ay nakataya kapag ang iyong paggasta ay hindi naaayon sa iyong mga halaga. Hindi isang bagay na pumili sa pagitan ng paggastos ng $100k o $60k bawat taon; ito ay tungkol sa mga kahihinatnan ng labis na paggasta, na maaaring maantala ang iyong pagreretiro ng mga taon. Ang incremental na $40k ng paggastos ay maaaring isalin sa mga dekada ng karagdagang trabaho. Hinihimok ko ang lahat na gawin ang matematika at malalim na pag-isipan ang mga implikasyon na ito.

Acani Samon Biaou: Amen. Ang tensyon sa pagitan ng instant gratification at delayed gratification ay nasa ubod ng aming mga pagpipilian. Narito ang isang tanong para sa madla: Maaalala mo ba ang anumang makabuluhang tagumpay na nag-ugat sa paghahanap ng agarang kasiyahan? Sa personal, hindi ko maalala na nakamit ang anumang bagay na may tunay na halaga na may pagtuon sa agarang kasiyahan. Ang pagbuo ng kalamnan ng naantalang kasiyahan ay mahalaga. Dapat tayong tumuon sa pagtamasa sa mga bagay na nangangailangan ng oras upang magawa ngunit may higit na kahulugan kaysa sa panandaliang kasiyahan. Tinutukso tayo ng lipunan ng mga tukso, at nagtatapos tayo sa paghahanap ng kaligayahan sa pamamagitan ng pag-iipon ng mga instant na bagay na nagbibigay-kasiyahan. Gayunpaman, ang tunay na kaligayahan ay nananatiling mahirap hulihin, na nag-iiwan sa amin na nakulong sa isang walang kabusugan na siklo ng pagnanasa ng higit pa. Ang walang humpay na pagtugis na ito sa huli ay humahantong sa pagtaas ng paggasta, na nagpapanatili ng paghabol para sa panandaliang kasiyahan.

Sa halip, sanayin natin ang ating isipan na makahanap ng kasiyahan sa naantalang kasiyahan. Hindi natin kailangang magpakasawa sa pabigla-bigla na mga pagbili o agarang libangan; sa halip, dapat nating yakapin ang esensya ng esensyaismo. Ano ang tunay na nagdudulot sa iyo ng kasiyahan? Kalimutan ang tungkol sa mga inaasahan ng lipunan at mga panlabas na impluwensya. Kung susuriin mo nang malalim ang iyong kaibuturan, makakahanap ka ng ilang bagay na tunay na nagdudulot sa iyo ng tunay na kagalakan. Kapag nakilala mo sila at namuhunan ang iyong oras, lakas, at pera sa kanila.

Olumide Ogunsanwo: Kung mas tumutok ka sa mahahalagang paggastos na nakabatay sa mga halaga, mas maraming oras ang kakailanganin mong i-enjoy ang mga bagay na gusto mo sa mas kaunting pera dahil hindi mo maiwasang makahanap ng mga paraan upang ma-optimize ang mga gastos nito. Halimbawa, kung may pakialam ka lang sa mga larong basketball, makakahanap ka ng mga may diskwentong tiket online. Ngunit kung gagastos ka ng pera sa 17 iba't ibang anyo ng entertainment, magkakaroon ka ng mas kaunting oras upang magsaliksik ng mga diskwento para sa bawat isa.

Sumisid tayo nang mas malalim sa paggastos na nakabatay sa mga halaga sa pamamagitan ng paghahati sa mga makabuluhang kategorya ng paggastos sa dalawang grupo: ang Big Three at ang tatawagin kong Shadow Three. **Ang Big Three ay sumasaklaw sa pabahay, transportasyon, at pagkain**, na karaniwang mga pangunahing lugar ng paggasta para sa karamihan ng mga tao. Gayunpaman, parehong mahalaga na bigyang-linaw ang **Shadow Three, na binubuo ng mga buwis, mga bata, at diborsiyo/mga sakuna na kaganapan.** Ang mga madalas na hindi napapansing lugar na ito ay maaaring magkaroon ng malaking epekto sa iyong pinansiyal na kagalingan. Sa mga sumusunod na seksyon, tutuklasin namin ang anim na lugar na ito upang maunawaan ang mga implikasyon ng mga ito at bigyan ka ng kapangyarihang gumawa ng matalinong mga desisyon. Magsimula na tayo!

1. Pabahay: Samon, pag-usapan natin kung paano natin ma-optimize ang mga gastos sa pabahay.

Acani Samon Biaou: Narito kung paano mo ito dapat lapitan: isipin kung paano nakakatulong ang iyong pabahay sa iyong pangkalahatang kaligayahan. Isaalang-alang ang ilang bagay. Anong laki ng pabahay ang naaayon sa iyong mga halaga at layunin sa pananalapi? Bukas ka ba sa pagbabahagi ng iyong espasyo sa iba o mas gusto mo bang mamuhay nang mag-isa? Mahalaga ba sa iyo ang pagiging malapit sa iyong lugar ng trabaho? Kung mayroon kang mga anak, gaano kahalaga na nasa isang magandang distrito ng paaralan at magkaroon ng likod-bahay? Mag-prioritize at pumili nang matalino, tandaan na hindi mo makukuha ang lahat nang walang labis na paggastos. Hayaan akong magbahagi ng isang simpleng halimbawa. Noong nasa Dubai ako, una akong nakakita ng Airbnb-style na lugar malapit sa aking pinagta-trabahuan. Nang maglaon, sinimulan kong gumamit ng mga punto ng hotel para sa mga pananatili ngunit siniguro ko pa rin na nanatili akong malapit sa trabaho.

Olumide Ogunsanwo: Ang lokasyon ay gumaganap ng isang kritikal na papel sa pabahay. Hindi lamang nito naaapektuhan ang presyo kundi pati na rin ang mga salik tulad ng mga buwis at mga pagpipilian sa trabaho. Samon, may iniwan kang mahalagang katotohanan, pinili mong pumunta sa BCG Dubai vs BCG London o BCG San Francisco. Hinihikayat ko ang mga tao na gumawa ng mga sistematikong pagpili pagdating sa lokasyon, pagpili ng trabaho, at malayong trabaho.

Acani Samon Biaou: Sumasang-ayon ako sa kahalagahan ng pag-iisip ng mga sistema. Madalas sabihin ng mga tao, "Hindi mo naiintindihan ang re-alidad namin. Kailangan nating unahin ang pagiging nasa isang partikular na distrito ng paaralan para sa ating mga anak." Bagama't may bisa ang mga had-lang na ito, napakahalaga na muling suriin at bigyang-priyoridad kung ano ang tunay na mahalaga kapag naglalayon ng kalayaan sa pananalapi. Kung ang pagtiyak na ang iyong mga anak ay nasa pinakamabuting posibleng dis-trito ng paaralan ay ang pangunahing priyoridad, kung gayon ay maaaring mangailangan ito ng pag-alis ng priyoridad sa mga hindi gaanong mahala-gang aspeto ng iyong pananalapi.

Olumide Ogunsanwo: Sanayin ang iyong isip na unahin.

Acani Samon Biaou: Maaaring pakiramdam ng ilan na ang pag-prior-itize ay nangangahulugan ng pagkatalo. Ngunit gaya ng binanggit ni Olu-mide kanina, ang pagbibigay-priyoridad ay nakakatulong sa iyong tumutok at makakuha ng higit pa mula sa iyong pinili.

Olumide Ogunsanwo: Tinalakay namin ang prinsipyo ng pag-usisa sa isang naunang kabanata. Hinihimok ko ang mga tao na isaalang-alang ang pag-optimize ng mga gastos sa pabahay sa iba't ibang antas. Anong uri ng pabahay ang makatuwiran para sa iyo? Anong potensyal sa pagbabahagi ang umiiral? Maaari mo pa itong isulong at isaalang-alang ang pagbili ng bahay at pagrenta nito sa iba (pag-hack ng bahay) upang manirahan nang halos libre. Marami ang mga opsyon, ngunit dapat ay handa kang gawin ang mga bagay sa ibang paraan.

Unang antas, Buksan ang iyong isip, maging flexible, at mag-isa na mag-isip tungkol sa iba't ibang opsyon sa pabahay. Ang mga bahay, apartment complex, at trailer ay lahat ng posibilidad. Huwag sabihin, "Lumaki ako sa isang bahay, kaya kailangan kong manirahan sa isa." Ang pagdaragdag ng mga hadlang sa equation ay nagpapahirap sa paghahanap ng mga solusyon. Hindi ko iminumungkahi na dapat kang manirahan sa isang trailer, ngunit bakit hindi? Kung binibigyang-daan ka nitong makamit ang kalayaan sa pananalapi, ito ay isang mapagpipiliang opsyon. Ang bawat tao'y may iba't ibang pagpipilian na dapat gawin. Sa personal, hindi ako nakatira sa isang trailer, ngunit kung ako ay 21 at nakatira sa isang lugar kung saan ang mga bahay ng trailer ay nagkakahalaga ng $2,000/taon kumpara sa mga renta sa apartment na $40,000/taon, hindi ko ito ibubukod.

Ikalawang antas, Pagkatapos matukoy ang uri ng pabahay, mahalagang isaalang-alang ang pagbabahagi ng potensyal. Maaari mong isipin, "Ako ay 26 at ayoko ng mga kasama sa silid, kaya't titira ako sa isang isang silid na apartment." Hinihikayat ko kayong mag-isip nang mas malawak. Mas maaga sa kabanatang ito, binanggit ko ang Shadow Three na mga lugar ng gastos: mga buwis, bilang ng mga anak, at diborsyo. Ang nakatagong halaga ng dark matter na pinagbabatayan ng lahat ng anino na lugar na ito ay FOMO at nakikisabay sa mga Joneses. Ang pagkakaiba sa pagitan ng pamumuhay mag-isa sa isang isang silid na apartment sa San Francisco sa halagang $4,000-$5,000 kumpara sa pagbabahagi nito sa dalawang tao sa halagang $2,000-$3,000 ay maaaring matukoy kung makakamit mo ang kalayaan sa pananalapi sa 38 o 58.

Acani Samon Biaou: Salamat Olumide sa pagtulak sa amin na maghukay ng mas malalim dito. Ang ikatlong antas ay tungkol sa pagbili kumpara sa pag-upa at isang lugar na may maraming hindi pagkakaunawaan. May paniwala na bilang isang 30 taong gulang, dapat kang bumili ng bahay. Buweno, bilang isang mamumuhunan sa real estate, hayaan mong sabihin ko sa iyo na ang bahay na iyong tinitirhan ay hindi dapat ang bahay na iyong binili upang bumuo ng kayamanan. Sa mga lugar tulad ng San Francisco, maaari kang magrenta ng bahay sa halagang $8,000 sa isang buwan na nagkakahalaga ng $4 milyon hanggang $5 milyon kung bibilhin mo ito. Kung kukuha ka ng isang mortgage sa bahay na iyon, magbabayad ka ng higit sa $20,000/buwan. Ngayon, pag-isipan ito. Sa $4 milyon na iyon, maaari kang bumili ng 20 apartment sa Georgia at gamitin ang kita sa pag-upa upang mabayaran ang iyong upa sa San Francisco. Sa personal, mas gusto kong magrenta dito dahil nag-aalok ito ng higit na kakayahang umangkop. Sa pag-upa, maaari kang lumipat sa loob lamang ng ilang buwang paunawa, samantalang ang isang mortgage ay nangangailangan ng mas maraming oras at pagsisikap upang makahanap ng nangungupahan o magbenta.

Olumide Ogunsanwo: Ang karamihan ng mga tao ay dapat na masusing pag-aralan ang kanilang desisyon bago bumili ng bahay. Ang paggawa ng nag-iisang desisyon na bumili ng bahay kapag ang pagrenta ay maaaring maging isang mas mahusay na pagpipilian ay maaaring torpedo ang iyong pangarap na kalayaan sa pananalapi. Huwag basta-basta maniwala sa ideya na ang pag-upa ay "itinatapon ang iyong pera" o tumanggap ng mga anekdota mula sa pamilya o mga kasamahan. Ang iyong ina, bagaman mahusay ang intensyon, ay maaaring hindi isang dalubhasa sa real estate. Ang iyong amo, ay maaaring mapalad kapag kumita siya sa pamamagitan ng pagbebenta ng kanyang bahay, o maaaring kumita ng mas maraming pera sa pamamagitan ng pamumuhunan sa stock market. Sa halip, gumamit ng mga online na upa kumpara sa pagbili ng mga calculator upang masuri ang iyong sitwasyon. Ipasok ang mga kinakailangang parameter at hayaang gabayan ka ng calculator patungo sa mas mahusay na opsyon . Huwag gumawa ng mga pagpapalagay nang walang wastong pagsusuri. Maaaring mabigla kang matuklasan na ang pagrenta ay isang mas kanais-nais na pagpipilian sa maraming bahagi ng mundo.

Kumuha tayo ng isang partikular na halimbawa. Ipagpalagay na ikaw ay isang solong lalaki sa iyong late twenties nakatira sa New Jersey. Mayroon kang iba't ibang opsyon: isang studio, isang apartment na may isang silid-tulugan, isang apartment na may dalawang silid-tulugan na may dagdag na silid para sa mga bisita, o isang apartment na may tatlong silid-tulugan na may mga karagdagang silid para sa isang gym o mga bisita. Ang nag-iisang desisyon sa pabahay na ito - ang pagpili sa apat na opsyon na ito - ay maaaring makabuluhang makaapekto sa iyong pinansiyal na hinaharap at panatilihin kang nakagapos sa karera sa loob ng mga dekada. Maglaan ng oras upang masusing pag-aralan ang desisyong ito. Bukod pa rito, magkaroon ng kamalayan na ang ilang partikular na kultura ay lubos na pinapaboran ang pagmamay-ari ng bahay, kaya mahalagang malampasan ang anumang mga bias kapag nagsasagawa ng iyong paghahambing na pagsusuri. Huwag bulag na paniwalaan ang lahat ng iyong nabasa, kabilang ang aklat na ito, maliban kung maaari mong independiyenteng patunayan ito sa pamamagitan ng kritikal na pag-iisip. Habang nakamit ni Samon ang pagsasarili sa pananalapi pangunahin sa pamamagitan ng mga pamumuhunan sa real estate at pag-upa, mahalaga para sa iyo na i-verify ang impormasyon para sa iyong sarili.

2. Transportasyon: Mayroong iba't ibang mga pagpipilian, mula sa paglalakad at pagbibisikleta hanggang sa mga bus at kotse, kahit na mga pribadong jet. Kapag isinasaalang-alang ang transportasyon, mahalagang isipin kung paano ito nababagay sa sistemang pag-iisip ng iyong trabaho at pabahay. Linawin natin, kung malayo kang nakatira sa Portugal, magiging minimal ang iyong gastos sa transportasyon dahil hindi mo na kailangang mag-commute papunta sa opisina.

Ngayon, hypothetically, sabihin nating nasa sitwasyon ka kung saan hindi ka malayo at kailangan mong mag-commute sa opisina araw-araw. Sa halip na awtomatikong bumili ng kotse, isaalang-alang ang iba pang mga alternatibo. Ang paglalakad at pagbibisikleta, halimbawa, ay nag-aalok ng makabuluhang benepisyo sa kalusugan. Bagama't ang aklat na ito ay hindi partikular na tungkol sa kalusugan, mahalagang tandaan na ang paglalakad at pagbibisikleta ay mahusay na paraan upang mapanatiling maayos ang iyong katawan. Hindi ko lang pinag-uusapan ang mga paglabas ng carbon monoxide; Tinutukoy ko ang pisikal na aktibidad na nakakatulong sa iyong pangkalahatang kagalingan. Siyempre, iba-iba ang bawat pangyayari, kaya hinihikayat ko kayong mag-isip nang malikhain at tuklasin ang hindi kinaugalian na mga opsyon. Huwag basta bastang bumili ng kotse, lalo na kung isasaalang-alang ang mataas na pagkakaiba sa pagitan ng paglalakad, pagmamaneho, at pagbibisikleta. Ang isang kotse, kahit na isang disenteng ginamit, ay maaaring nagkakahalaga ng humigit-kumulang $10,000, samantalang makakahanap ka ng magagandang bisikleta sa halagang $300-$700.

Acani Samon Biaou: Nararapat na banggitin na hindi pa namin naaapektuhan ang mga gastos sa pagkumpuni, gas, at insurance na nauugnay sa pagmamay-ari ng kotse. Ang ilang mga tao ay nangangatuwiran na kailangan nila ng kotse dahil sa kanilang pamilya. Hindi ko itinatanggi ang kahalagahan ng isang kotse, ngunit hinihimok ko kayong pag-isipang mabuti ito.

Kung ang pangunahing dahilan kung bakit ka bumili ng kotse ay upang dalhin ang iyong anak sa pagsasanay isang beses sa isang linggo tuwing Sabado, maaari kang gumastos nang labis.

Olumide Ogunsanwo: Habang ang Uber ride papunta sa practice ng iyong anak ay maaaring nagkakahalaga ng humigit-kumulang $14, gumagastos ka ng $15,000 sa isang kotse. Napakahalaga na mag-isip nang kritikal at isaalang-alang ang maraming mga opsyon na magagamit. Tulad ng nabanggit namin kanina, mayroong paglalakad, pagbibisikleta, pagbabahagi ng pagsakay, at hayaan mong idagdag ko na ang hanay ng presyo na binanggit ko para sa mga bisikleta ay tumutukoy sa mga bago. Gayunpaman, makakahanap ka ng maaasahang ginamit na mga bisikleta sa halagang $200-$400. Ito ay hindi lamang isang pagpipilian sa pagitan ng isang kotse at isang bisikleta, o isang kotse at ang bus, o isang kotse at paglalakad. Ito ay isang desisyon na maaaring makaapekto sa iyong timeline ng pagreretiro ng ilang taon kung pipiliin mo ang kotse, o hahantong sa mas mabuting kalusugan at marami pang taon ng aktibong pamumuhay kung uunahin mo ang paglalakad o pagbibisikleta.

3. Pagkain: Una at pangunahin, ang pinaka-epektibong opsyon ay ang paghahanda ng iyong mga pagkain sa bahay. Ang pagluluto ng sarili mong pagkain ay mas malaki kaysa sa mga gastos sa pagkain sa labas. Maaari mong kontrolin ang mga sangkap at pumili ng mas malusog, mas murang mga pagpipilian sa pagkain. Pangalawa, maaari kang magluto ng maramihan at mag-ipon ng mga tira para sa ibang pagkakataon. Pangalawa, pagdating sa pagkain na iyong kinakain, gumawa ng maalalahanin na mga pagpipilian. Ang ilang mga pagkain ay likas na mas malusog kaysa sa iba. Sa pamamagitan ng paglalaan ng oras sa pagluluto sa bahay, hindi mo lamang masisiyahan ang kaginhawahan ng iyong sariling espasyo, ngunit magkakaroon ka rin ng pagkakataong gumawa ng mga pampalusog at budget-friendly na pagkain. Sa kabutihang palad, ang mga masustansyang gulay at prutas tulad ng broccoli, kale, at berries ay malamang na mas abot-kaya kumpara sa mga naprosesong pagkain tulad ng kendi o soda. Ang mga prutas at gulay ay mataas sa nutrients at mababa sa calories. Ang mga naprosesong pagkain, sa kabilang banda, ay kadalasang mataas sa hindi malusog na taba, asukal, at asin. Huwag matakot mag-eksperimento. Dapat tasahin ng mga tao ang kanilang gustong balanse sa pagitan ng pagluluto sa bahay at pagkain sa labas, ang kahalagahan ng malusog na pagkain, at ang dami ng oras na gusto nilang gugulin sa pagluluto.

Acani Samon Biaou: Balikan natin ang mga gastos sa pamumuhunan. Ang kalidad ng pagkain sa mga restaurant, kahit na ang mga high end, ay maaaring maging mas mababa sa kung ano ang maaari mong lutuin sa bahay.

Olumide Ogunsanwo: Talagang. Bumibili sila ng mga sangkap nang maramihan at inihahanda ang pagkain nang walang pag-aalaga at atensyon na ibinibigay mo kapag nagluluto para sa iyong sarili.

Acani Samon Biaou: Ang pagkain ang pangunahing pinagmumulan ng panggatong para sa iyong katawan, at ang kalidad nito ay maaaring makabuluhang makaapekto sa iyong kalusugan. Isipin ang iyong mga pagpipilian sa pagkain bilang mga pamumuhunan sa iyong kagalingan. Patuloy na ipinakita ng pananaliksik na ang pagkonsumo ng labis na halaga ng pulang karne ay nauugnay sa mas mataas na panganib ng cardiovascular disease at cancer. Mahalagang tanungin ang iyong sarili: Gusto ko bang madagdagan ang aking mga pagkakataong matamasa ang kalayaan sa pananalapi hanggang sa aking mga dekada sitenta? Ang pagmumuni-muni na ito ay maaaring humantong sa iyo na magpatibay ng mas malusog na mga gawi sa pagkain. Bilang kahalili, maaari mong unahin ang iba pang mga aspeto at tanggapin ang mas maikling habang-buhay. Sa personal, ang pagkain ang pangalawang pinakamataas na gastos sa aking badyet, na binibigyang-diin ang kahalagahan na inilalagay ko sa paggawa ng malay at nakatuon sa kalusugan na mga pagpipilian. Ang lahat ng aking protina ng hayop ay na-import nang direkta mula sa West Africa kung saan mayroon akong mas mataas na kumpiyansa na ito ay organic at malusog.

Olumide Ogunsanwo: Kapag awtomatikong iminumungkahi ng iyong mga kaibigan na pumunta sa isang restaurant tuwing gusto mong tumambay, bakit hindi imungkahi na pumunta sa parke o sa beach? Napakaraming alternatibo. Parang maraming tao ang default na lumabas para kumain, pero hindi naman dapat ganoon. Mag-isip nang malikhain. Maaaring kailanganin mo lang ayusin ang ratio ng oras na ginugol sa pagkain sa bahay kumpara sa paglabas, na maaaring magkaroon ng malaking epekto. Huwag hayaang kontrolin ka ng FOMO. Kung ang lahat ng iyong mga kaibigan ay pupunta sa isang restaurant kung saan ang average na pagkain ay nagkakahalaga ng $120, maaari mong sabihin sa kanila, "Guys, I'll meet you for drinks after." Sa ganitong paraan, maaari ka lang gumastos ng $20 o $30. Ibinabahagi ko ang mga partikular na tip na ito dahil pakiramdam ko maraming tao ang minamaliit ang epekto. Kung madalas kang kakain sa labas at gumagastos ng $120 bawat oras, iyon ay katumbas ng average na buwanang gastos na $500, na katumbas ng upa. Napakahalaga na maging maingat.

Achani Samon Biaou: Sa pagkain, huwag nating palampasin ang epekto ng mga inumin sa ating mga badyet. Madalas na mas mahal ang mga ito kaysa sa pagkain mismo. Dati akong umiinom ng makatarungang dami ng alak, bagama't hindi ko itinuring ang aking sarili na isang alkoholiko. Gayunpaman, habang tinatanggap ko ang paggastos na nakabatay sa mga halaga, lumipat ang aking pagtuon sa pagbibigay-priyoridad sa aking kalusugan. Napagtanto ko na ang alak ay hindi lamang nakakaubos ng aking pananalapi kundi nakaaapekto rin sa aking kapakanan. Dahil dito, gumawa ako ng malay-tao na desisyon na makabuluhang bawasan ang aking pag-inom ng alak. Ngayon, inilalaan ko ito para sa mga pambihirang okasyon, tulad ng mga kaarawan o mga espesyal na kaganapan, at kahit na, umiinom ako nang katamtaman. Ibinahagi ko ang personal na halimbawang ito upang i-highlight kung paano maaaring magdala ng mga positibong pagbabago sa iyong buhay ang mga pagbabagong ito. Bagama't nasisiyahan pa rin akong lumabas kasama ang mga kaibigan sa mga bar, ang pagpili kong umiwas sa pag-inom ay hindi nakahahadlang sa aking mga karanasan sa lipunan.

Olumide Ogunsanwo: Huminto ako sa pag-inom noong ako ay 17 o 18, tulad ng natutunan mo sa aking undergraduate na kabanata. Gayunpaman, bumibisita pa rin ako sa mga bar at club para sa musika, karanasan at mga tao. Wala akong pakialam sa alak. Ang alak ay hindi mo kaibigan at susuyuin ka. Isaalang-alang ang uri ng pagkain na iyong kinakain, na nagbibigay-diin sa kalidad sa halip na tumutok lamang sa presyo. Samantalahin ang pagkakataong pagbutihin ang iyong mga kasanayan sa pagluluto, na naaayon sa prinsipyo ng personal na pag-unlad. Iwasang mahulog sa bitag ng FOMO at ang tuksong makipagsabayan sa iba sa sosyal na pagkain, dahil madalas itong humahantong sa hindi kinakailangang labis na paggastos.

Na nagtatapos sa talakayan sa Big Three. Ngayon, lumipat tayo sa Shadow Three: mga buwis, mga bata, at mga kaganapan sa diborsyo/sakuna.

4. Mga Buwis: Ang iba't ibang uri ng mga buwis, kabilang ang mga buwis sa pederal, estado, lungsod, kita, at mga benta, ay maaaring magkaroon ng malaking epekto sa iyong mga pananalapi. Mahalagang huwag maliitin ang kahalagahan ng pag-optimize ng buwis. Sa katunayan, para sa maraming indibidwal, ang mga buwis ay maaaring magkaroon ng mas malaking epekto sa pananalapi kaysa sa mga gastos sa pabahay. I-explore ang mga lokasyon sa buong mundo na may mas mababang mga buwis sa kita o kahit na mga opsyon na walang buwis, at isaalang-alang din ang mga rate ng buwis sa ari-arian. Suriin ang mga sitwasyong ito at maingat na suriin ang mga trade-off ng pamumuhay sa iba't ibang lungsod upang mapakinabangan ang iyong mga benepisyo sa buwis. Manatili sa itaas ng iyong mga obligasyon sa buwis, sukatin ang epekto nito, at tiyaking nasusulit mo ang mga available na pag-babawas at kredito. Hindi ko iminumungkahi na lumipat ka para lamang sa kapakanan ng mas mababang mga buwis, ngunit sa halip ay bigyang-diin ang pagsasaalang-alang sa mga implikasyon sa buwis kapag pumipili kung saan titira. Halimbawa, ang paninirahan sa isang lugar tulad ng Dubai na may mas mababang buwis sa kita ay maaaring sulit na galugarin. Kung ang paninirahan sa Canada ay naaayon sa iyong mga halaga, gawin ito, ngunit magkaroon ng kamalayan na ang kumbinasyon ng mga buwis sa kita at mga benta ay maaaring tumagal ng malaking bahagi, mula 20% hanggang 60%, ng iyong kabuuang kita.

Acani Samon Biaou: Gusto ko ang mga insight na ito. Madalas na ipinapalagay ng mga tao na nakatali sila sa kanilang kasalukuyang lungsod o bansa, na humahantong sa kanila na isipin na ang mga buwis ay hindi maiiwasan.

Olumide Ogunsanwo: Binago ng pandemya ng COVID-19 ang lahat, na nagbibigay ng higit na kakayahang umangkop para sa mga tao na manirahan sa mga lungsod na may malaking pagkakaiba sa mga istruktura ng buwis.

Acani Samon Biaou: Dito sa California, ang aking mga buwis ay tatlong beses sa aking upa.

Olumide Ogunsanwo: Ay. At hindi iyon isinasaalang-alang ang buwis sa ari-arian at buwis sa pagbebenta, na maaaring makabuluhang magpataas ng pasanin. Ang buwis sa ari-arian ay nagkakahalaga ng pagbanggit, lalo na para sa mga nag-iisip na bumili ng bahay. Bahagi ito ng isang system-based na pagtatasa ng mga gastos.

Achani Samon Biaou: Kapag nagbabayad ka ng mortgage sa 5% o 6% at nagdaragdag ng buwis sa ari-arian (na maaaring labis na labis sa California), ang pinagsama-samang epekto ay ang pagmamay-ari ng bahay ay maaaring hindi tumutugma sa mga layunin sa pagsasarili sa pananalapi. Ito ay nagiging isang bagay ng walang kabuluhan, na siyang kaaway ng kalayaan sa pananalapi.

Olumide Ogunsanwo: Ang Vanity ay isang magalang na paraan ng pagsasabi ng FOMO. Ang ilang mga tao ay inuuna ang pagkopya sa kanilang mga kaibigan kaysa sa pagkamit ng kalayaan sa pananalapi.

Acani Samon Biaou: Ang mga buwis ay hindi kapani-paniwalang mahalaga, at nakakapagsalita ako mula sa personal na karanasan. Hindi ko masusundan ang aking landas at maabot ang kalayaan sa pananalapi sa gayong maagang yugto kung ako ay namumuhay sa isang mabigat na buwis na pamumuhay. Sa aking 20-taong karera, wala pang dalawang taon ang ginugol ko sa pagbabayad ng buwis.

Olumide Ogunsanwo: Iyan ay hindi kapani-paniwala.

Achani Samon Biaou: Para sa mga nag-iisip, "Ngunit paano popondohan ang mga kalsada at serbisyo publiko kung hindi tayo nagbabayad ng buwis?" Kung hindi mo naiintindihan ang patakaran sa pananalapi at paggasta ng gobyerno, hayaan mong tiyakin ko sa iyo na nagbabayad ka para sa mga bagay sa isang paraan o iba pa.

Olumide Ogunsanwo: Ang iyong mga buwis ngayon ay dahil sa iyong mga desisyon mula kahapon. Ang iyong buwis sa kita ay nagmumula sa trabaho na iyong pinili, buwis sa ari-arian mula sa bahay na iyong binili, at buwis sa pagbebenta mula sa mga bagay na iyong binili. Ginawa mo ang mga desisyong iyon, at ikaw ang makakapagpabago nito. Iwasan ang panlabas na sisihin at pagrereklamo tungkol sa mataas na buwis. Alalahanin ang aming mga talakayan tungkol sa pag-asa sa sarili, tiwala sa sarili, at pag-asa sa iyong sarili upang gumawa ng mga desisyon na hahantong sa higit na kalayaan sa pananalapi. Huwag mag-aksaya ng oras sa pagrereklamo na kailangang babaan ng gobyerno ng Estados Unidos ang mga pederal na buwis. Hindi yan ang problema mo. Huwag mag-abala sa paghahanap ng mga paraan upang i-lobby ang New Jersey upang bawasan ang mga buwis sa lungsod. Gayundin, hindi ang iyong problema. Sa halip, tanungin ang iyong sarili, "Gusto ko bang manirahan dito?" Kung ayaw mong magbayad ng mga buwis, isaalang-alang ang paglipat sa ibang lugar.

Acani Samon Biaou: Sa ilang partikular na bansa, ang pagbili ng mga ari-arian para sa mga layunin ng pagrenta ay maaaring may mga karagdagang insentibo sa buwis, na lampas sa karaniwang deductibility ng mga gastos sa interes sa mortgage. Ito ay katulad ng pag-iipon at pagtamasa ng mas mababang rate ng buwis sa iyong mga taon ng trabaho. Habang lumipat ka sa pagreretiro, ang kita sa pag-upa mula sa mga property na ito ay nagiging isang mahalagang asset habang ina-unlock mo ang naipon na halaga ng iyong mga pamumuhunan.

Olumide Ogunsanwo: Tandaan ang aming prinsipyo ng pagkamausisa. Maghanap sa internet para sa "paano bawasan ang mga buwis sa [iyong partikular na lokasyon]." Ang responsibilidad ay nakasalalay sa iyong mga balikat, na nagbibigay ng kapangyarihan sa iyo upang galugarin ang mga paraan upang ma-optimize ang iyong partikular na sitwasyon sa buwis. Bagama't mahalaga ang mga insight ni Samon, ang mas malawak na layunin ay pasiglahin ang iyong pagkamausisa, pasiglahin ang iyong kasabikan, at magsagawa ng pananaliksik na naaayon sa iyong natatanging mga kalagayan. Huwag mawala sa mga detalye na ipinakita dito. Ito ay hindi lamang tungkol sa mga detalye; ito ay tungkol sa pag-aapoy sa iyong pagnanais na hanapin, ipatupad, kumilos, at umangkop sa daan.

Acani Samon Biaou: Gayundin, bigyang-pansin ang mga planong itinataguyod ng employer na nag-aambag ng porsyento ng iyong kita sa mga pagtitipid sa pensiyon o walang buwis. Salik sa mga benepisyong ito kapag nakikipag-usap sa iyong kontrata sa pagtatrabaho.

Olumide Ogunsanwo: Ito ay nakaayon sa system-based na pag-iisip para sa pag-maximize ng kita, tama ba? Huwag tumuon lamang sa mga hilaw na suweldo (hal., nag-aalok ang Kumpanya A ng $40k, nag-aalok ang Kumpanya B ng $50k). Sa halip, palawakin ang iyong pananaw upang isaalang-alang ang kabuuang kabayaran at mga perk na pinagsama. Maaaring magbigay ang Company A ng kabuuang compensation package na $78k kapag isinaalang-alang mo ang 401K, malayong trabaho, mas mababang buwis, at higit pa. Mag-isip nang higit pa sa batayang suweldo; suriin ang kabuuang kabayaran at ang epekto nito sa mga gastos, pabahay, transportasyon, at mga buwis, na isinasaalang-alang ang mga account na may pakinabang sa buwis tulad ng 401K, IRA, at HSA

Acani Samon Biaou: Kung nagtatrabaho ka mula sa bahay at ginagamit ang iyong tahanan bilang isang opisina upang pamahalaan ang iyong mga ari-arian, maaari mong singilin o ibawas ang isang bahagi ng iyong upa. Sa personal, kapag lumipad ako sa South Africa para dumalo sa aking mga ari-arian, pumirma ng mga bagong pag-upa, o humawak ng iba't ibang gawain, ang mga gastos na iyon ay maaaring maibawas sa ilang lawak. Isaalang-alang ang lahat ng mga benepisyo na inaalok ng system. Mayroong maraming mga paraan upang bawasan ang iyong pasanin sa buwis.

Olumide Ogunsanwo: Ngayon, haharapin natin ang susunod na shadow expense, mga gastos na may kinalaman sa mga bata.

5. Mga Bata: Napakahalaga na maingat na suriin ang bilang ng mga batang pinaplano mong magkaroon at maunawaan ang magiging epekto nito sa iyong paglalakbay tungo sa kalayaan sa pananalapi. Ang pagpapalaki ng mga bata ay may kasamang mga gastos na kadalasang mahirap tantiyahin, at maaari pa nilang malampasan ang mga buwis at mga gastos sa pabahay, depende sa antas ng suportang ibinigay ng magulang.

Sabihin na nating nahihirapan ka sa pagkakaroon ng dalawa o tatlong anak. Bagama't ang pagkakaiba ay maaaring mukhang hindi gaanong mahalaga sa simula, maaari itong magkaroon ng malalim na impluwensya sa iyong landas sa pagreretiro. Hindi ako narito para idikta ang perpektong bilang ng mga bata para sa iyo, dahil nananatili itong personal na pagpipilian. Sa halip, gusto kong i-highlight ang mga trade-off na kasangkot—pagretiro sa 42 na may dalawang anak kumpara sa pagretiro sa 49 na may tatlo. Isaalang-alang ang karagdagang mga taon ng trabaho na kinakailangan dahil sa pagkakaroon ng mas maraming mga anak.

Maaari ka pa ring maniwala na sulit ang pagkakaroon ng mga anak, at iyon ay isang magandang pananaw. Ngunit mahalagang gumawa ng matalinong desisyon at isaalang-alang ang mga salik na ito bago magsimula ng pamilya. Sa sandaling mayroon ka nang mga anak, sila ang magiging mga itinatangi na regalo ng iyong buhay, na karapat-dapat sa lahat ng iyong pagmamahal at pangangalaga.

Acani Samon Biaou: Hayaan akong magbigay ng tatlong pananaw tungkol dito. Una, ang panahon ng pagkakaroon ng mga anak ay nakakaapekto sa iyong paglalakbay tungo sa pagsasarili sa pananalapi depende sa kung kailan mo sila mayroon. Kung mayroon kang anak sa murang edad, maaaring mahirap mag-focus sa iyong pag-aaral. Gayunpaman, kung mayroon kang isang anak sa mas huling edad, maaari nitong limitahan ang mga propesyonal na pagkakataon at gawing mas nakaupo ka. Ang mga taong may mga bata ay mas malamang na gumawa ng mga pagbabago at lumipat. Ang pagkakaroon ng anak mamaya sa buhay ay maaaring mag-alok ng higit na kakayahang umangkop.

Pangalawa, kahit sa mga tuntunin ng pagpapalaki ng mga anak, kung ikaw ay maaga sa iyong karera, maaari kang magkaroon ng mas kaunting pera upang maibigay ang nais na pagpapalaki. Kung malaki ang papel na ginagampanan ng pera sa pagpapalaki ng iyong mga anak, maaaring mas mabuting isaalang-alang ang pagkakaroon ng mga anak sa ibang pagkakataon kapag mayroon kang mga kinakailangang mapagkukunan.

Pangatlo, kapag nag-iisip tungkol sa pagkakaroon ng mga anak, pag-isipan din ang epekto nito sa iyong career trajectory. Ang ilang mga industriya ay nangangailangan ng matinding trabaho para sa mga promosyon, na maaaring maging mahirap na balansehin sa wastong pagpapalaki ng anak. Ang mga ito ay madalas na hindi nasasabing mga paksa dahil sa pulitikal na kawastuhan.

Olumide Ogunsanwo: Kailangan nating pag-usapan ito. Napakahalaga nito.

Achani Samon Biaou: Sabihin nating ikaw ay nasa isang mataas na stress na trabaho, na naglalayong lumipat mula sa isang associate patungo sa isang posisyon sa direktor. Sa yugtong ito, ang pagkakaroon ng mga anak ay nagpapataas ng antas ng stress, na nakakaapekto sa iyong kalusugan. Binabawasan din nito ang iyong kakayahang kumonekta sa iyong anak dahil maaaring kailanganin mong umasa sa mga binabayarang serbisyo sa pangangalaga ng bata. Mayroong maraming mga kadahilanan upang isaalang-alang.

Olumide Ogunsanwo: At huwag nating kalimutan, Samon, na mayroon ding mga hindi nasasalat na pagbabago. Ang perception ng iyong manager ay maaaring, "Naku, may anak ka na, kaya mas kaunti ang iyong trabaho at hindi gaanong nakatuon." Maaari mong isipin na mali para sa iyong manager na mag-isip ng ganoon, ngunit ganoon ang buhay.

Acani Samon Biaou: Kung hindi mo iniisip kung kailan at kung paano magkaroon ng mga anak, maaaring makatuwiran na ipagpaliban ito hanggang sa ikaw ay maging mas maayos sa iyong propesyonal na karera. Ang pamamaraang ito ay nakikinabang sa parehong pinansyal na kalayaan at ang kakayahang gumugol ng oras sa iyong mga anak. Bukod dito, maraming kumpanya ang nag-aalok ngayon ng mga opsyon tulad ng pagyeyelo ng itlog at oras ng pagbubuklod ng sanggol.

Olumide Ogunsanwo: Ang pagkakaroon ng mga anak ay maaaring magkaroon ng malaking epekto sa iyong mga gawi sa paggastos, lalo na sa mga lugar tulad ng pabahay, transportasyon, at pagkain. Maaaring gusto mong tumira nang mas malapit sa kanilang paaralan, na maaaring mangahulugan ng mas mataas na bayad sa upa o mortgage. Maaaring kailanganin mong bumili ng kotse para imaneho sila, na maaaring makadagdag sa iyong gas at mga gastos sa pagpapanatili. Maaaring kailanganin mo ring ayusin ang iyong badyet sa pagkain upang matugunan ang kanilang mga kagustuhan at mga pangangailangan sa nutrisyon. Hindi kami naririto para husgahan ang iyong mga pagpipilian sa pamumuhay o sabihin sa iyo kung ilang anak ang dapat mong magkaroon. Gusto lang naming tulungan kang maunawaan kung paano nakakaapekto ang laki ng iyong pamilya sa iyong mga layunin sa pananalapi at kung paano ka makakapagplano nang naaayon.

6. Diborsiyo at mga sakuna na kaganapan: Ang huling anino ng Shadow Three na mga lugar ng gastos ay ang diborsyo at mga sakuna na kaganapan. Sa ilang bansa, ang diborsiyo ay maaaring humantong sa isang napakalaking pagkawala ng hanggang 50% ng iyong mga ari-arian, na maaaring magkaroon ng mapangwasak na epekto sa iyong paglalakbay tungo sa pagsasarili sa pananalapi. Maaari mong mawala ang iyong kalayaan sa pananalapi kahit na maabot mo ang FI sa pamamagitan ng pagkawala ng kalahati ng iyong mga asset. Ito ay hindi lamang ang mga pinansiyal na kahihinatnan; ang emosyonal na toll ay maaaring napakalaki. Ang pagkawala ng iyong kapareha, ang taong mahal mo, pagkatapos ng mga taon na magkasama ay maaaring maging emosyonal na pagkabalisa habang nalalagay sa panganib ang iyong pinansiyal na hinaharap. Hinihikayat ko ang lahat na maglaan ng oras sa paghahanap ng tamang partner. Isaalang-alang kung pareho kayo ng mga halaga at compatibility. Maglaan ng oras upang maunawaan ang mga implikasyon ng diborsyo sa iyong partikular na lokasyon. Hindi namin iminumungkahi na iwasan mo ang pag-aasawa o mga relasyon ngunit sa halip ay unawain ang mga epekto ng diborsyo kapag gumagawa ng mga desisyon.

Acani Samon Biaou: Ngayon, ibaling natin ang ating pansin sa mga sakuna na kaganapan, partikular na ang mga may kaugnayan sa kalusugan. Marami sa atin ay may posibilidad na maniwala na tayo ay hindi magagapi hanggang sa hindi inaasahang mga welga. Gayunpaman, mahalagang kilalanin na walang sinuman sa atin ang exempted sa mga isyu sa kalusugan. Iyon ang dahilan kung bakit mahalagang magplano at maghanda nang maagap. Ang pagbuo ng isang matatag na diskarte sa segurong pangkalusugan ay dapat na nasa tuktok ng iyong listahan. Isaalang-alang ang partikular na saklaw na kailangan mo at tiyaking naaangkop ito sa mga bansang madalas mong pinupuntahan. Ang pag-iwas ay susi din. Ang mga regular na screening at proactive na mga hakbang ay maaaring makabuluhang mapabuti ang iyong kakayahang matugunan ang mga isyu sa kalusugan nang epektibo. Bukod pa rito, huwag palampasin ang kahalagahan ng pagseguro sa iyong mga kritikal na asset. Ang pag-iwan ng mahahalagang bagay na walang insurance ay maaaring humantong sa malalaking pasanin sa pananalapi. Tandaan, ang pamumuhunan sa isang maliit na premium ng insurance ngayon ay makakapagtipid sa iyo ng malaking gastos sa katagalan.

Olumide Ogunsanwo: Lubos kong hinihikayat ang lahat na unahin ang kanilang proteksyon sa mga sitwasyong kinasasangkutan ng diborsyo at iba pang mga sakuna na kaganapan. Mayroong iba't ibang mga tool na magagamit, kabilang ang insurance ng ari-arian at segurong pangkalusugan. Habang nagna-navigate ka sa mga sitwasyong ito, mahalagang humanap ng mga paraan para protektahan ang iyong sarili. Isaalang-alang ang mga opsyon gaya ng mga prenuptial agreement para sa kasal, mga plano sa segurong pangkalusugan, at coverage ng insurance ng may-ari o ari-arian. Ang sapat na insurance ay mahalaga, dahil ang kakulangan nito ay maaaring humantong sa mga mapanghamong sitwasyon tulad ng sunog sa bahay. Bagama't hindi kami magbibigay ng mga partikular na rekomendasyon para sa bawat posibleng sakuna, gusto naming bigyang-diin ang kanilang potensyal na negatibong epekto sa iyong paglalakbay sa pananalapi. Gumawa ng mga proactive na hakbang para protektahan ang iyong sarili!"

Sinasaklaw nito ang aming Big Three at Shadow Three na mga lugar sa paggastos. Upang ibuod ang mga halagang nakabatay sa paggastos: Tukuyin at bigyang-priyoridad ang iyong mga halaga. Ihanay ang iyong paggastos nang naaayon at maging maingat sa pagsuko sa FOMO. **Ang FOMO ang problema at ang paggasta na nakabatay sa halaga ay ang panlunas**. Ngayon, lumipat tayo sa mga rekomendasyon at sanggunian.

Acani Samon Biaou: Inirerekomenda ko ang "Your Money or Your Life [5]", ni Vicki Robin. Bagama't hindi ito partikular na nakatuon sa pagsasarili sa pananalapi, nag-aalok ito ng mahalagang patnubay sa pagpaplano sa pananalapi para sa pagreretiro. Sinasaklaw nito ang mga paksa tulad ng pagtakas sa mga bitag sa utang, paglinang ng maingat na mga gawi sa pag-iimpok at pagpapasimple ng iyong buhay sa pamamagitan ng pag-aalis ng mga hindi kinakailangang bagay.

Olumide Ogunsanwo: Nakakatuwang banggitin mo na hindi ito direkta tungkol sa kalayaan sa pananalapi. Itinuturing ng ilan ang 1992 na bersyon ng aklat bilang pinagmulan ng kilusang pagsasarili sa pananalapi, bago pa man malikha ang terminong FI/RE (Financial Independence / Retire Early). Maaaring ipaliwanag nito kung bakit hindi ka gumagawa ng koneksyon. Ito ay isang hindi kapani-paniwalang mahalagang libro na nagpaunawa sa mga tao na maaari nilang iwan ang corporate life sa kanilang thirties. Ngayon, mayroon akong tatlong rekomendasyon:

" Maagang pagreretiro extreme [6]" ni Jacob Fisker. Ang lalaki ay isang henyo. Ang aklat na ito ay isang napakatalino at lubos na inirerekomendang basahin. Ibinahagi ni Fisker, isa sa mga unang boses sa personal na pananalapi at kalayaan sa pananalapi, ang kanyang mga prinsipyo at diskarte na nakabatay sa sistema sa pag-optimize ng paggasta at mga gastos.

" Millionaire next door [7]" ni Thomas Stanley. Nag-aalok ang aklat na ito ng mga pananaw sa buhay ng mga Amerikanong milyonaryo. Sa pamamagitan ng kanilang pananaliksik, natuklasan ng mga may-akda na ang mga milyonaryo ay disiplinado at matipid, na umiiwas sa mga maluho na pamumuhay. Sinisiyasat nila ang mindset, mga pattern ng paggastos, at paggastos na nakabatay sa mga halaga ng mga indibidwal na ito. Kasama sa aklat ang mga detalyadong profile ng daan-daang milyonaryo.

" Stop Acting Rich [8]" ni Thomas Stanley. Ipinapaliwanag ng aklat na ito na ang suweldo lamang ay hindi tumutukoy sa netong halaga; ito ay depende sa mga gawi sa paggastos. Itinatampok nito ang nakakagulat na natuklasan na ang mga propesyon tulad ng pagtuturo, sa kabila ng mas mababang suweldo,

---

ay may posibilidad na magkaroon ng mas mataas na mga halaga dahil sa mas mababang mga tendensya ng FOMO. Sa kabilang banda, ang mga abogado, sa kabila ng mas mataas na suweldo, ay kadalasang may mas mababa kaysa sa inaasahang net worth habang sumusuko sila sa FOMO at gumagastos sa mga luxury item upang makasabay sa mga kapantay.

Acani Samon Biaou: Sa pagtatapos natin, gusto kong ulitin na ang FOMO ay iyong kaaway.

Olumide Ogunsanwo: Yakapin ang makapangyarihang kumbinasyon ng mga value-based na paggastos at pag-maximize ng kita upang isulong ang iyong paglalakbay patungo sa pagsasarili sa pananalapi. Suriin ang iyong mga bias at gumawa ng isang maayos na balanse sa pagitan ng dalawa, isinasaalang-alang ang iyong mga natatanging pagkakataon, kalagayan, kaalaman, koneksyon, at kapaligiran. Sa paparating na huling kabanata, susuriin natin ang buhay FIREDOM at magbibigay ng mahahalagang insight sa kung paano tayo nabubuhay pagkatapos makamit ang kalayaan sa pananalapi. Manatiling nakatutok!

7: Kwento ng FIREDOM, Kasarinlan sa Pinansyal, Kalayaan at ang Natitira sa Iyong Buhay

Olumide Ogunsanwo: Nagawa namin ito! Ang aming huling kabanata. Anong paglalakbay! Tatapusin natin ang lahat sa pamamagitan ng pagtalakay kung paano umunlad ang ating buhay pagkatapos nating maging malaya sa pananalapi.

Achani Samon Biaou: Gusto mo! Bagama't tinatalakay natin ang landas tungo sa pagsasarili sa pananalapi, pare-parehong mahalaga na pag-isipan kung ano ang darating pagkatapos makamit ito.

Olumide Ogunsanwo: Nasasabik akong magkaroon ng talakayang ito.

Acani Samon Biaou: Batay sa aking personal na karanasan at pag-alam sa karanasan ni Olumide, may kumpiyansa akong masasabi na ang sarap sa pakiramdam na maging malaya sa pananalapi.

Olumide Ogunsanwo: Kung nakita mong nakakaengganyo ang mga nakaraang kabanata, mas matutuwa ka sa kabanatang ito. Hindi tulad ng mga nakaraang kabanata kung saan tayo ay naghuhukay ng mga alaala ng nakaraan, ang kwentong ito ay sariwa sa ating isipan. Tinatalakay ng kabanatang ito ang ating kasalukuyang buhay at kung ano ang ginagawa natin ngayon.

Acani Samon Biaou: [Pag-awit] Kalayaan. Kalayaan. Kalayaan

Olumide Ogunsanwo: [Tawanan] Kumakanta ka sa English. Mas maganda pa yun. Hindi sa French. Kahanga-hanga.

Acani Samon Biaou: [Tawanan] Hindi na makapaghintay na magsimula sa kabanatang ito.

Olumide Ogunsanwo: Samon, bakit hindi mo kami sipain? Ano ang nangyari pagkatapos mong makamit ang kalayaan sa pananalapi?

Acani Samon Biaou: Hayaan akong magsimula sa ilang konteksto. Ang simula ng financial independence para sa akin ay noong 2018, sa edad na 35. Kakabalik ko lang sa Dubai mula sa BCG Ambassador Program, kung saan gumugol ako ng isang taon sa South Africa. Sa puntong ito nagsimula ang aking mga pamumuhunan na makabuo ng buwanang passive income na mas mataas kaysa sa aking target na numero ng pinansiyal na kalayaan. Ang bagong-tuklas na kalayaan sa pananalapi ay nagbigay-daan sa akin na magkaroon ng higit na kontrol sa aking buhay sa trabaho at ituloy ang aking mga interes sa sarili kong mga tuntunin. Mas komportable din akong pag-usapan ang mga bawal na paksa. Nakahanda na ako para sa promosyon sa Principal, ang katumbas ng McKinsey Associate Partner, noong panahong iyon. Natanggap ko ang promosyon pagkalipas ng walong buwan at sinimulan ko ang proseso ng paglipat palabas ng BCG.

Olumide Ogunsanwo: Kapag naging independyente ka sa pananalapi, makatuwiran pa rin na magtrabaho nang kaunti pa para sa dalawang dahilan.

Una, palaging matalino na magkaroon ng buffer sa lugar. Bilang isang inhinyero, pinahahalagahan ko ang halaga ng mga buffer, at ang parehong prinsipyo ay nalalapat sa pagpaplano ng pananalapi. Hindi mo nais na maging masyadong tumpak sa pagtatantya ng iyong mga gusto at pangangailangan sa hinaharap. Sa pamamagitan ng pagtatrabaho nang medyo mas matagal, maaari kang lumikha ng isang financial buffer upang matugunan ang anumang mga pagbabago sa hinaharap sa mga interes o pangangailangan.

Pangalawa, nangangailangan ng oras upang galugarin at matutunan ang tungkol sa kung anong mga opsyon ang available at kung ano ang gusto mong gawin. Bagama't ang ilang mga tao ay maaaring natagpuan ng maaga ang kanilang pagtawag, karamihan sa mga tao ay nangangailangan ng oras upang matuklasan ang kanilang mga tunay na interes. Ang pagtigil sa iyong trabaho upang manood ng Netflix sa buong araw ay hindi ang pinakamahusay na diskarte sa paghahanap ng katuparan.

Gayunpaman, napakahalaga na magkaroon ng balanse at hindi mahulog sa bitag ng "one more year syndrome" (OMY), kung saan patuloy kang nagtatrabaho nang maraming taon pagkatapos makamit ang kalayaan sa pananalapi. Maliban kung siyempre, ang iyong layunin ay upang magpatuloy sa trabaho dahil nasiyahan ka dito. Tulad ng lahat ng bagay sa buhay, ito ay tungkol sa pagtimbang ng mga trade-off at paghahanap ng tamang balanse.

Acani Samon Biaou: Sumasang-ayon ako. Nanatili ako sa BCG nang humigit-kumulang 1.5 taon pagkatapos kong maging malaya sa pananalapi. Ibang-iba ako sa iba at nilalaro ko ang sarili kong mga patakaran. Iyon ay isang tiyak na sandali para sa akin.

Olumide Ogunsanwo: I-explore natin ang sandaling iyon nang kaunti. Anong mga salita ang iyong gagamitin upang ilarawan ang iyong naramdaman nang maabot mo ang sandali ng kalayaan sa pananalapi?

Acani Samon Biaou: Pakiramdam ko ay lumaki na ako.

Olumide Ogunsanwo: [Namangha] Wow!

Acani Samon Biaou: Naramdaman ko na nagtapos ako sa karera ng daga. Bahagi pa rin ako ng corporate machine ngunit hindi ako umaasa dito. Nakipag-usap ako sa dalawang Managing Director sa firm na pinagkakatiwalaan ko para sa payo kung dapat kong ipagpatuloy ang pagtatrabaho doon o hindi. Ang katotohanan na nagkakaroon ako ng mga pag-uusap na ito mismo ay isang indikasyon na ako ay matured na. Ang mga pag-uusap na ito ay maaaring maging banta sa karera dahil kung isasaalang-alang mong umalis, maaaring hindi ka ipaglaban ng isang Managing Director o patuloy na mamuhunan sa iyo. Ngunit, ako ay payapa at walang pakialam sa kanilang mga opinyon.

Olumide Ogunsanwo: Nadama mo ang paglaki at kapayapaan pagkatapos mong maabot ang Financial independence na naiintindihan dahil ito ay isang pangunahing milestone. Sa konteksto ng FI/RE, mayroong dalawang milestone: ang pagkamit ng financial independence (FI) at pagreretiro ng maaga (RE) na ang paglipat mula sa trabaho na kailangan mong gawin sa iba pang mga personal na gawain. Ang aklat na ito ay pangunahing nakatuon sa FI, na siyang punto kung saan ang isang tao ay nakaipon ng sapat na mga ariarian upang mabayaran ang kanyang mga gastos sa buong buhay niya. Naabot mo ang FI na hindi kapani-paniwalang milestone na sinusubukan naming pasayahin ang mga tao. Anumang mga salita na gusto mong gamitin upang ilarawan kung ano ang iyong naramdaman?

Achani Samon Biaou: Isang pakiramdam ng - sa Pranses ito ay tinatawag na apesanteur (pesanteur ay gravity, apesanteur ay kawalan ng gravity)

Olumide Ogunsanwo: [Ngumiti] Kamangha-manghang!

Acani Samon Biaou: Lutang ako. Naramdaman ko ang pakiramdam na mayroong isang buong mundo doon at sa wakas ay malaya akong tuklasin ito sa sarili kong mga termino. I felt unshackled, but at the same time, iniisip ko kung ano ang gagawin. Ito ay isang kumbinasyon ng kalayaan, pagkabalisa at pagsisikap na maunawaan ang lahat ng ito.

Olumide Ogunsanwo: Kahit na naririnig ko ito, nasasabik ako para sa iyong sinusubukang ilarawan ito. Maaari kong isipin na orihinal mong binalak na manatili sa BCG sa loob ng dalawang taon, ngunit nauwi sa pananatili ng halos anim na taon. Sa kalaunan, nakamit mo ang kalayaan sa pananalapi, at naiisip ko ang mga pintuan ng mga pagkakataong nagbukas para sa iyo at ang empowerment na dapat mong naramdaman upang ituloy ang mga ito.

Acani Samon Biaou: Medyo nakaramdam din ako ng pagmamalaki at napatunayan. Para akong Olympic athlete. Sa panahon ng paghahanda, ang ilan ay nagpahayag ng pagdududa at nagsabi ng mga bagay tulad ng "Kalimutan mo na ito, ano ang iniisip mo?" Gayunpaman, nanatili akong isang malayang palaisip, nahuhumaling sa pagkamit ng aking layunin, at sa huli ay nagtagumpay.

Ang tagumpay na ito ang una kong ganap na pagmamay-ari, itinakda ko ang layunin para sa aking sarili at hindi sumunod sa mga pamantayan ng lipunan. Sa kabaligtaran, ang iba pang mga tagumpay sa aking buhay ay kadalasang naiimpluwensyahan ng mga inaasahan ng lipunan at nagsisilbing paraan sa isang wakas. Halimbawa, itinuloy ko ang pagpasok sa isang nangungunang paaralan ng negosyo para sa personal na paglago at upang makakuha ng trabahong may mataas na suweldo na may kapangyarihan sa paggawa ng desisyon. Katulad nito, sa aking trabaho sa pagkonsulta, nagtrabaho ako ng mahabang oras at nakamit ang tagumpay, ngunit hindi ko ginusto ang gabi - bahagi lamang ito ng trabaho.

Tulad ng para sa kalayaan sa pananalapi, mahal ko ang bawat hakbang ng proseso. I was pursuing financial independence especially because I wanted to finally be all of me and only me. Nang ako ay naging independyente sa pananalapi, nadama ko ang isang pakiramdam ng tagumpay, apesanteur, at pagmamay-ari.

Sa kumpiyansa na itinanim ng aking karanasan sa BCG at business school, nagpasya akong lumipat sa Paris at tuklasin ang isang startup sa unang bahagi ng 2020 habang paalis na ako sa BCG. Pumirma ako ng lease noong nakaraang taon dahil ang paghahanap ng lugar sa Paris ay maaaring maging mahirap. Kahit na nagtatrabaho pa ako sa isang proyekto para sa BCG sa Saudi Arabia, nagsimula akong lumipat sa aking bagong buhay sa Paris, kung saan nakakuha na ako ng apartment. Pagkatapos ay tumama ang COVID-19, at natagpuan ko ang aking sarili na natigil sa Paris. Ang aking paglalakbay sa pagnenegosyo ay ipinagpaliban bago pa man magsimula, dahil pinapayagan lamang kaming umalis ng apartment para sa pamimili o maikling paglalakad. Noong panahong iyon, isang senior contact mula sa UAE ang humingi ng tulong sa akin. Ito ang isa sa mga unang pagkakataon na mayroon ako upang gamitin ang kalayaang natamo ko sa pamamagitan ng pagkamit ng kalayaan sa pananalapi.

Olumide Ogunsanwo: Ito ay isang natatanging sitwasyon. Nagkaroon ka ng financial independence moment noong 2018, ngunit nagpatuloy kang magtrabaho para sa BCG hanggang 2020. Pagkatapos mong umalis sa BCG, isang dating contact na nakakilala sa iyo batay sa iyong dating karanasan sa trabaho ang nag-alok sa iyo ng pagkakataong gumawa ng isang proyekto. Magagawa mo ito batay sa sarili mong mga tuntunin at saklawin ito sa paraang gusto mo at gumugol ng mas maraming oras sa pagpapatupad. Maaaring ito ay isang magandang pagkakataon depende sa mga kliyente.

Acani Samon Biaou: Nasiyahan ako sa pakikipagtulungan sa mga tao, at itinuring ko na ito ang aking unang tunay na pagkakataon upang lumikha ng isang epekto at hubugin ang isang bagay nang walang mga limitasyon ng pagkonsulta.

Olumide Ogunsanwo: Mayroon kang ahensyang iyon, hindi ka napigilan ng makina ng BCG, na napakatalino at maganda sa ilang mga paraan, ngunit hindi napakahusay sa ibang mga paraan.

Acani Samon Biaou: Eksakto. Sa panahon ko sa BCG, mayroon akong pangkat ng mga analyst at kasama na responsable sa pagsasagawa ng mga pagsusuri at paglikha ng mga slide. Gayunpaman, pagkatapos umalis sa BCG at kumuha ng isang bagong proyekto, natagpuan ko ang aking sarili na kumuha ng mas magkakaibang hanay ng mga responsibilidad, mula sa analyst hanggang sa managing director. Kasama dito ang mga gawain tulad ng pagsusulat ng mga slide, paggawa ng mga desisyon, at pagsasagawa ng proyekto. Ang pagkakaroon ng ganap na pagmamay-ari sa direksyon ng proyekto ay isang kakaiba at kasiya-siyang karanasan. Nagustuhan ko ang karanasang iyon. Noon din ako nagpasya na galugarin ang aking hilig para sa mid-term na paglalakbay (naninirahan sa iba't ibang lugar sa loob ng ilang buwan noong panahong iyon), na dati ay mahirap dahil sa mga hadlang sa trabaho.

Natutunan ko ang ilang bagay mula sa paglalakbay na ito. Una, sulit ang pagsasarili sa pananalapi, sampung beses.

Olumide Ogunsanwo: Hindi na ako sumasang-ayon. Kahanga-hanga ang FI.

Acani Samon Biaou: Pangalawa, kailangan mong tiyakin na pinaghahandaan mo ito. Nagkaroon ako ng maraming sandali nang sinubukan ng mga tao na i-recruit ako. Una, sa mga huling buwan ko sa BCG, inalok nila ako ng fast-track sa partnership sa isa sa aming mga bagong opisina. Tapos, nilapitan din ako ng mga dating kliyente at third party. Iyan ang kagandahan ng pagkonsulta: ikaw ay lubos na mabibili. Inalok ako ng mga tao ng mas maraming pera, at may bahagi sa akin na nag-iisip kung magagawa ko ba ito sa loob ng isang taon at maging mas malaya. Ang mga tuksong ito ay kung paano mo susuriin kung talagang malakas ang iyong pagnanais para sa kalayaan sa pananalapi. Kung oo, hindi ka na babalik sa dati mong karera o mga katulad na trabaho dahil lang nag-aalok sila ng pera sa iyo.

Olumide Ogunsanwo: Ito ay isang magandang punto. Pag-isipan natin ito nang kaunti. Sa naunang bahagi ng aklat na ito, pinayuhan namin na mahalagang magkaroon ng malinaw at nakakahimok na pananaw kung saan mo gustong pumunta sa iyong paglalakbay tungo sa kalayaan sa pananalapi. Kapag umibig ka sa hinaharap na pangitain ng iyong sarili at mayroon kang malakas na emosyonal na koneksyon sa iyong pangitain, mas malamang na manatiling nakatuon ka dito. Kung wala ang koneksyon na iyon, maaari kang matuksong kumuha ng bagong alok sa trabaho dahil lang sa mukhang mas mahusay ito kaysa sa kasalukuyan mo. Mahalagang maglaan ng oras para malaman kung ano talaga ang gusto mo sa buhay. Kung magpasya ka na ang paglipat sa isang bagong trabaho o landas ng karera pagkatapos na makamit ang kalayaan sa pananalapi ay naaayon sa iyong mga layunin, walang masama doon. Gayunpaman, napakahalaga na makisali sa pagmumuni-muni sa sarili at magkaroon ng kaalaman sa sarili upang makagawa ng mga tamang desisyon para sa iyong hinaharap.

Acani Samon Biaou: Hindi na ako sumasang-ayon. Kung iniisip mo kung tama para sa iyo ang pagsasarili sa pananalapi, mayroong isang mabilis na pagsubok na magagawa mo. Hindi mo kailangang malaman nang eksakto kung ano ang gusto mong gawin sa susunod, ngunit dapat mong malaman na hindi mo gustong ipagpatuloy ang ginagawa mo ngayon. Ang pagsasarili sa pananalapi ay nagkakahalaga ng pagpupursige kung naniniwala kang masisiyahan ka sa proseso at paglalakbay patungo dito nang higit pa kaysa sa mismong kinalabasan.

Olumide Ogunsanwo: Ang pagtanggap sa kahinaan at paggalugad ay mahalaga kapag nagtataguyod ng kalayaan sa pananalapi. Kung uunahin mo ang isang mataas na antas ng katiyakan, maaaring ihandog iyon ng istruktura ng korporasyon at panatilihin ka doon hanggang sa ikaw ay matanda. Sa kabilang banda, ang pagsasarili sa pananalapi ay nagsasangkot ng pag-uusisa at isang pag-iisip ng paggalugad na maaaring magbukas ng isang kapanapanabik na bagong buhay para sa iyo.

Acani Samon Biaou: Ang pinakamahalagang bagay tungkol sa pagkamit ng kalayaan sa pananalapi ay ang kalayaang dulot nito. Hindi ito tungkol sa paghahanap ng mas magandang trabaho. Ito ay hindi kahit tungkol sa paghahanap ng isang nakakahimok na pangitain bagaman iyon ay isang mahalagang hakbang. Sa halip, ito ay tungkol sa pagkakaroon ng kalayaan na hanapin ang anumang gusto mong hanapin at gawin ang anumang gusto mo, kahit kailan mo gusto. Kailangan mong tamasahin ang estado ng pag-iisip na iyon at madama ang pagmamahal para dito. Kapag mayroon kang kalayaan sa pananalapi, mayroon kang kakayahang tuklasin ang iyong mga interes at hilig, o piliin na huwag mag-explore. May kalayaan kang gumawa ng sarili mong mga desisyon at gawin ang tunay mong gustong gawin. Para sa akin, ang pagkamit ng kalayaan sa pananalapi ay nangangahulugan ng pag-redirect ng intensity na mayroon ako para sa aking trabaho sa BCG tungo sa isang bagay na aking pinili.

Ang layunin ko ay bigyan ang aking sarili ng oras at espasyo upang galugarin at idirekta ang aking enerhiya patungo sa ibang mga lugar. Hindi ko gustong mamuhay sa isang Netflix na buhay kung saan palagi akong nakadikit sa entertainment. Nais kong magkaroon ng kakayahang pumili kung ano ang gusto kong gawin, at patuloy na tuklasin ang mga bagong bagay.

Olumide Ogunsanwo: Maganda. Magdadagdag ako ng ilang puntos. Maraming mahahalagang bahagi ng buhay ang mahirap lubusang lutasin. Halimbawa, sa mga relasyon, may mga patuloy na pag-uusap sa iyong romantikong kapareha, pamilya, at komunidad, at patuloy kang nagsusumikap na mapabuti sila. Ang mga layuning ito ay hindi kailanman ganap na nalutas o nakakamit, ngunit sa halip sila ay isang tuluy-tuloy na proseso ng paglago at pagpapabuti. Ganoon din sa kalusugan - palaging may bagong matututunan tungkol sa pinakamahusay na paraan ng pagkain, pag-eehersisyo, pamamahala ng stress, at pangangalaga sa kalusugan ng isip. Gayunpaman, ang kalayaan sa pananalapi ay natatangi dahil ito ay isa sa ilang malalaking bagay sa buhay na halos ganap na malulutas. Kung naging independyente ka sa pananalapi, maaari kang magkaroon ng kalayaan na tumuon sa iba pang bahagi ng buhay, tulad ng mga relasyon at kalusugan, na nangangailangan ng patuloy na pagsisikap. Ang pagsasarili sa pananalapi ay isang enabler na nagbibigay sa iyo ng mas maraming oras, lakas, at pera upang mamuhunan sa iba pang mahahalagang bahagi ng buhay na walang katapusang mga paglalakbay sa pagpapabuti.

Anuman ang iyong trabaho, ikaw man ay isang pintor, investment banker, management consultant, o tech worker, malamang na mayroon kang iba pang mga interes at hilig sa labas ng trabaho. Marahil ay nasisiyahan ka sa paglangoy, paglalaro ng volleyball, skating, o paglalakbay. Maaaring maging mahirap na makahanap ng oras at lakas upang ituloy ang mga interes na ito kung ginugugol mo ang lahat ng iyong oras sa trabaho o sa iyong negosyo na sinusubukang kumita ng pera. Ang pagsasarili sa pananalapi ay maaaring magbigay sa iyo ng kalayaan na gumugol ng mas maraming oras sa mga bagay na gusto mo o sa tingin mo ay mahal mo.

Bilang tao, multidimensional tayo at marami tayong interes. Isipin kung maaari kang gumugol ng mas maraming oras sa pagpupursige sa iyong mga hilig, pagsisimula man ito ng negosyo, paglalakbay sa mundo, o iba pa. Ang FIREDOM ay ang kalayaang pumili kung ano ang gusto mong gawin sa iyong oras at lakas. Kaya naman mahal ko ang pagsasarili sa pananalapi, kung bakit isinulat namin ang aklat na ito at tinawag itong FIREDOM (Financial Independence + Retire Early + Freedom).

Achani Samon Biaou: Kung nagtatrabaho ka pa rin sa Google, may ilang mga dahilan kung bakit maaaring hindi ka nagsulat ng isang libro. Ang isang posibilidad ay maaaring hindi ka nagkaroon ng oras upang isulat ito. Bilang karagdagan, maaaring kinailangan mong makipag-date sa isang tao sa legal na departamento upang makakuha ng clearance. [Laughter] Nagbibiro ako dito.

Olumide Ogunsanwo: [Tawanan] Nakakatuwa na ilabas mo ito, pero kailangan ko talaga ng clearance para simulan ang Afrobility sa 2020. Hindi ako nagbibiro.

Acani Samon Biaou: Pahahalagahan ko kung ang mga tao ay makakatuon sa mga pangunahing elemento ng kuwento. Upang linawin, narito ang isang buod ng aking naramdaman: Una, naramdaman kong lumaki ako. Pangalawa, nakaranas ako ng mas malalim na pakiramdam ng tagumpay kumpara sa pagkuha ng MBA mula sa mga prestihiyosong paaralan ng negosyo, kung saan ako ay naghahanap ng pagpapatunay sa ilang lawak.

Olumide Ogunsanwo: Tiyak. Ang pagkamit ng kalayaan sa pananalapi sa edad na 35 ay isang napakahirap na tagumpay, higit pa kaysa sa pagtanggap sa Stanford GSB (Graduate School of Business). Ito ay partikular na totoo dahil ikaw ay ipinanganak at lumaki sa Benin. Kung isasaalang-alang ang bilang ng mga tao na lumaki sa Benin kasabay mo at nakamit ang kalayaan sa pananalapi sa edad na 35, magugulat ako kung lumampas ito sa 0.01%. Ito ay isang hindi kapani-paniwalang tagumpay.

Acani Samon Biaou: Karamihan sa mga kaibigan ko ay nagsasabi: "Ano itong konseptong pinag-uusapan ninyo? Ano ang ibig mong sabihin na hindi ka na magpapatuloy sa trabaho?"

Olumide Ogunsanwo: Sinabi ng aking kasosyo sa isang katrabaho na nagsusulat ako ng isang libro tungkol sa kalayaan sa pananalapi. Kung saan, tumugon ang kasamahan, "Alam ko ang tungkol sa kalayaan sa pananalapi, nangangahulugan ito na ako ay may trabaho at madaling makahanap ng anumang trabaho na gusto ko." [Tawa]

Achani Samon Biaou: [Tawanan] Ito ay malalim na naka-embed sa ating psyche. Sinabi ko sa ilang mga tao ang tungkol sa kalayaan sa pananalapi at tumugon sila: "Okay, so anong trabaho ang gagawin mo ngayon?"

Olumide Ogunsanwo: [Hysterical na pagtawa]

Acani Samon Biaou: Dapat kang gumawa ng trabaho. Halos hindi ka dapat pumunta at gawin ang iyong sariling bagay. Sa pagbabalik-tanaw sa aking kamakailang karanasan, nadama ko ang isang pakiramdam ng kapanahunan at pagmamalaki sa aking tagumpay. Hindi tulad noong nakaraan, hindi ko ito ginagawa para magpahanga ng iba. Pakiramdam ko ay bumalik ako sa pakiramdam ng kalayaan noong bata pa ako. Tandaan, sa kwento ng aking pagkabata, nabanggit ko na ang isa sa aking pinakaunang alaala ay ang pakiramdam ng kalayaan. Sa aking paglaki, naramdaman ko na ang kalayaang ito ay unti-unting naaalis habang sinubukan kong sumunod sa mga inaasahan ng lipunan at ang kalayaan sa pananalapi ay ang tool na kailangan ko upang mabawi ang aking kalayaan. Bukod pa rito, nakaranas ako ng pakiramdam ng kawalan ng timbang o "apesanteur", na isang salitang Pranses para sa kakulangan ng gravity. Parang lumulutang ka sa outer space at lahat ay malawak. Maaari kang pumunta sa alinmang direksyon, ito ay nagpapalaya ngunit nakakalito din. Iyon ang mga naramdaman ko noon.

Lumipat ako sa Paris at nagpasya na galugarin ang entrepreneurship, ngunit pagkatapos ay tumama ang COVID-19 at lahat ay tumigil. Gayunpaman, binigyan ako ng isang hindi inaasahang pagkakataon upang hubugin ang direksyon ng isang institusyon sa UAE na naaayon sa aking pagnanais na magkaroon ng epekto. Ako ang mamumuno sa proyekto at mangasiwa sa pagpapatupad nito, na iba sa dati kong tungkulin sa BCG kung saan ako ang mamumuno sa isang proyekto at pagkatapos ay ibibigay ang lahat ng rekomendasyon at pagpapatupad sa kumpanya.

Olumide Ogunsanwo: Oo, ibinibigay mo ang lahat ng maihahatid na proyekto sa mga kliyente at hilingin sa kanila ang pinakamahusay na kapalaran. [Tawa]

Acani Samon Biaou: Minsan, kahit na mahilig ka sa isang ideya, maaari ka pa ring mag-alinlangan tungkol sa potensyal na tagumpay nito, sa pagalam na ilang aspeto lamang nito ang malamang na maipatupad habang ang iba ay makakalimutan. Anuman, ito ang aking unang eksperimento. Ang aking pangalawang eksperimento ay nagsasangkot ng paglalakbay. Palagi akong nasisiyahan sa pag-aaral tungkol sa mga bagong kultura, kaya nagsimula kaming mag-partner sa isang buong taon na paglalakbay, na gumugol ng ilang buwan sa bawat lungsod na aming binisita. Bagama't maaaring nakita ng ilan sa aking mga kasamahan na kakaiba ang pinalawig na paglalakbay na ito, nagawa naming galugarin ang anim na iba't ibang bansa, na isawsaw ang aming sarili sa kanilang mga kultura at wika.

Ang pangatlong pokus ko ay ang pag-aaral ng wika. Mahusay na sa pitong wika, nagpasya akong matuto ng ilan pa. Sa kasalukuyan, nag-aaral ako ng Chinese at ginagawang perpekto ang aking mga kasanayan sa Arabic. Hindi ko sinusubukan na makakuha ng trabaho sa China. Hindi ko sinusubukan na maging isang pulitiko sa anumang bansang Arabian. Gustung-gusto ko ang mga wika at nais kong maipahayag ang aking sarili at magbasa ng mga pahayagan mula sa buong mundo nang hindi umaasa lamang sa mga media outlet.

Gayunpaman, hindi lahat ay naging madaling paglalayag. Pagkatapos ng aking proyekto sa UAE, naisipan kong magsimula ng sarili kong kumpanya at napagtanto ko na ang mga nakaraang insecurities ay muling lumalabas. Bilang isang nagtapos sa Stanford, madalas na may pressure na lumikha ng isang unicorn startup, ngunit ang aking pagsasarili sa pananalapi ay nagbigay-daan sa akin na unahin ang aking sariling katuparan at ituloy lamang ang mga pakikipagsapalaran na tunay na interesado sa akin. Sa halip na makaramdam ng panggigipit, sinisikap kong magkaroon ng kapangyarihang mamuhay sa sarili kong mga tuntunin.

Olumide Ogunsanwo: Oo. Ang iyong pagganyak ay dapat magmula sa loob.

Acani Samon Biaou: Nahirapan ako dito sa loob ng halos anim na buwan. Sa panahong iyon, babalik ako sa Silicon Valley sa loob ng ilang linggo upang mag-hang out kasama ang mga kaibigan at subukang iproseso ang aking mga iniisip. Sa kalaunan, napagtanto ko na nasa bingit na ako ng pigeonholing ang aking sarili sa isa pang amag (entrepreneurship at all cost), na magiging sayang sa kalayaang natamo ko. Iyon ang nakaraan. Ngayon, nakatuon ako sa mga wika dahil mahalaga ito sa akin. Sa FIREDOM, may kakayahan akong pumili kung saan ako nakatira at kung kanino ako nakapaligid sa aking sarili. Ang paninirahan sa US ay mahalaga sa akin dahil nagaalok ito ng maraming ideya at kalayaan na hindi matatagpuan sa ibang lugar sa mundo. Sa ganitong paraan, maaari kong gugulin ang aking oras sa mga paraan na pinakamahalaga sa akin.

Olumide Ogunsanwo: Siyempre, mahal ng mga Amerikano ang kalayaan. Ito ay bahagi ng etos ng bansa.

Achani Samon Biaou: FIREDOM at Freedom ay napakahusay na nakaayon sa aking mga pinahahalagahan, ngunit hindi ko planong manatili sa Amerika sa natitirang bahagi ng aking buhay. Gusto kong maglakbay at marahil ay lumipat sa ibang lugar sa hinaharap. Ang mahalaga para sa akin ay may kakayahan akong pumili kung saan ako nakatira. Ang pagkamit ng kalayaan sa pananalapi ay nagbigay sa akin ng pakiramdam ng kapanahunan at responsibilidad. Hinahamon ko ang aking sarili na subukan ang mga bagong bagay paminsan-minsan, tulad ng pagsusulat ng FIREDOM book na ito, pagtatrabaho sa mga startup, at pagkuha ng mga bagong proyekto.

Isa sa aking pinakabagong mga proyekto ay nagsasangkot ng pagtuturo ng computer science sa mga high-schooler sa Africa. Sa pamamagitan ng pagsasama ng wikang Ingles sa kurikulum, umaasa kaming mabigyan ang mga mag-aaral na ito ng pagkakataong makipag-ugnayan sa mga tao mula sa buong mundo at posibleng mag-aral sa mga bansang nagsasalita ng Ingles. Marahil ay makakahanap sila ng mga trabaho sa industriya ng tech bago sila pumunta sa unibersidad o matuto sa isang modelo ng apprenticeship. May-roong walang katapusang mga pagkakataon na magagamit upang galugarin, ngunit sa kasamaang-palad, hindi maraming tao ang may kalayaan o interes na ituloy ang mga ito.

Olumide Ogunsanwo: Ang pagsasarili sa pananalapi ay nagbibigay sa iyo ng espasyo sa pag-iisip, bandwidth, oras, at atensyon upang tumuon sa anumang bagay na pumukaw sa iyong interes. Iyan ang kagandahan ng la-hat. Ang kalayaan sa pananalapi ay nagbibigay sa iyo ng kalayaan na ituloy ang anumang gusto mo. Marahil ay hindi ka interesado sa kwento ni Samon dahil hindi ka mahilig sa edukasyon o wika. Ayos lang iyon. Ang punto ay ang pagsasarili sa pananalapi ay nagbibigay sa iyo ng kakayahang gawin ang anumang gusto mo, ito man ay pagpupursige sa iyong mga hilig o paggalugad ng mga bagong pagkakataon.

Acani Samon Biaou: Gustung-gusto ko ang pagsasarili sa pananalapi sa ilang kadahilanan. Una, pinahahalagahan ko ang geographic flexibility. Hindi ko nais na gumugol ng isa pang taglamig sa pagharap sa snow at sa mga abala na kasama nito, dahil hindi ito nagdudulot sa akin ng kagalakan. Pangalawa, nag-e-enjoy ako sa networking at sa paligid ng mga taong maka-pagpapasigla sa akin sa intelektwal na paraan. Iyon ang dahilan kung bakit pinili kong manirahan sa San Francisco, sa Bay Area. Panghuli, mahal ko ang kalayaang mag-explore at mag-tinker.

Narito ang isang transversal na pananaw ng kalayaan sa pananalapi. Ang ating buhay ay maaaring hatiin sa tatlong yugto pagdating sa kalayaan. Sa simula, tayo ay ipinanganak na malaya. Sa bandang huli ng buhay, kapag tayo ay nagretiro, nababalik natin ang ating kalayaan dahil hindi na tayo pinipigi-lan ng trabaho. Gayunpaman, sa gitnang bahagi ng ating mga taon ng pagta-trabaho, madalas tayong nahaharap sa iba't ibang mga obligasyon at limitasy-on na humahadlang sa ating kalayaan.

Ito ang esensya ng FIREDOM – ang kakayahang i-compress ang gitnang yugto ng panahon at mamuhay sa sarili nating mga termino, ituloy ang ating mga hilig at i-maximize ang kaligayahan at layunin sa ating mga produkti-bong taon. Sa madaling salita, ang pagsasarili sa pananalapi ay nagbibigay-daan sa amin na bayaran ang kakayahang gawin kung ano ang pinaka-na-gustuhan namin at maiambag ang aming talino sa lipunan sa makabuluhang paraan.

Olumide Ogunsanwo: Ang pagkamit ng kalayaan sa pananalapi sa iy-ong twenties at thirties ay maaaring hindi kapani-paniwalang kasiya-siya. Sa yugtong ito ng iyong buhay, ikaw ay bata pa, puno ng lakas at sabik na galu-garin ang mundo. Bakit hindi gumawa ng mga hakbang upang makamit ang kalayaan sa pananalapi nang mas maaga, upang mamuhay ka ng isang mas may layunin, kasiya-siyang buhay batay sa iyong sariling kahulugan? Pagkata-pos ng lahat, hindi ito tungkol sa pagsunod sa mga inaasahan ng iba, maging ito ay ang iyong pamilya, boss, o manager. Ito ay tungkol sa pamumuhay sa iyong sariling mga termino at pagtukoy sa iyong sariling landas.

Ito ang eksaktong dahilan kung bakit ginawa namin ang aklat na ito - upang matulungan kang kontrolin ang iyong pinansiyal na hinaharap at lu-mikha ng isang buhay na magugustuhan mo. Ang aming mensahe sa iyo ay maging masasabik tungkol sa buhay at simulan ang paggawa ng mga plano upang kumilos tungo sa buhay na talagang gusto mo. Huwag maghintay hanggang sa ikaw ay 80 upang simulan ang buhay na gusto mo – simulan ang paggawa ng mga hakbang tungo sa pinansiyal na kalayaan ngayon upang maaari mong mabuhay ang iyong pinakamahusay na buhay.

Acani Samon Biaou: Mayroon akong dalawang halimbawa na nagpa-pakita kung paano pinahahalagahan ng ibang tao ang FIREDOM. Ang unang halimbawa ay ang konsepto ng 20% personal na oras ng proyekto, na inaalok ng mga kumpanya tulad ng Google sa kanilang mga empleyado. Sa totoo lang, ibinabalik nila sa kanilang mga empleyado ang 20% ng kanilang oras para magtrabaho sa mga proyektong kinahihiligan nila. Kung sa tingin ng kumpanya ay may potensyal ang proyekto, gusto nilang gawin ito sa loob ng kumpanya para ma-claim nila ang kaunting output. Isa lamang itong hal-imbawa kung paano kinikilala ng mga kumpanya ang halaga ng pagbibigay ng kalayaan sa mga tao na ituloy ang kanilang mga hilig.

Ang pangalawang halimbawa ay ang ideya ng unibersal na pangunahing kita (UBI), na tinalakay ng maraming tao. Iminumungkahi ng UBI na ang pagbibigay ng isang tiyak na antas ng kita sa mga tao upang hindi nila kailangang mag-alala tungkol sa mga pangunahing pangangailangan tulad ng pagkain at tirahan ay maaaring magkaroon ng positibong epekto sa sangkatauhan, dahil pinalalaya nito ang mga tao na ituloy ang anumang gusto nila. Ipinapakita nito na ang arko ng sangkatauhan ay nagtutulak sa atin tungo sa higit na kalayaan na hubugin ang ating buhay, sa halip na magkaroon ng ibang tao na hubugin ito para sa atin (hal. ang gobyerno na may UBI, o mga kumpanyang may 20% personal na oras).

Sa huli, ang value proposition ng aklat na ito ay kung paano pabilisin ang iyong landas patungo sa FIREDOM. Kasama sa aming landas ang pagdaan sa karera ng daga sa isang tiyak na lawak, ngunit ginagawa ito nang may intensyon. Na-optimize namin ang aming mga gastos at na-maximize ang aming kita sa pamamagitan ng pagsunod sa ilang partikular na track, gaya ng mga propesyonal na serbisyo. Maaari mong gawin ang parehong at repurpose (sa halip na magretiro) ng maaga mula sa karera ng daga, at ibigay ang iyong apoy sa mundo.

Olumide Ogunsanwo: Ang ganda ng story mo sa FIREDOM. Susubukan kong buod ng mga aral mula sa iyong kwento. Inaasahan namin na habang binabasa mo ang aming kuwento, nakapulot ka ng ilang kapakipakinabang na mga prinsipyo na natutunan namin sa daan. Kabilang dito ang kahalagahan ng paniniwala sa sarili, independyente at kritikal na pag-iisip, pag-iwas sa pagkopya sa iba, pagkuha ng mga agresibong panganib kung kinakailangan, hindi takot sa mga potensyal na downsides, at pagbuo ng mga gawi na ito. Bukod pa rito, napakahalagang matuwa sa hinaharap at walang awa na magsagawa ng plano para makamit ang kalayaan sa pananalapi.

Kapag nagawa mo na ang mga bagay na ito, isang maluwalhati at mahiwagang buhay ng FIREDOM (FI + RE + Freedom) ang naghihintay sa iyo sa kabilang panig, kung saan maaari kang mamuhay sa iyong sariling mga kondisyon.

Acani Samon Biaou: Olumide, ikaw na ngayon. Nasasabik akong makuha ang iyong mga iniisip tungkol sa buhay mula noong FIREDOM. Maaari mo bang sabihin sa mga manonood ng kaunti tungkol sa iyong konteksto at kung saan ka nakalagay noong sinimulan mo ang iyong FIREDOM na buhay?

Olumide Ogunsanwo: Naging independyente ako sa pananalapi noong

35 ako noong 2020. Parang hindi kapani-paniwala. Nakadama ako ng kamangha-manghang! Natuwa ako. Isa na siguro iyon sa pinakamasayang araw ng buhay ko. Sa loob ng maraming taon, nagtakda ako ng isang target at nagtrabaho patungo dito sa aking sariling mga termino, at sa wakas, nakamit ko ito. Ito ay katulad ng sandaling natanggap ko ang aking sulat sa pagpasok mula sa Oxford nang sumayaw ako sa paligid ng aking silid nang may pananabik. Alam kong hindi na mauulit ang buhay ko.

Nakaramdam ako ng pagmamalaki dahil alam ko na ang pagkamit ng kalayaan sa pananalapi ay hindi isang madaling gawain. Naalala ko ang tag-araw ng 2014 nang umibig ako sa ideya ng FI at napagtanto ko na posible ito. Fast forward sa 2020, at ginawa ko ito. Ito ay isang hindi kapani-paniwalang pakiramdam ng matinding kaligayahan, at nadama kong may nagawa akong isang kahanga-hangang bagay. Nasiyahan ako sa aking sarili at sa landas na aking tinahak.

Acani Samon Biaou: Lubos akong nakaka-relate sa pakiramdam na iyon, at ang marinig lang ang pag-uusap mo tungkol dito ay nagdudulot sa akin ng kagalakan. Sa katunayan, may isang payo na ibinigay mo sa nakaraang kabanata na talagang sumasalamin sa akin. Nabanggit mo na kahit na matapos mong makamit ang kalayaan sa pananalapi, maaaring kapaki-pakinabang na magpatuloy sa pagtatrabaho nang ilang sandali bago gumawa ng anumang malalaking desisyon. Gusto kong marinig ang higit pa tungkol sa iyong personal na karanasan dito. Pwede mo bang pag-usapan ang ginawa mo?

Olumide Ogunsanwo: Narito kung ano ang ginawa ko at kung ano ang iba kong gagawin kung kailangan kong gawin itong muli. Noong unang bahagi ng 2020, sinimulan ko ang Afrobility podcast kasama si Bankole dahil mahal ko ang industriya ng tech, nagsusuri ng mga negosyo, at naisip ko na magiging masaya na makipagtulungan sa isang proyekto sa kanya. Bagama't hindi pa ako nakarating sa FI noong panahong iyon, binago ng pagsisimula ng podcast ang aking pagkakakilanlan at naging mas komportable akong tuklasin ang mga pagkakataong pangnegosyo sa labas ng aking tungkulin sa korporasyon. Sinimulan kong isipin ang aking sarili bilang isang Googler at isang podcaster.

Hindi ako huminto sa aking trabaho sa Google dahil nag-enjoy akong magtrabaho doon at maayos ang lahat. Gayunpaman, pagsapit ng 2021, mabilis na sumikat ang Afrobility podcast at sinimulan ko na rin ang Adamantium Fund. Bilang resulta, nagsimulang magbago muli ang aking pagkakaki-lanlan, at sinimulan kong makita ang aking sarili bilang isang Googler, Podcaster, at isang Investor.

Sa pamamagitan ng 2021, ang podcast at pondo ay lumalaki, at nagiging mahirap na balansehin ang aking corporate role sa aking mga personal na proyekto. Kaya, kumuha ako ng tatlong buwang sabbatical noong 2021 Q4 para subukan kung ano ang magiging buhay kung tutuon lang ako sa pondo at podcast. Ito ay masaya at kamangha-manghang. Hindi ko pinalampas nang kaunti ang aking tungkulin kaya noong bumalik ako noong 2022, nagkaroon ako ng malinaw na plano na lumabas at kalaunan ay umalis sa Google sa pagtatapos ng 2022.

Kung magagawa ko itong muli, sisimulan kong tuklasin ang higit pang mga oportunidad sa negosyo at mga personal na proyekto nang mas maaga. Ako ay masuwerte na nagsimulang magpatuloy sa iba pang mga pakikipagsapalaran sa parehong oras na nakamit ko ang kalayaan sa pananalapi. Mahilig akong mag-record ng Afrobility at suportahan ang mga African startup sa pamamagitan ng Adamantium Fund.

Ang payo ko sa mga kabataan ay magsimulang mag-eksperimento sa mga side hustles at side business sa kanilang early 20s, kasama ng kanilang trabaho. Maraming tao ang gumugugol ng apat na oras sa isang araw sa panonood ng TV, na maaaring mas mahusay na ginugol sa pagpupursige sa isang proyekto ng pagnanasa o pagkakataon sa pagnenegosyo. Hindi lamang ito nakakatulong sa iyong maging mas mabilis na independyente sa pananalapi, ngunit pinapanatili din nitong nakatuon ang iyong isip sa isang bagay na kapana-panabik. Kahit na magaling ka sa personal na pananalapi at may matatag na trabaho, hindi pa masyadong maaga o huli para simulan ang paggalugad ng iba pang mga interes. Sa katunayan, ang pagsisimula ng maaga ay mas mabuti dahil nagbibigay-daan ito sa iyo na mag-enjoy at magpalipas ng oras sa mga bagay na gusto mo nang mas matagal. Huwag maghanap ng mga shortcut at magpayaman na mga scheme, maging handa sa trabaho.

Huwag maghintay hanggang sa ikaw ay maging malaya sa pananalapi o magretiro upang ituloy ang iyong mga hilig; magsimula ngayon at tamasahin ang paglalakbay. Ang pagkaantala sa iyong paglabas mula sa isang corporate na trabaho pagkatapos makamit ang pinansiyal na kalayaan ay isang matalinong desisyon na lumikha ng isang financial buffer. Ang pagtantya sa iyong mga pangangailangan at gastos sa hinaharap ay hindi isang eksaktong agham, kaya ang pagkakaroon ng buffer ay magbibigay sa iyo ng higit pang mga opsyon at kakayahang umangkop upang ituloy ang bago at potensyal na mas magastos na mga proyekto na hindi mo isinasaalang-alang habang nagpaplano para sa pagsasarili sa pananalapi.

Ang pag-alis sa iyong trabaho ay mas mahusay kapag mayroon kang iba pang mga proyekto upang ituon ang iyong oras at lakas. Sa aking kaso, ito ang perpektong oras upang iwanan ang Google dahil mayroon na akong Adamantium Fund at Afrobility podcast para magtrabaho. Gayunpaman, kung umalis ako nang walang anumang mga plano para sa susunod na gagawin, maaaring naranasan ko ang "mga asul sa pagreretiro." Ito ay isang pakiramdam ng pagkabagot o kawalan ng laman na maaaring mangyari kapag bigla kang lumipat mula sa full-time na pagtatrabaho patungo sa pagkakaroon ng maraming libreng oras upang manood ng TV sa loob ng walong oras bawat araw [Laughter]. Upang maiwasan ito, mahalagang magkaroon ng iba pang mga aktibidad o proyekto upang mapanatili kang nakatuon at masigla. Sa aking kaso, hindi ako nakaranas ng retirement blues dahil may mga tawag ako sa apat na founder para sa Adamantium Fund at naghanda para sa susunod na episode ng Afrobility sa araw pagkatapos kong umalis sa Google. Sumayaw din ako sa paligid ng aking silid sa pagitan ng aking mga tawag. Ito ay kahanga-hangang.

Panghuli, isaalang-alang ang pagkuha ng sabbatical o mini retirement sa loob ng ilang buwan bago huminto upang subukan kung ano ang pakiramdam ng hindi gumana. Ako mismo ang gumawa nito at nagpahinga ng tatlong buwan bago umalis sa aking trabaho sa Google. Nagpahintulot ito sa akin na makita kung masisiyahan akong magtrabaho sa aking pondo, podcast, at iba pang mga personal na proyekto nang buong-panahon, at nagbigay din sa akin ng pagkakataong isipin kung paano ko gustong ayusin ang aking mga araw at gugulin ang aking oras. Ito ay isang mahalagang karanasan na nakatulong sa akin na maghanda para sa paglipat at sulitin ang aking oras sa sandaling umalis ako sa aking trabaho.

Acani Samon Biaou: Napaka-insightful nito. Sa pagbabalik-tanaw sa sarili kong pinagdaanan, napagtanto ko na hindi ako lumuwag sa aking paglipat sa buhay na gusto ko tulad ng ginawa mo. Noong nagpunta ako sa Paris na may hindi malinaw na ideya ng paglikha ng startup sa EdTech space, hindi ako gumawa ng sapat na paghahanda noon pa man. Hindi ako sapat na nakatuon sa pagsubok sa buhay na gusto kong magkaroon, na naging dahilan upang maging mas mahirap ang paglipat kaysa sa kailangan. Kaya naman gusto kong i-stress sa audience kung gaano kahalaga ang dry-run ang iyong mga plano. Maswerte ako na pinilit ako ng pandemya ng COVID-19 na mag-introspection. Kung hindi, ang paglipat ay magiging mas mahirap. Kung ikaw ay 21, tuklasin ang iyong mga interes at libangan. Simulan ang paggawa ng mga bagay at tingnan kung talagang nakakaakit sa iyo ang mga ito. Sa oras na maabot mo ang kalayaan sa pananalapi, kumuha ng isa pang sabbatical sa loob ng ilang buwan upang gumugol ng oras sa mga aktibidad na gusto mong gawin pagkatapos mong lisanin ang iyong buhay sa negosyo o negosyo. Tingnan kung ano ang nararamdaman nila sa iyo at umulit hanggang sa makita mo kung ano ang pinakamahusay para sa iyo.

Olumide Ogunsanwo: Oo. Hinihikayat ko ang lahat na mag-eksperimento sa mga personal na proyekto at side hustles dahil makakatulong ito sa kanila na matuto ng mga bagong kasanayan, bumuo ng mga bagong interes, makakilala ng mga bagong tao, at mahanap ang kanilang hilig at layunin sa buhay. Sa pamamagitan ng paglalaan ng oras sa mga libangan at proyekto sa labas ng iyong propesyonal na buhay, maaari kang makakuha ng kaalaman at karanasan sa mga bagong lugar na gagawin kang mas kawili-wiling taong kausap. Sa halip na tumuon lamang sa iyong pag-iral sa korporasyon, magkakaroon ka ng magkakaibang hanay ng mga paksang tatalakayin at ibabahagi sa iba.

Kung tayo ay tapat sa ating sarili, marami sa atin ang talagang may maraming oras sa ating mga kamay, ngunit kadalasan ay hindi natin ito magagamit nang mahusay. Noong nasa 20s ako, naglaro ako ng mga video game at palabas sa TV nang ilang oras sa karamihan ng mga araw, para maka-relate ako sa atraksyon ng pagsali sa mga aktibidad sa paglilibang. Gayunpaman, sa pagbabalik-tanaw, napagtanto ko na napakaraming iba pang mga bagay na maaari kong tuklasin at eksperimento, ngunit hindi ko man lang sila naisip.

Bagama't ang mga personal na proyektong ito ay maaaring tuluyang maging mga negosyong kumikita, ang pangunahing layunin ng paggalugad sa mga ito ay hindi para sa pera, ngunit upang magkaroon ng mas mahusay na pag-unawa sa iyong sarili sa pamamagitan ng pag-eksperimento upang mahanap kung ano ang gusto mong gugulin ng oras at lakas habang ikaw ay bata pa. . Sa oras na umabot ka sa iyong thirties at forties, magkakaroon ka ng mga taon ng pag-eeksperimento at maaari mong subukan ang anumang bagay na interesado ka, ito man ay paggawa ng mga video sa YouTube, podcasting, pagsusulat, pag-blog, paglalaro ng poker, o anumang bagay na nais ng iyong puso. Sa kalaunan ay makikita mo ang mga aktibidad o proyekto na gusto mong paglaanan ng higit pa sa iyong oras at lakas.

Pagkatapos mag-eksperimento sa mga proyektong ito nang maraming taon, maaari ka pang tumuklas ng mga paraan para pagkakitaan ang mga ito. Gagawin nitong mas madali ang pagkamit ng kalayaan sa pananalapi nang mas mabilis, na lumilikha ng isang synergistic na epekto. Habang papalapit ka sa pagsasarili sa pananalapi, maaari kang kumuha ng sabbatical upang subukan kung ano ang pakiramdam na gumugol ng mas maraming oras sa iyong mga paboritong proyekto.

Sa huli, ang pag-eksperimento sa iba't ibang mga personal na proyekto ay maaaring humantong sa isang mas kasiya-siyang buhay. Noong sinimulan ko ang Afrobility podcast, mas naging masaya ako. Huwag hintayin ang pagsasarili sa pananalapi upang subukan ang mga bagong bagay at mabuhay ang iyong buhay. Subukan ang mga bagong bagay ngayon!

Acani Samon Biaou: Lubos akong sumasang-ayon sa iyo. Hayaan akong magdagdag ng isa pang layer doon. Mayroong ilang mga benepisyo sa pagsisimula ng eksperimento sa iyong twenties. Una, ito ang panahon sa iyong buhay kung saan ang eksperimento ay may pinakamababang gastos. Ang iyong gastos sa pamumuhay ay mababa, at ang iyong kita ay mababa din. Pangalawa, ito ay isang panahon kung saan ang panlipunan o kultural na halaga ng eksperimento ay mababa. Kung nabigo ka sa iyong podcast, madali kang makakagawa ng isa pa. Pangatlo, dahil wala ka pang pamilya o mga anak, maaari kang magkaroon ng mas maraming oras ngayon kaysa sa susunod.

Ngayong napag-usapan na natin ang mga prinsipyo at proseso ng pagkamit ng kalayaan sa pananalapi, gusto kong malaman kung paano nagbago ang iyong buhay mula nang maging malaya sa pananalapi. Sa partikular, maaari ka bang magbigay ng mga konkretong halimbawa kung paano nagbago ang iyong pang-araw-araw na gawain o iskedyul? Halimbawa, nakikita mo ba ang iyong sarili na gumising mamaya o nagtatrabaho ng mas kaunting oras? Ano ang ilang nakikitang pagkakaiba na napansin mo sa iyong pang-araw-araw na buhay?

Olumide Ogunsanwo: Ang unti-unting pagbabago ay naganap sa iba't ibang milestone sa aking buhay. Ang unang milestone ay ang pagkamit ng kalayaan sa pananalapi sa 35, ngunit sa puntong iyon, walang gaanong nagbago. Nagpatuloy ako sa pagtatrabaho sa aking pangunahing trabaho sa Google habang pinapalawak ang podcast.

Gayunpaman, sa pagitan ng 35 at 37, maraming bagay ang nagbago. Mas komportable ako dahil independyente ako sa pananalapi, at kaya kong magtrabaho sa sarili kong mga termino. Ang makabuluhang pagbabago ay nangyari noong nagsimula akong mag-isip tungkol sa pag-alis sa aking trabaho. Ang podcast at pondo ay lumalaki, at ito ay isang natural na paglipat habang ang aking pagkakakilanlan ay nagbago upang hindi bigyang-diin ang Google at ang aking corporate life. Unti-unting nagbago ang aking pagkakakilanlan sa sumusunod na paraan:

Googler (2014-2020) -> Googler at Podcaster (2020-2021) -> Podcaster, Investor at Googler (2021-2022) -> Investor at Podcaster (2022-Today)

Maingat kong pinlano ang aking paglipat palayo sa Google, kaya naging maayos ito. Pagkatapos umalis sa Google, medyo naiiba ang pagkakaayos ko ng oras ko, ngunit sa pangkalahatan, pareho ang buhay ko. Ang kaibahan ay mas komportable ako at nagkaroon ako ng mas maraming kalayaang mag-eksperimento sa mga personal na proyekto. Sa pagtatapos ng aking oras sa Google, nang tingnan ko ang aking sarili bilang isang Podcaster, Investor, at Googler, wala akong bandwidth upang ituloy ang anumang bagay. Ngunit pagkatapos umalis sa Google, nagkaroon ako ng mas maraming oras upang tumutok sa aking mga personal na proyekto, kabilang ang pagsusulat ng FIREDOM book na ito.

Upang masagot ang iyong tanong tungkol sa kung paano nagbago ang aking iskedyul, nang mas direkta, gumawa ako ng mga pagbabago sa aking iskedyul at pamumuhay sa buong paglalakbay ko, kaya hindi gaanong nagbago ang aking buhay pagkatapos kong umalis sa Google. Hindi ko na hinintay na umalis sa Google para likhain ang buhay na gusto ko. Masyadong maikli ang buhay para maghintay para makuha ang gusto mo.

Sa edad na 35, ako ay naging ganap na malayo, na nagpapahintulot sa akin na lumipat sa magandang lungsod ng Miami. Sa oras na ito sinimulan ko ang Afrobility podcast. Makalipas ang isang taon, noong ako ay 36, sinimulan ko ang pondo ng Adamantium. Pagkatapos sa 37, iniwan ko ang aking corporate na trabaho sa Google. Mas gusto ko ang mga unti-unting pagbaba-go sa pamamagitan ng pag-eeksperimento kaysa sa biglaang, dramatikong pagbabago.

Babalik ba ako sa corporate life para sa maraming pera? Hindi. Hindi ko maisip na nagtatrabaho para sa ibang tao at sinabihan kung ano ang gagawin. Nakakadiri ang pag-iisip. Bagama't naging financially independent lang ako dalawa at kalahating taon na ang nakalipas (noong 2020), at kakaalis ko lang sa Google noong nakaraang taon (noong 2022), sanay na ako sa aking pa-mumuhay ngayon. Nahihirapan akong isipin na hindi malaya sa pananalapi. Mahal ko ang aking buhay!

Achani Samon Biaou: [Ngumiti] Napakaraming insight ngayon. Nais kong tanungin kung ano ang iyong natutunan tungkol sa iyong sarili sa pama-magitan ng iyong paghahangad ng kalayaan sa pananalapi. Nagsagawa ka ng ilang mga eksperimento at nagtataka ako kung sa palagay mo ay papalapit ka na sa pag-unawa sa iyong sarili at sa iyong mga layunin, o kung ang iyong mga eksperimento ay nagbukas ng mga bagong pinto. Maaari mo bang ibahagi kung paano ka lumalago at namumulaklak sa bagong kabanata ng pagsasarili sa pananalapi?

Olumide Ogunsanwo: Noong ako ay 32 at humigit-kumulang sa kala-hati patungo sa pinansiyal na kalayaan, naglaan ako ng oras upang maila-rawan ang aking hinaharap at natanto na ang heograpikal na kalayaan ay mahalaga sa aking pangkalahatang kaligayahan. Noong una, naniniwala ako na makakamit lamang ang kalayaang pangheograpiya sa pamamagitan ng kalayaan sa pananalapi, dahil naisip ko na kailangan kong umalis sa mundo ng korporasyon upang manirahan saanman ko gusto. Sa pamamagitan ng pagkilala sa halaga ng heograpikal na pagsasarili sa simula pa lamang, nagawa kong magsimulang magtrabaho patungo dito, bago pa man ako nakamit ang ganap na kalayaan sa pananalapi. Ito ay nagbigay-daan sa akin na umani ng marami sa mga benepisyo ng heograpikal na kalayaan habang nasa aking paglalakbay tungo sa kalayaan sa pananalapi.

Sa kalaunan, sa pagsiklab ng COVID-19, ako ay naging ganap na malayo at natanto ang mga benepisyo ng heograpikal na kalayaan. Kahit na hindi pa ako ganap na independiyente sa pananalapi, ang kakayahang magtrabaho nang malayuan mula sa kahit saan ay nagbigay sa akin ng 50 hanggang 70% ng mga benepisyo ng kalayaan sa pananalapi. Salamat sa COVID-19.

Lubos kong inirerekumenda na kung mayroon kang pagkakataong mag-trabaho nang malayuan at maging independyente sa heograpiya, kunin ito sa lalong madaling panahon. Marami itong mga pakinabang na maaaring hindi mo naisip, kahit na hindi ka pa independyente sa pananalapi.

Hayaan akong maglarawan sa isang partikular na halimbawa: kahit na hindi ko ginawa ito, napagtanto ko na maaari akong pumunta sa Guatemala sa loob ng apat na linggo at nagtrabaho para sa Google mula doon. Maaari rin akong pumunta sa Espanya sa loob ng isang buwan at gawin ang pare-hong. Ito ang mga bagay na hindi ko inakala na posible sa aking unang bahagi ng thirties, ngunit sa pamamagitan ng heograpikal na pagsasarili at malay-ong trabaho, ito ay naging isang katotohanan. Hinihikayat ko ang lahat na humanap ng mga paraan upang maranasan ang ilan sa mga benepisyo ng pagsasarili sa pananalapi bago ito makamit. Ang pagsasarili sa heograpiya at malayong trabaho ay ilan lamang sa mga halimbawa. Huwag maghintay. Eksperimento at tingnan kung ano ang gumagana para sa iyo!

Sa wakas, nalaman ko na ang pagiging malaya sa heograpiya ay human-tong sa akin sa isang paglalakbay sa pagtuklas sa sarili na nagpapatuloy hang-gang ngayon. Bagama't ilang taon na akong malaya sa pananalapi, ang pag-alis sa Google ay hindi nagresulta sa matinding pagbabago sa pamumuhay dahil gumagawa na ako ng mga karagdagang pagbabago sa loob ng maraming taon.

Acani Samon Biaou: Nakikita ko. Nakatagpo ka na ba ng anumang mga bagong prinsipyo o nakakuha ng mas mahusay na pag-unawa sa mga umiiral na tungkol sa buhay mula nang makamit ang kalayaan sa pananalapi?

Olumide Ogunsanwo: Naniniwala ako na ang lahat ay dapat magsikap na maging malaya sa pananalapi sa lalong madaling panahon. Nagbubukas ito ng walang katapusang mga posibilidad, na nagpapahintulot sa iyo na gaw-in ang mga bagay na maaaring minsan ay tila imposible. Sobrang saya ng buhay ko. May kalayaan akong gawin ang anumang gusto ko. Maaari akong bumili ng tiket ngayon (Miyerkules) upang maglakbay sa Espanya at makaba-lik ng Martes. Ang mga posibilidad ay walang hanggan. Palagi kong iniisip na ang isang malaya sa pananalapi na pamumuhay ay magiging kahanga-hanga, ngunit ito ay lumampas sa aking mga inaasahan.

Taos-puso kong hinihiling ito para sa lahat, kung kaya't labis akong nasasabik tungkol sa pagpapataas ng kamalayan at pag-udyok sa iba na ituloy ang kalayaan sa pananalapi. Ang aking layunin ay magbigay ng inspirasyon sa mga tao na maging mausisa at masasabik tungkol sa kalayaan sa pananalapi at gawin ang mga kinakailangang hakbang upang makamit ito. Ang pagsasarili sa pananalapi ay hindi lamang tungkol sa pag-iipon ng milyun-milyong dolyar sa bangko; ito ay tungkol sa pamumuhay ng isang buhay na naaayon sa iyong mga halaga at mithiin. Nangangahulugan ito ng pagkakaroon ng sapat na mapagkukunan upang ituloy ang iyong mga hilig nang hindi nababahala tungkol sa mga bayarin o utang. Nangangahulugan ito ng pagkakaroon ng kalayaan na pumili ng iyong sariling landas nang hindi nakatali sa isang trabaho o lokasyon. Binigyan ako nito ng kalayaang maglakbay, makakuha ng mga bagong kasanayan, magsimula ng mga kapana-panabik na proyekto, at gumugol ng kalidad ng oras kasama ang aking pamilya at mga kaibigan. Nagbigay din ito sa akin ng pagkakataong ibahagi ang aking kuwento at tulungan ang iba sa pagkamit ng kanilang sariling kalayaan sa pananalapi.

Lumaki ako sa Lagos, Nigeria, sa isang simpleng pamilya. Nalampasan ko ang maraming hamon, kabilang ang pagkakaroon ng utang sa paaralan ng negosyo sa edad na 27. Gayunpaman, nagtiyaga ako at nakamit ang kalayaan sa pananalapi sa edad na 35 sa pamamagitan ng pamumuhay ng isang buhay na nakabatay sa halaga. Nagustuhan ko ang paglalakbay, at nagpapasalamat ako sa kalayaang naidulot sa akin ng kalayaan sa pananalapi. Nais kong lahat ay makaranas ng pareho.

May kakayahan ka ring makamit ito. Ang FOMO ay ang pinakamalaking dark matter obstacle na maaaring makabasag ng iyong mga pangarap. Ang pag-iimbot sa kung ano ang mayroon ang iba ay naglilihis sa iyo mula sa iyong mga tunay na pagnanasa, na humahadlang sa pagtuklas sa sarili at paggalugad. Maaari itong humantong sa labis na paggastos habang sinusubukan mong makipagsabayan sa isang tao na maaaring hindi mo lubos na nauunawaan ang mga kalagayan at layunin sa pananalapi. Halimbawa, maaaring bumibili ng BMW ang iyong kaibigan, ngunit maaari silang maging milyonaryo o nalulunod sa utang. Mahirap na tularan ang diskarte sa paggastos ng ibang tao nang hindi nauunawaan ang kanilang mga halaga, kita, gastos, at adhikain. Ang paggasta ng FOMO ay likas na may problema dahil umaasa ito sa hindi kumpletong impormasyon.

Acani Samon Biaou: Ang ideya ng utang ay niluwalhati sa US, na humantong sa mga tao na maniwala na maaari at dapat nilang gamitin ang utang upang bumili ng mga bagay na hindi nila kailangan o kailangan ngunit pinahahalagahan ng lipunan o ng kanilang mga kapitbahay. Ito ay tulad ng pagbili ng isang malaking pandekorasyon na puno kapag hindi mo nagdiriwang ng Pasko. Maaari mo ba kaming gabayan sa isang karaniwang linggo, para makita ng mga tao kung ano ang hitsura ng buhay para sa isang taong malaya sa pananalapi?

Olumide Ogunsanwo: Kawili-wili. Hindi ako sigurado kung ang pagsagot sa tanong ay magiging angkop dahil maaari itong maging bias sa mga mambabasa. Sa halip, hayaan mo akong ibahagi ang aking pilosopiya sa aking personal na pamamahala ng oras. Naniniwala ako na ang oras ko ay sarili ko, at may kalayaan akong gawin ang anumang pipiliin ko dito. Maraming mga indibidwal na independyente sa pananalapi ang hindi gumugugol ng kanilang buong araw sa mga aktibidad sa paglilibang. Ito ay dahil ang mga tao ay nangangailangan ng isang pakiramdam ng layunin, kasiyahan, at kagalakan, na hindi maibibigay ng paglilibang lamang. Halimbawa, maaari kong piliin na manood ng 12 Star Wars na pelikula bukas, ngunit salungat sa popular na paniniwala, ang aking araw ay hindi puno ng mga aktibidad sa paglilibang at hindi ko ginugugol ang karamihan ng oras sa panonood ng mga palabas o sa beach [Smile].

Matapos basahin ang maraming libro tungkol sa kaligayahan, kasiyahan sa sarili, at kasiyahan sa buhay sa nakalipas na dalawang taon, napagtanto ko na ang mga sangkap para sa isang masayang buhay ay kinabibilangan ng komunidad, mga kaibigan, mabuting kalusugan, awtonomiya at patuloy na personal na paglago. Ang araw ko ay umiikot sa mga bagay na ito. Sa kabila ng aking mga introvert na ugali, nagsisikap akong makipag-ugnayan sa iba. Bawat buwan o higit pa, nag-oorganisa ako ng mga kaganapan upang pagsama-samahin ang mga tao. Nakita ko si Samon noong nakaraang linggo (noong 2023-Enero) dahil nag-organize ako ng event sa San Francisco. Nirerecord ko ang Afrobility podcast kasama ang kaibigan kong si Bankole para matuto pa tungkol sa at mag-ambag sa African Tech ecosystem. Sinusuportahan ko ang mga tagapagtatag na tumulong na palaguin ang kanilang mga kumpanya at lumikha ng mga produkto para sa mga customer bilang bahagi ng pondo ng Adamantium.

Ang aking araw ay binubuo ng isang kumbinasyon ng mga personal na proyekto na naglalayong makamit ang mga elemento sa itaas na mas malamang na magpasaya sa akin. Mayroon akong luho ng oras upang ituloy ang mga bagay na mahalaga at makabuluhan sa akin. I am very happy with my daily schedule kasi masaya at everyday is an adventure.

Yan ang buod ng FIREDOM kong buhay. Ano pa ang masasabi ko? Ito ay kamangha-manghang at mahal ko ito!

Ito na ang huling kabanata, magbigay tayo ng buod para sa ating mga mambabasa. Samon, mayroon bang anumang aspeto ng iyong kuwento - mula sa iyong pagkabata, paaralan ng negosyo, edukasyon, karera, at paglalakbay patungo sa kalayaan sa pananalapi - na gusto mong i-highlight para sa aming madla?

Acani Samon Biaou: Oo. Napag-usapan namin ang mga prinsipyong nagpapataas ng iyong posibilidad na makamit ang kalayaan sa pananalapi. Hindi namin naranasan ni Olumide ang mga prinsipyong ito nang sabay. Ang mga prinsipyong ito ay kung ano ang natutunan, isinama, at inilapat ng mga taong nakamit ang kalayaan sa pananalapi sa isang punto sa kanilang buhay.

Maraming mga kadahilanan na dapat isaalang-alang, simula sa pagkabata. Para sa akin, ang pagkakalantad sa trabaho ng aking ama sa accounting at ang pangangasiwa sa sarili kong pananalapi sa ibang lungsod ay nagturo sa akin ng paniniwala sa sarili at pag-asa sa sarili. Na-normalize ng karanasang ito ang kakayahang mag-isip para sa aking sarili, umasa sa aking sarili, at maniwala na magagawa ko ang mga bagay. Iyon ang unang major moment.

Ang aking mga taon sa unibersidad ay lalong nagpatibay sa aking pag-asa sa sarili at paniniwala sa sarili na ako ay nagsasanay habang naninirahan sa malayo sa aking mga magulang sa Cotonou. Ang pagiging nasa France, libu-libong milya ang layo sa aking mga magulang, ay nakadagdag sa kahalagahan ng pag-asa sa sarili at paniniwala sa sarili. Sa panahong ito, binalanse ko ang aking pagkamausisa at pag-aaral tungkol sa iba sa pagpapanatili ng malayang pag-iisip. Malinaw ako sa aking pagkakakilanlan at handa akong maging malikhain tungkol sa mga solusyon habang ginagawa ang buong responsibilidad at pananagutan.

Sa aking maagang karera, ako ay sapat na masuwerte upang makakuha ng trabaho na naaayon sa aking hilig sa paglalakbay, na nagpasigla sa aking paggalugad ng ibang mga kultura at nagpalakas ng aking lakas ng loob. Ang aking ambisyon ay naging mas mataas sa parehong propesyonal at pinansyal dahil sa aking mga pakikipag-ugnayan sa mga tao mula sa mga nangungunang propesyonal na kumpanya ng serbisyo at dahil ako ay kumikita ng mataas na suweldo bilang isang entry-level analyst. Kung kumuha ako ng ibang trabaho sa Paris, halimbawa, ang aking ambisyon ay maaaring hindi kasing taas, at maaaring hindi ako nagtuloy ng business school.

Olumide Ogunsanwo: Oo. Gayundin, batay sa iyong pagkakalantad.

Acani Samon Biaou: Eksakto. Sa oras na umabot ako sa puntong iyon, nakapaglakbay na ako sa halos 20 bansa habang kumikita ng tatlo hanggang limang beses kaysa sa maaari kong gawin sa Germany. Kaya, hindi ako nakatutok sa mga incremental na pagtaas ng suweldo o pagbisita sa ilan pang bansa bawat taon. Gayunpaman, ang pagiging expose sa mga tao sa management consulting, private equity, at hedge fund ay nakatulong sa akin na magtakda ng mataas na ambisyon para sa aking sarili.

Olumide Ogunsanwo: Kaya naman kailangan mong ilantad ang iyong sarili sa mga bagong ideya, konsepto, at tao. Kung hindi, ang antas ng iyong ambisyon ay malilimitahan ng average ng kung ano ang mayroon na sa iyong kasalukuyang kapaligiran.

Acani Samon Biaou: Karamihan sa mga kaibigan ko sa France ay hindi napagtanto ang mga benepisyo ng pagpupursige ng MBA o ang expat life hanggang matapos ko ito. Sa aking malalapit na kaibigan, lima ang nagpatuloy sa paggawa ng executive MBA sa INSEAD at sinabi sa akin, "You inspired me to get a MBA." Marami pang iba ang nagtatanong ngayon tungkol sa mga oportunidad sa trabaho sa UAE o US. Sa buod, ang pagkakalantad ay gumaganap ng isang kritikal na papel sa paghubog ng iyong mga ambisyon. Kahit na hindi ka pa nagkaroon ng maraming pagkakataon sa iyong kasalukuyang kapaligiran, subukang palibutan ang iyong sarili ng mas malaking bilog na makakatulong sa iyong magtakda ng mas matataas na layunin. Buti na lang at marami akong na-expose, at abot langit ang ambisyon ko. Nag-apply lang ako sa top 10 MBA schools.

Olumide Ogunsanwo: Oo siyempre. Nasa Deutsche Telekom ka na.

Acani Samon Biaou: Eksakto. When I decided to pursue an MBA, hindi lang para sa salary increase. Medyo malaki na ang kinikita ko bilang isang expat, kumikita ng malapit sa $10,000 bawat buwan. Pagkatapos ng MBA, itataas ko ito ng hanggang $12,000 bawat buwan sa BCG. Ang pagtaas ng suweldo ay hindi ang pinakamalaking motivator para sa akin. Dinala ko ang aking ambisyon sa paaralan ng negosyo at nagtakda ng mga bagong layunin. Nais kong lumampas sa teknolohiya o pagkonsulta upang magsimula ng isang bagay na may epekto na may potensyal na baguhin ang mundo. Noong ako ay nagtatrabaho sa Deutsche Telekom, wala akong kapanahunan upang itakda at ituloy ang gayong mga ambisyosong layunin. Ngunit pagkatapos makita ang mundo, makakuha ng edukasyon, at bumuo ng isang network, alam kong dapat kong mangarap ng malaki.

Noong una, naisip ko ang laki ng epekto na maaari kong gawin, ngunit sa huli, nagsimula akong mag-isip tungkol sa pandaigdigang epekto. Ito ay isang magandang sandali para sa akin na lumampas sa isang bagay na mas malaki. Alam kong dapat kong itakda ang aking sarili sa layunin ng pagsasarili sa pananalapi habang hinahabol ang aking mas malalaking ambisyon.

Olumide Ogunsanwo: Anong papel ang ginampanan ng hindi inaasahang operasyon sa utak sa iyong kwento?

Achani Samon Biaou: Bagama't ito ay isang kapus-palad at nakakatakot na sandali, ang pag-opera sa utak ay nagbigay sa akin ng maraming kalinawan. Habang ako ay nasa operating table, napagtanto ko na maaari akong mamatay o lumabas na may kapansanan sa paggana. Kapag nahaharap ka sa mga ganitong pangyayari, nagiging malinaw ang iyong pag-iisip. Ang tanging nasa isip ko sa sandaling iyon ay ang epekto na gusto kong magkaroon sa mundo at sa aking pamilya. Ang halaga ng oras ay naging mas mahalaga.

Olumide Ogunsanwo: Nangyari ito noong mid-thirties ka, noong naisip mo na mayroon ka pang 50 hanggang 60 taon upang mabuhay. Nakakatakot man lang isipin.

Acani Samon Biaou: Naiisip mo ba? Habang nasa operating table ako, napakalinaw ng isip ko na hindi ko man lang naisip ang trabaho ko sa BCG o ang mga presentasyon ng mga kliyente ko. Sa halip, dalawang tanong ang nasa isip ko: Paano ako makakahanap ng higit na kaligayahan sa mga simpleng bagay tulad ng pagbisita sa aking mga magulang, paggugol ng oras sa mga kaibigan, at pagtawa? Paano ako makakatuon sa aking malalaking layunin nang hindi naaabala ng ingay ng mundo?

Nang magising ako mula sa operasyon, naging malinaw ang lahat. Ang pagkonsulta ay isang paraan lamang sa isang layunin. Nais kong mag-eksperimento sa mga punto ng sakit na lubos kong naramdaman, at ang kalayaan sa pananalapi ang nagbigay-daan upang makamit iyon. Bagama't nasa isip ko ang kalayaan sa pananalapi noon, hindi ito kasing determinado pagkatapos ng operasyon. Ngayon, ang aking modelo ng Excel ay kailangang lumipat mula sa "magkano ang maaari kong kikitain? " sa "gaano kaunting oras ang maaari kong gugulin upang kumita ng pera na kailangan ko?"

Olumide Ogunsanwo: Pag-optimize para sa oras, na mas mahalagang pera kaysa pera.

Acani Samon Biaou: Ni-rewired ko ang financial model, nagdagdag ng dropdown na opsyon na nagpapahintulot sa akin na ilipat ang huling araw ko sa BCG pabalik-balik. Nakatulong ito sa akin na matukoy ang mga parameter tulad ng kung magkano ang iipon at kung gaano kalaki ang aking bonus, na ginagabayan ako patungo sa aking misyon na makamit ang kalayaan sa pananalapi. Ang pag-aaplay para sa prestihiyosong programa ng Ambassador ng BCG ay hindi lamang isang magandang pagkakataon kundi isang pagkakataon din na halos doblehin ang aking mga kinita, sa gayon ay pinabilis ang aking landas patungo sa kalayaan sa pananalapi. Ang sandali ng pag-opera sa utak ay isang katalista para sa karamihan ng aking tagumpay. Sa aming mga mambabasa, hindi ko mabibigyang-diin nang sapat ang kahalagahan ng paghahanap ng nakakagambalang FTE na tumutulong sa iyong magkaroon ng kalinawan, at kung kinakailangan, ikaw mismo ang gumawa nito. Kapag nasa zone ka na, hawakan ito at i-execute. Ang mga tukso at abala ay talbog sa iyo.

Panghuli, kung mayroon kang mga anak, ilantad sila sa mga karanasang nagpapaunlad ng paniniwala sa sarili at pag-asa sa sarili. Unahin ang mga ito at mapagtanto na ang oras na malayo sa iyo ay nagpapabilis sa kanilang paglaki. Bigyan sila ng mga pagkakataong matuto at magkamali nang mabilis. Dalhin sila sa ibang mga bansa at ipakita sa kanila kung paano gumagana ang mundo.

Olumide Ogunsanwo: Para matutunan nila kung paano maging matagumpay sa mga bagong kapaligiran?

Acani Samon Biaou: Eksakto. Maging interesado. Sa aking kamakailang paglalakbay sa Dublin, Ireland, nakipag-usap ako sa aking Uber driver tungkol sa kung paano nagtagumpay ang mga tao sa Dublin. Tinalakay namin ang kapaligirang may mataas na buwis at ang mga mapagkakakitaang tech na trabaho na magagamit. Mahalagang makipag-usap sa pinakamaraming tao hangga't maaari, ngunit hindi para lang kopyahin ang kanilang ginagawa. Sa halip, iugnay ang kanilang mga karanasan pabalik sa iyong sariling mga lakas at kakayahan.

Sa mga unang yugto ng iyong karera, huwag mag-settle sa mga komportableng trabaho. Maging lubos na ambisyoso at maghangad ng mataas. Tanungin ang iyong sarili, "Paano ako lilipat mula sa isang analyst patungo sa isang posisyon sa Direktor?" o "Ano ang kinakailangan upang maging isang CEO?" o kahit na "Ano ang kinakailangan upang magsimula ng isang kumpanya na ganito kalaki?"

Itaas ang iyong ambisyon, maging matapang, at huwag makuntento sa pagtanggap lamang ng promosyon o bonus kada anim na buwan bilang gantimpala para sa iyong mabuting gawa.

Olumide Ogunsanwo: Papakainin ka ng mga kumpanya ng mga mumo kung hahayaan mo sila. Tumingin sa ibayo ng iyong peer group kung ang kanilang impluwensya ay nakakabawas sa iyong ambisyon. Ang iyong peer group ay maaaring ang pinakamalaking bagay na pumipigil sa iyo ngayon. Sa pamamagitan ng pagbabasa ng aming mga kwento, umaasa kaming ma-inspire ka na mag-isip nang higit sa mga limitasyon na maaari mong maramdaman, at maghangad ng mas malaki. Huwag kang makuntento kung nasaan ka, dahil lang sa mga kaibigan mo ay kontento na sa kanilang buhay. Tandaan, ang bawat isa ay may iba't ibang layunin at mithiin.

Itulak ang mga hangganan ng kung ano ang pinaniniwalaan mong posible at huwag manirahan sa isang buhay na pangkaraniwan. Ang pakiramdam na hindi ka nasisiyahan ay maaaring mag-udyok sa iyo na makamit ang higit pa. Ito ang dahilan kung bakit isinusulat namin ang aklat na ito. Hindi na natin kailangan ng pera, we're already financially independent. Ngunit nais naming tumulong sa iba at patuloy na palaguin ang ating sarili. Nananatili kaming mausisa at nakatuon sa personal na paglago, kahit na nakamit namin ang kalayaan sa pananalapi. Ang mga tao ay nakakaramdam ng isang antas ng katuparan kapag sila ay lumalaki.

Acani Samon Biaou: Maganda. Ganap na sumasang-ayon sa iyo. Ang iyong tradisyunal na 9-to-5 na trabaho ay naka-set up para makapagtrabaho ka hanggang sa mahina ang iyong katawan at magretiro ka sa edad na 70. Gayunpaman, sa pagsasarili sa pananalapi, maaari mong i-compress ang timeline na iyon at umalis sa karera ng daga sa loob ng 10-20 taon. . Sa ganitong paraan, masisiyahan ka sa iyong pinakamagagandang taon habang ligtas sa pananalapi. Ang pagsasarili sa pananalapi ay isang simpleng equation - kumita ng maraming pera sa isang makatwirang paraan at huwag mag-overspend. Ang pera na natitira ay magsasama-sama at sa huli ay gagawin kang malaya sa pananalapi. Ang essentialism ay kritikal. Tumutok sa kung ano ang itinu-turing mong mahalaga upang mabawasan ang iyong mga gastos habang pina-pataas ang iyong kita. Mangangailangan ito ng disiplina at pagpapatupad, ngunit magiging sulit ito sa huli.

Ngayon, mahal ko ang buhay ko. Gustung-gusto kong magawa ang mga bagay na kinagigiliwan ko, tulad ng paglalakbay, pag-aaral ng mga bagong wi-ka, paggalugad ng mga bagong proyekto, at pag-iisip.

Olumide Ogunsanwo: Shout out sa FIREDOM family!

Acani Samon Biaou: Ang pagkikita kay Olumide ay isang highlight para sa akin. Nagpalitan kami ng notes at nagkwento tungkol sa buhay namin. Napakaganda noon dahil masarap makipag-usap sa mga taong nag-papalawak ng iyong pag-iisip. Gustung-gusto ko ang karanasang ito ng pag-tatrabaho sa aklat na ito kasama ka. [Ngumiti]

Olumide Ogunsanwo: Nagustuhan ko rin ang pakikipagtulungan sa iyo. [Smile] Kami ay underdog at nagawa namin ito. Hindi kapani-paniwala! Narito ang kwento ng aking buhay hanggang ngayon.

Lumaki ako sa Lagos, Nigeria at pinalaki ako na may malaking kalayaan. Nakabuo ako ng paniniwala sa sarili at tiwala sa sarili na kaya kong malaman ang mga bagay sa aking sarili dahil napakahusay ko sa akademya. Dahil dito, masuwerte ako na magkaroon ng pagkakataong lumipat sa Amerika dahil palagi akong may pinakamataas na grado sa aking high school. Bagama't ang swerte ay may papel sa kakayahan ng aking mga magulang na bayaran ito, maliwanag na ang aking mga marka ay nagpapahiwatig ng potensyal para sa isang bagay na mas malaki.

Lumipat ako sa Amerika noong ako ay 17 taong gulang at mabilis na natutong umasa sa aking sarili dahil alam kong walang ibang mag-aalaga sa akin. Bilang isang imigrante, wala akong network ng suporta, kaya kailangan kong maging self-reliant. Bagama't may papel na ginampanan ang swerte sa aking tagumpay, sinubukan ko ang lahat ng aking makakaya upang itulak ang mga posibilidad na pabor sa akin. Sa pamamagitan ng pag-alam at panini-wala sa iyong sarili, pagsusumikap sa mga tamang bagay, pag-eksperimento sa mga bagong bagay, at pagpapaligid sa iyong sarili sa mga tamang tao, pina-pataas mo ang iyong mga pagkakataong maging masuwerte. Huwag maliitin ang kapangyarihan ng swerte sa buhay, ngunit huwag ding umasa dito bilang iyong tanging pinagmumulan ng tagumpay. Sa halip, tumuon sa pagpapaunlad ng iyong sarili at sa iyong mga kasanayan upang madagdagan ang iyong posibilidad na magtagumpay at maging handa para sa mga pagkakataon kapag lumitaw ang mga ito.

Ang sumunod na bagay ay ang personal na pag-unlad. Nakatuon ako sa personal na pag-unlad mula sa isang maagang edad dahil alam kong ito ay mahalaga upang madagdagan ang aking potensyal na kita. Ito ang dahilan kung bakit ako nag-aral ng Chemical Engineering at nagtuloy ng mga advanced na degree sa parehong Oxford at MIT. Patuloy kong inuuna ang aking personal na pag-unlad, na naglalaan ng oras araw-araw upang matuto ng mga bagong bagay. Simula Mayo 2023, ang aking pang-araw-araw na mga lugar na tinututukan ay kinabibilangan ng: Mga Relasyon at Pamamahala ng Produkto tuwing Sabado, Kalusugan at Benta tuwing Linggo, AI tuwing Lunes, Cloud at Autonomous na Mga Kotse tuwing Martes, Blockchain, Web3, at Crypto tuwing Miyerkules, at China Tech & India Tech tuwing Huwebes, at Africa Tech tuwing Biyernes.

Ang personal na pag-unlad ay halos ang pundasyong layer ng pagbuo ng iyong human capital. Ito ang dahilan kung bakit mo binili ang aklat na ito. Ang aklat na ito ay tungkol sa pagsasarili sa pananalapi, ngunit ito ay higit pa tungkol sa personal na pag-unlad.

Nagkaroon ako ng malinaw na pananaw na maging independyente sa pananalapi dahil hindi ko nais na maging sa awa ng isang tagapag-empleyo. Ang pagkawala ng aking unang trabaho sa 21 ay isang punto ng pagbabago. Alam ko kaagad na walang kumpanya ang nagalit sa akin. Ang kaganapang ito, na tinawag ni MJ DeMarco na "FTE" o "fuck this event," ay isang wake-up call para sa akin. Ipinaunawa nito sa akin na kailangan kong kontrolin ang aking buhay. Kung binabasa mo ang aklat na ito, kailangan mong lumikha ng isang pangyayari o sitwasyon kung saan sa tingin mo ay sapat na desperado upang maunawaan ang kahalagahan ng kalayaan sa pananalapi. Kailangan mong ayusin ang iyong sariling kaganapan sa FTE, tulad ng naranasan ko noong bata pa ako, upang maipaliwanag sa iyo na ang kalayaan sa pananalapi ay napakahalaga.

Acani Samon Biaou: Ang sinabi mo ngayon ay isa pang layer ng insight para sa akin. Ang FTE na iyon ang tulay na naghihiwalay sa mga taong gusto sa mga taong gusto. Ang FTE ay isang kaganapan na nagtatapos sa isang realisasyon na kailangan mong baguhin ang iyong buhay. Ang aking FTE ay nangyari sa panahon ng aking karera sa pagkonsulta noong ako ay inoperahan. Napagtanto ko na sa kabila ng aking mga akademiko at propesyonal na mga nagawa, ako ay mahina at marupok pa rin. Naunawaan ko na ang aking mga nagawa ay mga panlabas na salik na hindi tumutukoy sa akin bilang isang tao. Sa kasamaang palad, hindi lahat ay may suwerte na magkaroon ng FTE.

Olumide Ogunsanwo: Naniniwala si MJ DeMarco na kung hindi ka sigurado kung nakaranas ka ng FTE event, malamang na hindi mo pa naranasan. Kapag naranasan mo ang isa, ito ay magiging isang malinaw at pagbabagong sandali na magbabago sa landas ng iyong buhay at magbabago sa iyong mga halaga at layunin para sa hinaharap. Sa madaling salita, ang FTE event ay isang bagay na nag-iiwan ng malaking epekto sa iyong buhay, at walang duda na naranasan mo na ito.

Acani Samon Biaou: Ilang mga saloobin para sa iba't ibang pangkat ng edad:

Para sa iyong mga anak: Kung gusto mong ihanda ang iyong anak para sa pagsasarili sa pananalapi, magsimula sa pamamagitan ng paglalagay sa kanila na mamahala sa pananalapi ng iyong sambahayan ngayon. Hayaan silang pamahalaan ang badyet ng sambahayan, kahit na sa tingin mo ay napakabata pa nila. Ang mga tao ay walang katapusang kakayahan. Nakahawak ako ng higit sa isang badyet ng sambahayan noong ako ay 7 taong gulang; Pinangangasiwaan ko ang P&L ng isang medium enterprise. Tratuhin ang iyong mga anak na parang matatanda at pagkatiwalaan sila ng mga responsibilidad. Maaari silang magtagumpay o mabigo, ngunit matututo sila mula sa karanasan.

Para sa mga mag-aaral: Umalis sa iyong sariling bansa upang gumugol ng isang taon sa pag-aaral o pag-aaral sa ibang bansa, isawsaw ang iyong sarili sa lokal na kultura at pag-aaral ng wika. Halimbawa, kung ikaw ay isang undergraduate na mag-aaral sa MIT, magpahinga ng isang taon at mag-aral sa Korea o South Africa. Ang karanasang ito ay magpapalawak ng iyong pananaw at magbibigay sa iyo ng mas malalim na pag-unawa sa mundo.

Para sa mga nasa hustong gulang: Kumuha ng sabbatical upang magmuni-muni at mas kilalanin ang iyong sarili, o subukan ang isang bagong aktibidad na mag-aalis sa iyo sa iyong comfort zone. Ang pag-alis sa iyong nakagawian ay makakatulong sa iyong tumuklas ng mga bagong interes at kasanayan.

Olumide Ogunsanwo: Isaalang-alang ang paglalakbay sa mga bansa tulad ng Guatemala o Uganda upang magkaroon ng mas mahusay na pag-unawa sa buhay at kultura ng mga tao. Ang paglubog sa iyong sarili sa iba't ibang kultura ay maaaring magbukas ng mga bagong pananaw at makapagsimula ng mga bagong ideya.

Acani Samon Biaou: Sa iyong bagong kapaligiran, magtakda ng layunin na huwag humingi ng tulong mula sa iyong tahanan. Magsanay ng pag-asa sa sarili at kumuha ng mga lokal na trabaho para mabuhay kung kailangan mo. Ang paggawa ng krisis na iyon ay magdadala sa iyo ng ilang hakbang sa daan. Matututuhan mo ang mga bagay mula dito. Kapag bumalik ka sa iyong sariling bansa, kung magpasya kang bumalik, ang iyong buhay ay magiging mas mabuti para dito. Iminumungkahi kong lumikha ng mga FTE sa iyong buhay upang mapabilis ang personal na paglaki sa pamamagitan ng pagtulong sa iyong matuklasan ang iyong tunay na sarili. Ito ang susi sa pagkamit ng kalayaan sa pananalapi.

Olumide Ogunsanwo: Matapos maranasan ang FTE sa pagkawala ng trabaho sa edad na 21, napagtanto ko na walang ibang maaasahan kundi ang aking sarili. Bilang resulta, sinimulan ko ang isang paglalakbay patungo sa kalayaan sa pananalapi upang maibalik ang aking buhay. Mula noon, ito ay isang bagay ng pagpapatupad ng aking plano. Alam ko kung ano ang kailangan kong gawin at nagpapasalamat ako na kumilos ako. Ganoon din ang hiling ko para sa lahat ng tao sa mundo. Isang bagay na tunay na insightful ang sinabi ni Samon nang sabihin niya na gusto naming magkaroon ka ng kalayaan sa pananalapi upang maibigay mo ang iyong apoy sa mundo. Gusto ko yan para sa lahat. Iyon ang dahilan kung bakit isinulat namin ang aklat na ito, sa pag-asa na ang aming mga kuwento ay maaaring magbigay ng inspirasyon at gabay sa iba tungo sa pagkamit ng kalayaan sa pananalapi at pamumuhay ng kanilang pinakamahusay na buhay.

Umaasa ako na nakuha mo ang ilang mga prinsipyo na maaari mong ilapat sa iyong buhay: paniniwala sa sarili, pag-asa sa sarili, pagkamausisa, independiyenteng pag-iisip, ambisyon, katapangan, pagtatakda ng layunin, personal na pag-unlad at pamumuhay nang may intensyonalidad upang mapakinabangan ang iyong kita at paggastos na naaayon sa iyong mga halaga. Ang mga prinsipyong ito na aming tinalakay ay pangkalahatan, ngunit ang aplikasyon sa iyong buhay ay magiging kakaiba. Maghanap para sa iyong sariling paraan upang gawin ang mga prinsipyo para sa iyo.

Gawin mo ang iyong makakaya. Ang pinakamasamang uri ng panghihinayang ay ang pag-alam na hindi mo sinubukang mabuhay ang iyong pinakamahusay na buhay. Alam kong sinubukan ko ang lahat. Sinubukan kong paunlarin ang aking sarili at matutunan ang lahat ng aking makakaya batay sa mga pangyayari sa paligid ko. Kaya mo binili ang librong ito dahil alam mong gusto mong subukan. Maaari kang mamuhay ng komportable, ngunit kailangan mong subukang tumingin sa kabila ng kaginhawaan upang itulak ang iyong sarili. May kakayahan kang gumawa ng maraming iba't ibang kamangha-manghang bagay kung susubukan mo ang iyong makakaya. Hindi mo makakamit ang iyong personal na kahulugan ng kadakilaan at mabuhay ang iyong pinakamahusay na buhay sa pamamagitan ng panonood ng TV sa buong araw. Ito ang dahilan kung bakit isinusulat namin ang aklat na ito, hindi lamang para sa pagsasarili sa pananalapi, ngunit dahil gusto naming mamuhay ka na maipagmamalaki mo.

Isa ito sa mga paborito kong i-record na mga kabanata dahil pinagsasama-sama nito ang maraming mga thread at pinag-uugnay ang lahat para sa mga mambabasa. Kahanga-hanga!

Acani Samon Biaou: Gusto ko ito. Kahanga-hanga. Salamat at natutuwa sa paglalakbay na ito.

Olumide Ogunsanwo: Isang hindi kapani-paniwalang paglalakbay na magkasama tayo! Mahirap paniwalaan na natapos na ang libro. Umaasa kami na ang aming mga kwento ay nagbigay inspirasyon sa iyo na gumawa ng mga positibong pagbabago sa iyong buhay tungo sa pagkamit ng kalayaan sa pananalapi.

Gusto kong samantalahin ang pagkakataong ito upang ipahayag ang aking pasasalamat sa dalawang tao. Una at higit sa lahat, isang malaking pasasalamat kay Samon. Gustung-gusto kong magtrabaho kasama si Samon. Isang ganap na kasiyahan ang pagpunta sa proyektong ito nang magkasama. Ang paggawa ng libro ay hindi isang madaling gawain, ngunit si Samon ay naging isang mahusay na kasosyo sa buong paglalakbay. Nagpapasalamat ako sa pagkakataong makatrabaho siya.

Nais ko ring ipaabot ang aking taos-pusong pasasalamat sa iyo, ang nag-babasa ng aklat na ito. Salamat sa paglalaan ng oras upang makasama kami sa paglalakbay na ito, habang ibinahagi namin ang aming mga karanasan at insight tungkol sa kalayaan sa pananalapi. Sumama ka sa amin upang gunitain ang aming nakaraan, at nagpapasalamat ako sa iyong oras. Umaasa kami na nakagawa kami ng isang aklat na nakakaengganyo, kawili-wili, at nakakatulong sa iyong sariling hangarin ng kalayaan sa pananalapi. Salamat sa iyong suporta!

Makipag-ugnayan sa amin sa hello@myfiredom.com at sumali sa aming substack newsletter sa firedom.substack.com [1]kung saan kami magpo-post para ipagpatuloy ang pag-uusap tungkol sa FI. Inaasahan kong makita kayong lahat balang araw na maabot ang kalayaan sa pananalapi at mabuhay sa buhay ng iyong mga pangarap. Salamat sa lahat para sa paglalakbay na ito kasama namin!

Acani Samon Biaou: Lubos akong sumasang-ayon sa lahat ng sinabi mo, Olumide. Salamat sa napakagandang karanasan. Sa tuwing may naka-iskedyul kaming recording, inaabangan ko ito nang may matinding panan-abik dahil alam kong magiging isang magandang pag-uusap. Taos-puso kaming umaasa na ang aming libro ay makakatulong sa lahat ng aming mga mambabasa habang sila ay nagsimula sa kanilang sariling paglalakbay. Isa pa, gaya ng sinabi ko dati, I love good cheer...

Olumide Ogunsanwo: [Hysterical laughter] Sinabi mo yan sa chapter one. Ngayon, sinasabi mo itong muli sa ikapitong kabanata.

Acani Samon Biaou: Mas magiging masaya ako kung mas maraming tao ang makakamit ang kalayaan sa pananalapi. Tandaan na ang pagsasarili sa pananalapi ng ibang tao ay hindi naghihigpit sa iyong sariling potensyal na makamit ito.

Olumide Ogunsanwo: Sumang-ayon. Sa katunayan, mas malamang na maniwala kang posible ang kalayaan sa pananalapi para sa iyo kung makakita ka ng mga halimbawa ng huwaran.

Acani Samon Biaou: Ang aking personal na pilosopiya sa buhay ay ang tulungan ang iba na gumawa ng mas mahusay kaysa sa kung ano ang nagawa ko. Maaari mo bang gamitin ang aking ginawa bilang pundasyon upang lumikha ng bago? Ako ay nasasabik para sa iyo na interesado sa paksang ito

---

1.   http://firedom.substack.com

na mas malalim at tuklasin ang aming mga kwento, magbahagi ng mga tip, at higit sa lahat, ang mga prinsipyo na maaari mong ilapat upang makamit ang kalayaan sa pananalapi. Magdadala sa akin ng napakalaking kagalakan na malaman na ang aming mga salita ay nagbigay inspirasyon sa iyo, kahit sa pinakamaliit na paraan, at nakatulong sa iyo na makamit ang kalayaan sa pananalapi. At gaya ng sinabi ni Olumide, kung gusto mong makipag-ugnayan, maaari kang mag-email sa amin o ipagpatuloy ang pag-uusap sa FIREDOM sa pamamagitan ng pagsali sa aming substack newsletter. Pinapabuti ng komunidad ang mga bagay kaya patuloy na palakihin ang iyong komunidad ng pagsasarili sa pananalapi!

Olumide Ogunsanwo: Napakagandang paglalakbay! Salamat Samon. Salamat sa lahat! **Patawarin ang iyong sarili at ang iba na nakasakit sa iyo, maniwala sa iyong sarili, maging iyong tunay na sarili, lumikha ng isang nakakahimok na pangitain sa hinaharap ng iyong buhay, magtakda ng mga ambisyosong layunin na hinihimok ng mga halaga at paunlarin ang iyong sarili araw-araw upang makamit ang iyong mga layunin.** Pumunta sa iyong FIREDOM at lupigin!

www.ingramcontent.com/pod-product-compliance
Lightning Source LLC
Chambersburg PA
CBHW032005150726
47990CB00005B/1841